வீடில்லாப் புத்தகங்கள்

கட்டுரைகள்

எஸ். ராமகிருஷ்ணன்

தேசாந்திரி பதிப்பகம்

தேசாந்திரி பதிப்பக வெளியீடு: 55

வீடில்லாப் புத்தகங்கள் – கட்டுரைகள்
எஸ்.ராமகிருஷ்ணன்

இரண்டாம் பதிப்பு: ஏப்ரல் 2024

தேசாந்திரி பதிப்பகம்,
டி-1, கங்கை அப்பார்ட்மெண்ட்,
110, 80 அடி ரோடு, சத்யா கார்டன்,
சாலிக்கிராமம், சென்னை 600 093,
தொலைபேசி: 044 23644947.
விலை: ரூ.250

Veedilla Puthagangal - Essays
S.Ramakrishnan ©

Second Edition: April 2024, Pages: 232
Size: Demy 1x8, Paper: 18.6 kg maplitho

Published by :
Desanthiri Pathippagam
D-1, Gangai Apartments,
110, 80-Feet Road, Satya Garden, Saligramam,
Chennai - 600 093, Ph: 044 2364 4947
Email : desanthiripathippagam@gmail.com
www.desanthiri.com

ISBN: 978-93-87484-45-0
Wrapper Design: Manikandan
Book Design: Guru
Printed by: Ramani Print Solution, Chennai.

Price: Rs. 250

எஸ். ராமகிருஷ்ணன்

எஸ். ராமகிருஷ்ணன், விருதுநகர் மாவட்டம் மல்லாங்கிணறு கிராமத்தில் 1966இல் பிறந்தார். முழுநேர எழுத்தாளரான இவர் தற்போது சென்னையில் வசிக்கிறார்.

சிறுகதைத் தொகுப்புகள்: எஸ். ராமகிருஷ்ணன் கதைகள், நடந்து செல்லும் நீரூற்று, பதினெட்டாம் நூற்றாண்டின் மழை, அப்போதும் கடல் பார்த்துக்கொண்டிருந்தது, நகுலன் வீட்டில் யாருமில்லை, புத்தனாவது சுலபம், வெளியில் ஒருவன், காட்டின் உருவம், தாவரங்களின் உரையாடல், வெயிலைக் கொண்டு வாருங்கள், பால்ய நதி, மழைமான், குதிரைகள் பேச மறுக்கின்றன, காந்தியோடு பேசுவேன், நீரிலும் நடக்கலாம், என்ன சொல்கிறாய் சுடரே.

நாவல்கள்: உப பாண்டவம், நெடுங்குருதி, உறுபசி, யாமம், துயில், நிமித்தம், சஞ்சாரம், இடக்கை, பதின்.

கட்டுரைத் தொகுப்புகள்: விழித்திருப்பவனின் இரவு, இலைகளை வியக்கும் மரம், என்றார் போர்ஹே, கதாவிலாசம், தேசாந்திரி, கேள்விக்குறி, துணையெழுத்து, ஆதலினால், வாக்கியங்களின் சாலை, சித்திரங்களின் விசித்திரங்கள், நம் காலத்து நாவல்கள், காற்றில் யாரோ நடக்கிறார்கள், கோடுகள் இல்லாத வரைபடம், மலைகள் சப்தமிடுவதில்லை, வாசகபர்வம், சிறிது வெளிச்சம், காண் என்றது இயற்கை, செகாவின் மீது பனி பெய்கிறது, குறத்தி முடுக்கின் கனவுகள், என்றும் சுஜாதா, கலிலியோ மண்டியிடவில்லை, சாப்ளினுடன் பேசுங்கள், கூழாங்கற்கள் பாடுகின்றன, எனதருமை டால்ஸ்டாய், ரயிலேறிய கிராமம், பிகாசோவின் கோடுகள், இலக்கற்ற பயணி, செகாவ் வாழ்கிறார், ஆயிரம் வண்ணங்கள்.

திரைப்பட நூல்கள்: பதேர் பாஞ்சாலி—நிதர்சனத்தின் பதிவுகள், அயல் சினிமா, உலக சினிமா, பேசத்தெரிந்த

நிழல்கள், இருள் இனிது ஒளி இனிது, குற்றத்தின் கண்கள் பறவைக் கோணம், சாமுராய்கள் காத்திருக்கிறார்கள்.

குழந்தைகள் நூல்கள்: கால் முளைத்த கதைகள், ஏழு தலைநகரம், கிறுகிறு வானம், லாலிபாலே, நீளநாக்கு, தலையில்லாத பையன், எனக்கு ஏன் கனவு வருது, காசுகள்ளன், பம்பழாபம், சிரிக்கும் வகுப்பறை, அக்கடா.

உலக இலக்கியப் பேருரைகள்: ஆயிரத்தொரு அரேபிய இரவுகள், ஹோமரின் இலியட், ஷேக்ஸ்பியரின் மெக்பத், ஹெமிங்வேயின் கடலும் கிழவனும், தஸ்தாயெவ்ஸ்கியின் குற்றமும் தண்டனையும், லியோ டால்ஸ்டாயின் அன்னா கரீனினா, பாஷோவின் ஜென் கவிதைகள்.

வரலாறு: எனது இந்தியா, மறைக்கப்பட்ட இந்தியா.

நாடகத் தொகுப்பு: அரவான், சிந்துபாத்தின் மனைவி, சூரியனைச் சுற்றும் பூமி.

நேர்காணல் தொகுப்பு: எப்போதுமிருக்கும் கதை, பேசிக்கடந்த தூரம்.

மொழிபெயர்ப்புகள்: நம்பிக்கையின் பரிமாணங்கள், ஆலீஸின் அற்புத உலகம், பயணப்படாத பாதைகள்.

தொகை நூல்: அதே இரவு அதே வரிகள் (அட்சரம் இதழ்களின் தொகுப்பு), வானெங்கும் பறவைகள்.

ஆங்கிலத்தில் வெளிவந்துள்ள நூல்கள்: Nothing but water, Whirling swirling sky.

இணையதளம்: www.sramakrishnan.com

மின்னஞ்சல்: writerramki@gmail.com

முன்னுரை

பள்ளி வயதில் இருந்து புத்தகங்களே எனது துணை. எனது தோழமை. என் கல்லூரி நாட்களில் உலக இலக்கியங்களைத் தேடித்தேடி வாசித்தேன், இன்றும் செல்லும் ஊர்களில் எல்லாம் நான் தேடுவது புத்தகக் கடைகளையே.

பழைய புத்தகக் கடைகளில் நிறைய நல்ல புத்தகங்களை வாங்கியிருக்கிறேன். பழைய புத்தகங்களை விற்பனை செய்கிறவர்களுடன் நெருங்கிப் பழகி நட்பு கொண்டிருக்கிறேன். அவர்களின் உலகத்தைப் பற்றியும் பழைய புத்தகக்கடைகளில் கிடைத்த நல்ல புத்தகங்களையும் அறிமுகம் செய்யும் விதமாக இந்து தமிழ் நாளிதழில் நான் எழுதிய தொடரின் தொகுப்பே வீடில்லாப் புத்தகங்கள்

வாசிக்க வாசிக்கப் புத்தகங்களின் மீதான ஆசை வளர்ந்து கொண்டேதான் போகிறது. வாசிப்பில் நான் பெற்றதை உங்களுடன் பகிர்ந்து கொண்டுள்ளேன்.

எழுத்தை மட்டுமே நம்பி வாழ்வதற்கு என்னை அனுமதித்த அன்பு மனைவி சந்திரபிரபா, மற்றும் பிள்ளைகள் ஹரி மற்றும ஆகாஷ், அண்ணன் டாக்டர் வெங்கடாசலம், நண்பன் விவேகானந்தன் ஆகியோருக்கும், இலக்கிய வழிகாட்டியாக விளங்கும் தோழர் எஸ்.ஏ.பெருமாள், கவிஞர்தேவதச்சன் ஆகியோருக்கும் என் தீராத நன்றிகள்

இந்நூலின் புதிய பதிப்பை வெளியிடும் தேசாந்திரி பதிப்பகமும் நன்றிக்குரியது.

மிக்க அன்புடன்
எஸ்.ராமகிருஷ்ணன்
20.4.2019

உள்ளே...

1.	புயலின் கண்	9
2.	நின்று கொல்லும் நீதி	13
3.	அதுவொரு தோழமை	17
4.	80 ரயில்களில் ஓர் இந்தியப் பயணம்	21
5.	வண்ணம் தீட்டப்பட்ட சொற்கள்	24
6.	நாக்கின் வரைபடம்	28
7.	நினைவின் வெளிச்சம்	32
8.	400 போட்டோகிராப்ஸ்	36
9.	திரைப்படம் உருவாகிறது	40
10.	திப்புவின் கனவுகள்	44
11.	சந்தோஷத்தின் திறவுகோல்	48
12.	கலிவரின் பயணங்கள்	50
13.	ஒரு யுகத்தின் முடிவு	56
14.	டால்ஸ்டாயின் கடைசி நாட்கள்	60
15.	சார்லியும் சாக்லேட்டும்	64
16.	புகழ் எனும் பிச்சை	68
17.	வியத்தகு இந்தியா	72
18.	நாடகமே உலகம்	76
19.	மரம் போல வாழ்வு	80
20.	கற்றவை கற்றபின்	84
21.	எழுத்தாளனின் சமையலறை	88
22.	கற்றலின் இனிமை	92
23.	வாழ்க்கைத் துணை	96
24.	வாழ்க்கைப் பாடங்கள்	100
25.	வேளாண்மை ஆவணம்	104
26.	நோய் அறிதல்	108
27.	தொடரும் கனவு	112

28.	தங்கமே தங்கம்	116
29.	நரித்தனம்	120
30.	பூச்சி எனும் ஆயுதம்	124
31.	உறவின் வெளிச்சம்	128
32.	சினிமா எனும் கனவு	132
33.	அறிவின் வரைபடம்	136
34.	காற்றுக்குக் கண் இல்லை	140
35.	முராத் எனும் போராளி	144
36.	இமயக் காட்சிகள்	148
37.	குறவர்களின் உலகம்	152
38.	அன்பு வழி	156
39.	இப்படித்தான் இருக்கிறது வாழ்க்கை	160
40.	தேசம்தோறும் சினிமா	164
41.	வாசிப்பு மனநிலை	168
42.	குற்றம் களைதல்	172
43.	பொம்மைகள் வளர்வதில்லை	176
44.	கறுப்பு — வெள்ளை நினைவுகள்	180
45.	எரியும் பசி	186
46.	உருமாறும் கிராமங்கள்	190
47.	எண்ணியல் நாயகன்	194
48.	ரத்த சாட்சியம்	198
49.	ஒளி வட்டம்	202
50.	வான் தொடும் குரல்	206
51.	கனவில் துரத்தும் புத்தகம்	210
52.	வானத்து அமரன்	214
53.	எழுத்து மட்டும் போதாது	218
54.	நடந்து பாருங்கள்	222
55.	மௌனி பேசுகிறார்	225
56.	நினைவூட்டும் காற்று	229

1. புயலின் கண்

சாலையோரக் கடைகளில் விற்கப்படும் பழைய புத்தகங்களை வீடில்லாத புத்தகங்கள் என்று சொல்வார் புகழ் பெற்ற பெண் எழுத்தாளர் வர்ஜீனியா வுல்ப். எந்த ஊருக்குப் போனாலும் பழைய புத்தகக் கடைகளைத் தேடிப் போகிறவன் நான். பழைய புத்தகங்களின் மீதான காதல் என்பது முடிவில்லாத தேடல்.

எத்தனையோ அரிய புத்தகங்களை, இலக்கிய இதழ்களைத் தற்செயலாகப் பழைய புத்தகக் கடைகளில் கண்டெடுத்திருக்கிறேன். அந்தத் தருணங்களில் நிலவில் கால் வைத்தவன் அடைந்த சந்தோஷத்தைவிடவும் கூடுதல் மகிழ்ச்சியை நான் அடைந்திருக்கிறேன்.

பழைய புத்தகங்களைப் பேரம் பேசி வாங்குவது ஒரு கலை. நாம் புத்தகத்தை ஆசையாகக் கையில் எடுக்கும்போதே புத்தக வியாபாரிக்கு இது முக்கியமானது எனத் தெரிந்துவிடும். "ரொம்ப ரேர் புக் சார். 500 ரூபா குடுங்க" என்று ஆரம்பிப்பார்.

"சும்மா படிக்கலாம் என நினைத்து எடுத்தேன். நீங்களே வைத்துக்கொள்ளுங்கள்" எனத் தவிர்த்துவிட்டு நடந்தால், சற்றுப் பேரம் இறங்கிவரும். பழைய புத்தக வியாபாரிகள் தனி ரகத்தைச் சேர்ந்தவர்கள். அவர்களில் பலரும் பேரம் பேசுவதை விரும்பவே மாட்டார்கள். அவர்கள் சொல்கிற விலைதான். அதேநேரம் நாம் தொடர்ந்து அவரிடம் புத்தகம் வாங்கினால் அரிய புத்தகங்களைக் கூட இலவசமாகத் தந்துவிடுவார்கள்.

சென்னை மூர் மார்க்கெட் பழைய புத்தகக் கடைகளின் சங்கமம். எரிந்து போவதற்கு முந்தைய மூர் மார்க்கெட்டில் நிறையப் புத்தகங்களை வாங்கியிருக்கிறேன். அது போலவே ஓல்டு டெல்லியில் தரியாகஞ்ச் பகுதியில் ஞாயிற்றுக்கிழமைகளில் போடப்படும் கிதாப் பஜாரை முழுமையாகப் பார்வையிட ஒருநாள் போதாது. ஆயிரக்கணக்கில் புத்தகங்கள் கொட்டிக் கிடக்கும்.

புதுவையில் ஞாயிறு மாலை நடைபாதைப் புத்தகக் கடைகள் அதிகம் உண்டு. சென்னையில் திருவல்லிக்கேணி, மாம்பலம், அசோக்பில்லர், அண்ணா சாலை, சென்ட்ரல், அடையாறு, எக்மோர், மயிலாப்பூர் எனப் பழைய புத்தகக் கடைகள் இருக்கின்றன.

திருச்சியில் மலைக்கோட்டை அருகில், மதுரையில் ரீகல் தியேட்டர் முன்பு, நேதாஜி சாலையில் நியூ சினிமா தியேட்டர் பக்கம் உள்ள சந்தில் பழைய புத்தகக் கடைகள் உண்டு.

திருநெல்வேலி பாளையங்கோட்டையில், பழநி பேருந்து நிலைய வாசலில், கோவை ராஜவீதியில், சேலம் ரயில் நிலையம் எதிரில், பெங்களூர் எம்ஜி ரோடு, பிரிகேட் ரோடு, மற்றும் மைசூர் பேங்க் சர்க்கிள், காரைக்குடி மலர் லாட்ஜ் எதிரில் என ஒவ்வோர் ஊரிலும் சிறந்த நடை பாதைப் புத்தகக் கடைகள் இருக்கவே செய்கின்றன.

ஒருமுறை அண்ணா சாலையில் உள்ள பழைய புத்தகக் கடையில் பிரெஞ்சு எழுத்தாளரான ழான் ஜெனேயின் தீப்ஸ் ஜேர்னல் என்ற அரிய புத்தகம் தற்செயலாகக் கிடைத்தது. கடைக்காரர் அதற்கு 400 ரூபாய் கேட்டார். அது சந்தையில் விற்பனையில் இல்லாத புத்தகம். பேரம் பேசி படியவில்லை. பரவாயில்லை விட்டுவிடுவோம் என மனமில்லாமல் அதைப் புத்தகக் குவியலிலேயே போட்டுவிட்டுத் திரும்பினேன்

நல்ல புத்தகத்தைப் பாக்கெட்டில் பணம் இல்லாத காரணத்தால் இழந்துவிட்டேனே என மனம் அடித்துக் கொண்டது. ஆனால், இரண்டு நாட்களுக்குப் பிறகு அதே புத்தகக் கடைக்குப் போனபோது அதே புத்தகம் கிடந்தது. கடையில் இப்போது புத்தகக் கடைக்காரரின் மகன் இருந்தார். அவரிடம் ஜெனேயை கையில் எடுத்து எவ்வளவு என்று கேட்டேன். "20 ரூபாய்க் கொடுங்கள்" என்று சொன்னார். ஆஹா அதிர்ஷ்டம் என உடனே பணம் கொடுத்து வாங்கிவிட்டேன். அறைக்கு வந்து வாசிக்க ஆரம்பித்தபோது புத்தகத்தின் முதல் பக்கத்தில் பிரபல நடிகர் ஒருவரின் பெயர் கையெழுத்து இடப்பட்டிருந்தது. அவர் ஜெனே எல்லாம் படிப்பவர் என்பது ஆச்சர்யமாக இருந்தது. அதை லண்டனில் வாங்கியிருக்கிறார் என்ற குறிப்பும் இருந்தது.

கையில் கிடைத்த ஜெனேயின் புத்தகத்தை ஊருக்குக் கொண்டுபோய் ஒரு மாதகாலம் சுற்றுக்கு விட்டுப் படித்தோம். இப்படிப் பழைய புத்தகக் கடைகளின் வழியேதான் உலகின் மிகச் சிறந்த நாவல்கள், கட்டுரைகள், ஓவிய நூல்கள் எனக்குக் கிடைத்தன. சமீபமாக, திண்டுக்கல்லில் பழைய புத்தகக் கடை ஒன்றில் தேடிக் கொண்டிருந்தபோது நீலவண்ணன் எழுதிய '12 மணி நேரம்' என்ற புத்தகம் கிடைத்தது. 1978ஆம் ஆண்டு நவம்பர் 23ஆம் தேதி இலங்கையைத் தாக்கிய பெரும் சூறாவளியைப்

பற்றி முழுமையான நேரடி அனுபவத்தை விவரிக்கிறது இந்தப் புத்தகம். நீலவண்ணன் ஈழத்து எழுத்தாளர்களில் முக்கியமானவர். இதுபோன்ற சிறப்பு நூல்கள் ஆங்கிலத்தில் மட்டுமே எழுதப்படுவதாக நினைத்துக் கொண்டிருந்தேன்.

ஆனால், நீலவண்ணனின் புத்தகம் அந்த எண்ணத்தைக் கைவிடச்செய்தது. சென்னையைச் சுனாமி தாக்கியபோது நான் ஐஸ்ஹவுஸ் பகுதியில் மேன்சன் ஒன்றில் தங்கி யிருந்தேன். என் கண்முன்னேதான் பேரலையில் தப்பி மனிதர்கள் கூக்குரலோடு ஓடினார்கள். நானும் நண்பர்களும் உடனடியாக அங்கிருந்து இடம் பெயர்ந்தோம். அதனை அடுத்தச் சில நாட்களில் சுனாமி பாதித்த பகுதிகளைப் பார்வையிட்டபோது அடைந்த மனத்துயரை இப்போது நினைத்தாலும் வலிக்கவே செய்கிறது.

இந்தப் புத்தகத்தை வாசித்தபோது சுனாமியின் நினைவுகள் கொப்பளிக்கத் தொடங்கின. தமிழ்நாட்டை ஆண்டுக்கு ஒருமுறை புயல், சூறாவளி தாக்குகின்றன. ஆனால், புயல் என்பது என்ன? அது எப்படி உருவாகிறது? அதன் வேகம், திசை எப்படி நிர்ணயிக்கப்படுகிறது? சூறாவளி தாக்குதலில் என்ன நடக்கிறது, இதைத் தடுக்க நாம் செய்ய வேண்டியது என்ன? என்பது குறித்து விரிவான தகவல்கள் கொண்ட புத்தகங்கள் தமிழில் இல்லை.

இயற்கைப் பேரிடர் தடுப்பு நடவடிக்கைகளில் முக்கிய மானது. அதுகுறித்த விழிப்புணர்வை ஏற்படுத்துவதாகும், அதற்காக எழுதப்படும் புத்தகங்கள் தமிழில் குறைவு. வரதர் வெளியீடாக 1979இல் வெளியாகியுள்ள '12 மணி நேரம்' என்ற புத்தகம், ஓர் ஆவணப்படத்தைக் காண்பதைப் போலச் சூறாவளியின் தாக்குதலை நுட்பமாக விவரிக்கிறது.

உலகில் எங்கெங்கே, எப்போது, எப்படி, சூறாவளிகள் உருவாகின? அதன் தாக்குதலால் ஏற்பட்ட சேதங்கள் எப்படியிருந்தன? என்பதை விஞ்ஞானப்பூர்வமான விளக்கங்களுடன் எளிமையாக விவரிக்கிறது. மேற்கிந்திய தீவுகளில் சூறாவளியை ஹரிக்கேன் என்பார்கள். கிழக்காசிய நாடுகளில் தைபூன் என அழைக்கிறார்கள். சூறாவளி நாட்களில் ஏற்றப்படும் விளக்கின் பெயரே ஹரிக்கேன் விளக்கு. அதை மக்கள் அரிக்கேன் விளக்காக மாற்றிவிட்டார்கள் என்கிறார் நீலவண்ணன்.

சூறாவளிக்கும் கண் இருக்கிறது. அதை உட்கருப் பகுதி என்பார்கள். சூறாவளி பெரும்பாலும் ஒற்றைக்கண் அரக்கனே.

வீடில்லாப் புத்தகங்கள் | 11

இந்தக் கண்ணின் விட்டம் 10 மைலில் இருந்து 20 மைல் வரை இருக்கும். கடல் அலைகள்தாம் சூறாவளியின் தூதுவர்கள். அதன் வருகையை முன்கூட்டி அறிவிப்பதே கடலின் வேலை. மட்டகிளப்புப் பகுதியைச் சூறாவளி கடுமையாகத் தாக்கியது. ஊழிக் கூத்துவைப் போல அது நடந்தேறியது. கரைபுரண்டு ஓடிய வெள்ளம், அதில் சிக்கித் தவித்த உயிர்கள், இடிந்து போன வீடுகள், முறிந்த மரங்கள், அடித்துக்கொண்டு போன பொருட்கள், ஐந்தாயிரம் பேர்களுக்கும் மேல் காயம் அடைந்த துயரம் எனச் சூறாவளியின் அகோரப் பசியை விரிவாக எழுத்தில் பதிவு செய்திருக்கிறார் நீலவண்ணன்.

இயற்கைப் பேரிடர் குறித்த முதன்மையான ஆவணங்களில் ஒன்றாகவே இதைக் கருதுகிறேன். பழைய புத்தகங்கள் நடைபாதைக் கடைகள் மட்டுமின்றி, இன்று இணையத்திலும் பதிவேற்றம் செய்யப்படுகின்றன. 100 வருஷங்களுக்கு முன்பு வெளியான ஒரு நூலை வாசிப்பதற்கு, முன்பு ஆவணக் காப்பகங்களைத் தேடிச் செல்ல வேண்டும். இன்று, அவை இணையத்தில் எளிதாக வாசிக்கக் கிடைக்கின்றன. இப்படிக் கையருகே அரிய புத்தகங்கள் கிடைத்தாலும் அதைத் தேடி வாசிப்பவர்கள் குறைந்து கொண்டேதான் வருகிறார்கள், கடந்த 30 ஆண்டுகளாகப் பழைய புத்தகக் கடைகளில் தேடி அலைந்து எனக்குச் சுவாச ஒவ்வாமை ஏற்பட்டுவிட்டது, ஆனாலும், அந்தப் பழக்கத்தை நிறுத்தவே முடியவில்லை.

காரணம், பழைய புத்தகக் கடை என்பது ஒரு புதையல் சுரங்கம். எப்போது என்ன கிடைக்கும் எனச் சொல்லவே முடியாது. புத்தகம் தரும் மகிழ்ச்சிக்கு இணையாக எனக்கு வேறு எதுவுமில்லை. ராமபாணம் என்றொரு பூச்சி புத்தகத்துக்குள் உயிர் வாழும் என்பார்கள், ஒருவேளை நானும் ஒரு ராமபாணம்தானோ என்னவோ?

2. நின்று கொல்லும் நீதி

மூன்று ஆண்டுகளுக்கு முன்பாகச் சென்னை கடற் கரையில் உலகப் புத்தகத் தினத்தை முன்னிட்டுப் புத்தகப் பரிமாற்றம் என்ற அரிய நிகழ்வு நடைபெற்றது.

ஒவ்வொருவரும் தான் படித்து முடித்த ஒன்று அல்லது இரண்டு புத்தகங்களைக் கொண்டுவந்து கடற்கரையில் போடப்பட்டிருந்த பெரிய மேஜையில் போட சொன்னார்கள். அவற்றில் நாவல், கட்டுரை, சிறுகதை, வரலாறு, மொழிபெயர்ப்பு என நிகழ்ச்சி அமைப்பாளர்கள் வகைமை பிரித்துத் தனியே அடுக்கி வைத்துக்கொண்டார்கள்.

அதைத் தொடர்ந்து புத்தக வாசிப்பின் முக்கியத்துவம் குறித்துப் பல்வேறு எழுத்தாளர்களின் சொற்பொழிவுகள் நடைபெற்றன. அது முடிந்தவுடன் பார்வையாளர்கள் யார் வேண்டுமானாலும், தனக்கு விருப்பமான ஒன்று அல்லது இரண்டு புத்தகங்களை அந்த மேஜையில் இருந்து எடுத்துக்கொள்ளலாம் என அறிவித்தார்கள்.

இந்தப் புத்தகப் பரிமாற்ற நிகழ்வின் மூலம் முந்நூறுக்கும் மேற்பட்ட புத்தகங்கள் ஒருவருக்கொருவரிடமாகக் கை மாறின. இதுபோன்ற ஒரு நிகழ்வினைத் தமிழகம் முழுவதும் நடத்தினால், எத்தனையோ வீடுகளில் தேங்கிப் போய்க் கிடக்கும் புத்தகங்கள் பரிமாற்றம் கொள்ளும் தானே?

படித்து முடித்து, வேண்டாம் என நினைக்கிற புத்தகங்களைப் பகிர்ந்துகொள்ளப் புத்தக வங்கி ஒன்றை உடனடியாகத் தொடங்க வேண்டும். அதற்கு யார் வேண்டுமானாலும் எந்தப் புத்தகம் வேண்டுமானாலும் தரலாம். யாருக்குப் புத்தகம் தேவையோ, அவர்கள் இலவசமாக அந்த வங்கியில் இருந்து புத்தகத்தை எடுத்துக்கொள்ளலாம். அல்லது கிராமப்புற மாணவர்களுக்குப் பகிர்ந்து அளிக்கலாம்.

இதற்குத் தேவை ஓர் அறையும், பொறுப்பாளர் ஒருவருமே. புத்தகப் பரிமாற்றம் என்பது ஓர் அறிவியக்கம் போல விரிவடையத் தொடங்கும்போதுதான் வாசிப்புப் பரவலாகும். தமிழ்நாட்டில் *37 பல்கலைக்கழகங்கள், 570 பொறியியல் கல்லூரிகள், 566 கலை -*

அறிவியல் கல்லூரிகள் இருக்கின்றன. இவற்றில், எத்தனை கல்லூரி வளாகங்களில் புத்தகக் கடை இருக்கிறது?

நோட்டு - பாடப் புத்தகங்கள் விற்கும் ஸ்டோர், வங்கி, கேன்டீன் ஆகியவற்றைப் போல, ஏன் ஒவ்வொரு கல்லூரியிலும் ஒரு புத்தகக் கடை திறக்கக் கூடாது? கல்லூரி நிர்வாகமே அதற்கு முனைப்பு காட்டலாம்தானே? பாடப் புத்தகங்களுக்கு வெளியே கலை, இலக்கியம், விஞ்ஞானம், சமூகவியல் போன்ற துறைகள் சார்ந்த புத்தகங்களை மாணவர்கள் அறிந்து கொள்வதற்கும், வாங்கிப் பயன் அடையவும், இதுபோன்ற புத்தகக் கடைகள் பெருமளவு உதவும்தானே?

பொதுவாக, விளையாட்டு, இசை, நுண்கலை போன்ற வற்றில் மாணவர்கள் தங்கள் திறனை வெளிப்படுத்துவதற்கு இங்கே தனிக் கவனம் செலுத்தப்படுகிறது. ஆனால், புத்தக வாசிப்பைத் தூண்டும், அதிகப்படுத்த உதவும் புக் கிளப், தரமான புத்தகக் கடை, புத்தகக் காட்சி போன்றவற்றில் எந்தக் கல்வி நிறுவனமும் ஆர்வம் காட்டுவதே இல்லை. ஆஸ்திரேலியப் பல்கலைக்கழகங்களில் பயிலும் மாணவர்கள், தங்களுடைய ஓய்வு நேரத்தில் மருத்துவ மனையில் உள்ள நோயாளிகளுக்குப் புத்தகம் படித்துக் காட்டி உதவுகிறார்கள்.

பார்வையற்றோர் மையத்தில் போய் கண் தெரியாதவர் களுக்குப் புத்தகம் படித்துக் காட்டுகிறார்கள். சிறார்களுக்குக் கதை சொல்கிறார்கள். நமது கல்வி நிலையங்களில் இது போன்ற புத்தக வாசிப்புத் தொடர்பான சேவைகள் எங்கேயும் நடைபெறுவதாக நான் கேள்விப்படவே இல்லை. அமெரிக்காவின் முக்கிய நூலகங்களில் பயன் படுத்திய புத்தகங்களை வாரம் ஒருமுறை ஒரு டாலர், இரண்டு டாலருக்கு என மலிவு விலையில் விற்பனை செய்கிறார்கள். கலைக்களஞ்சியம் தொடங்கி நவீன நாவல்கள் வரை அத்தனையும் கிடைக்கின்றன. அங்கே, யார் வேண்டுமானாலும் அதை வாங்கிக் கொள்ளலாம். தமிழ்நாட்டில் எந்த நூலகமும் அப்படி ஒரு விற்பனையை நடத்தி நான் கண்டதே இல்லை.

நூலகம் (noolagam.org) என்ற இணையதளத்தில் பெரும் பான்மை யான ஈழ எழுத்தாளர்களின் முக்கியப் படைப்புகள் இலவசமாகவே தரவிறக்கம் செய்து கொள்ளக் கிடைக்கின்றன. தமிழில் இதுபோன்று பழந்தமிழ் நூல்களைப் பகிர்ந்துகொள்ள 'மதுரைத் திட்டம்' என்ற இணையதளம் உதவுகிறது. 'குட்டன்பெர்க்' என்கிற ஆங்கில இணைய தளத்தில் ஒரு லட்சத்துக்கும் அதிகமான பல்வேறு துறைச்

சார்ந்த ஆங்கிலப் புத்தகங்கள் இலவசமாகவே கிடைக் கின்றன. இவை எல்லாம் புத்தகப்பகிர்வு எவ்வளவு முக்கியமானதொரு சாளரம் என்பதன் அடையாளங்கள் ஆகும்.

கடற்கரையில் நடைபெற்ற புத்தகப் பரிமாற்றத்தைப் பற்றிச் சொன்னேன் இல்லையா? அங்கே எனக்கு கிடைத்த ஆங்கில நூல், “மெமரிஸ் ஆஃப் மெட்ராஸ்,” சர் சார்லஸ் லாசன் என்பவர் எழுதியது. 1905ம் ஆண்டு லண்டனில் வெளியாகி உள்ளது. மதராஸின் கடந்த கால வரலாற்றை விவரிக்கும் சுவாரஸ்யமான நூல் இது. சார்லஸ் லாசன், மெட்ராஸ் மெயிலின் ஆசிரியர். 1830களில் சென்னையில் இரண்டே நியூஸ் பேப்பர்கள்தாம் இருந்தன. ஒன்று, ‘தி ஸ்பெக்டேடர்’, மற்றது ‘தி மெட்ராஸ் டைம்ஸ்’.

இரண்டு பத்திரிகைகளும் ஆங்கிலேயர்கள் நடத்தியவை. இதில், மெட்ராஸ் டைம்ஸில் பத்திரிகையாளராகப் பணி யாற்றியவர் லாசன். அதிலிருந்து விலகி, 1868இல் அவர் மெட்ராஸ் மெயிலைத் தொடங்கினார். வணிகர்களுடன் நல்ல உறவைக் கொண்டிருந்த லாசன், மெட்ராஸ் சேம்பர் ஆஃப் காமர்ஸ் செயலாளராக 30 ஆண்டுகள் பணியாற்றியிருக்கிறார். 1887இல் இங்கிலாந்துக்குச் சென்று விக்டோரியா ராணியைச் சந்தித்த லாசன், அவரது புகழ் பாடி, ‘சர்’ பட்டம் பெற்றிருக்கிறார்.

இவர், சென்னை நகரின் வரலாற்றை மெட்ராஸ் மெயிலில் தொடராக எழுதினார். அந்தத் தொகுப்பே இந்த நூலாக உருமாறியது. இந்நூல் சென்னையை ஆட்சி செய்த கவர்னர்களையும் அவர்களின் செயல்பாட்டினையும் விவரிக்கிறது. இதில் இரண்டு விஷயங்கள் எனக்கு முக்கியமாகப்பட்டன.

சர் பிரான்ஸிஸ் டே, ஆண்ட்ரூ கோகன் இருவரும் 1639இல் சென்னப் பட்டினத்தை விலைக்கு வாங்கி, கோட்டையுடன் கூடிய புதிய நகரை உருவாக்கத் தொடங்கினார்கள் என்பதை நாம் அறிவோம். மதராஸின் முதல் கிழக்கிந்தியக் கம்பெனியின் ஏஜென்ட் எனப் புகழப்பட்ட ஆண்ட்ரூ கோகன் மீது, கிழக்கிந்தியக் கம்பெனி நிர்வாகம் அதிகார துஷ்பிரயோகம், கலகம் மற்றும் நிதி முறைகேடு தொடர்பான விசாரணை ஒன்றினை நடத்தத் திட்டமிட்டது.

அவர் லண்டன் சென்று கிழக்கிந்தியக் கம்பெனியின் இயக்குநர்களில் ஒருவரான தனது மாமனாரின் உதவியை நாட, அவரின் தயவால் தற்காலிகமாகத் தப்பித்தார். அப்படியும்

பிரச்சினை அவரை விடவில்லை. சில ஆண்டுகளில் மீண்டும் விசாரணை தொடங்கியது. அதன் முடிவில் குற்றம் ஊர்ஜிதம் செய்யப்பட்டு தண்டனை பெற்று, வறுமையில், புறக்கணிப்பில், தனிமையில் வாடி ஆண்ட்ரூ கோகன் இறந்து போனார் என்பதை லாசன் சுட்டிக் காட்டுகிறார்.

இன்று நாம் பிரிட்டிஷார் அறிமுகம் செய்த ஆங்கிலவழிக் கல்வியை உயர்த்திப் பிடிக்கிறோம். ஆனால், 1787இல் சென்னைக்கு வந்த டாக்டர் ஆண்ட்ரூ பெல், சென்னை எக்மோரில் செயல்பட்ட அநாதைகள் காப்பகத்தில் கல்விப் பணியாற்றியபோது, தான் கற்றுக்கொண்ட கல்வி முறையை இங்கிலாந்துக்கு எடுத்துச் சென்று, 'மெட்ராஸ் சிஸ்டம்' என்று அறிமுகம் செய்து பிரபமலமாக்கியுள்ளார். அந்த வரலாற்று நிகழ்வை இந்நூல் விவரிக்கிறது.

'மெட்ராஸ் சிஸ்டம்' என்பது தாய்மொழியில் கல்வி கற்க வேண்டும் என்பதாகும். அத்துடன் வகுப்பில் படிக்கும் சிறந்த மாணவரைக் கொண்டு மற்ற மாணவர்களுக்குப் பாடம் கற்பிக்கும் முறையாகும். சட்டாம்பிள்ளை என அழைக்கப்படும் புத்திசாலி மாணவன், வகுப்பில் உள்ள மற்ற மாணவர்களுக்குப் பாடம் சொல்லித் தருவான். இப்படி ஆசிரியர், சட்டாம்பிள்ளை இருவரும் இணைந்து கற்பிக்கின்ற காரணத்தால் படிப்பு எளிதாக அமைந்தது.

இந்த முறையை ஆண்ட்ரூ பெல் இங்கிலாந்தில் அறிமுகம் செய்து வெற்றிகரமாக நடத்திக் காட்டினார். இவர் மதராஸ் மீது கொண்ட அன்பின் காரணமாக, இங்கிலாந்தில் தான் வாங்கிய பண்ணைக்கு எக்மோர் எனப் பெயரிட்டிருக்கிறார். ஆண்ட்ரூ பெல் 13 பள்ளிகளை நடத்தியிருக்கிறார். இந்தப் பள்ளிகளின் வெற்றியைத் தொடர்ந்து, இங்கிலாந்து முழுவதும் 230 பள்ளிகளில் 'மெட்ராஸ் சிஸ்டம்' பரவியது.

மெட்ராஸ் கல்விமுறையைப் பற்றி ஆண்ட்ரூ பெல் புத்தகம் ஒன்றையும் எழுதியிருக்கிறார். 'நமது கல்விமுறை இங்கிலாந்தில் நடைமுறைப்படுத்தப்பட்ட வரலாறு நமக்கு மறந்துபோய், அவர்களுடைய கல்வியை நாம் தூக்கிப் பிடித்துக்கொண்டிருக்கிறோம்' என்பது காலக்கொடுமை.

சென்னையை ஆண்ட பிரிட்டிஷ் கவர்னர்களின் வரலாற்றை ஒருசேர வாசிக்கும்போது, 'சுயலாபங்களுக்காக நாட்டைக் கொள்ளையடித்தவர்கள் முடிவில் மாபெரும் வீழ்ச்சியைச் சந்தித்தார்கள்' என்பதைத் தெளிவாக உணர முடிகிறது. நின்று கொல்லும் நீதி என்பது இதுதானோ?

3. அதுவொரு தோழமை

திருச்சி மலைக்கோட்டை போகிற வழியிலுள்ள பழைய புத்தகக் கடை ஒன்றில் 'தி இல்லஸ்ட்ரேடட் வீக்லி' பழைய இதழ்களின் பைண்ட் வால்யூம் ஒன்று கிடைத்தது. பைண்டிங் வால்யூமை இரவெல்லாம் படித்துக் கொண்டிருந்தேன். மனம் காலத்தின் பின்னோடி, பழைய நினைவுகளைக் கிளர்ச்சியுறச் செய்தது. அப்போது இரண்டு பேர் என் நினைவில் வந்து போனார்கள். ஒருவர் எனது தாத்தா. இன்னொருவர் என் கணித ஆசிரியர் ஞானசுந்தரம். இருவரும் இல்லஸ்ட்ரேடட் வீக்லியின் தீவிர வாசகர்கள்,

எனது தாத்தா இல்லஸ்ட்ரேடட் வீக்லி சந்தாதாரர் என்பதால் வீட்டுக்கே இதழ்கள் வந்துவிடும். பள்ளி நாட்களில் அதைப் புரட்டிப் பார்ப்பேன். அற்புதமான வடிவமைப்புக் கொண்ட அந்த இதழை ரவிசேகர் அழகாக வடிவமைப்பு செய்திருப்பார்.

எனது தாத்தா கையில் பென்சில் வைத்துக்கொண்டு இல்லஸ்ட்ரேடட் வீக்லியைக் கொஞ்சம் கொஞ்சமாக வாசிப்பார். புதிதாக ஏதாவது ஆங்கிலச் சொல் இடம்பெற்றால் அடிக்கோடிட்டு அகராதியைப் புரட்டிப் பார்த்து, அதைத் தனி நோட்டில் எழுதிக் கொள்வார். இதழைப் படித்து முடித்தவுடன் ஆசிரியருக்கு அந்த இதழைப் பற்றி ஒரு போஸ்ட் கார்டு எழுதி அனுப்பி வைப்பார். அப்படியெல்லாம் இதழ்களைப் படிப்பவர்கள் இன்று இருக்கிறார்களா? எனத் தெரியவில்லை, ஒருமுறை கூட அவரது கடிதம் வீக்லியில் வெளியானதில்லை. ஆனால், சளைக்காமல் எழுதிக் கொண்டிருப்பார்.

கணித ஆசிரியர் ஞானசுந்தரம், வீக்லியைப் பற்றிக் கூறும்போது, 'அது காலேஜ் படிக்கும் பெண்ணைப் போலக் கவர்ச்சியானது; பார்க்கவும் படிக்கவும் சுவை யூட்டுவது' எனச் சொன்னது நினைவில் இருக்கிறது. ஞானசுந்தரம் சாரிடமிருந்து யாரும் ஒரு புத்தகத்தைக் கூட இரவல் வாங்கிவிட முடியாது. தனது புத்தகங்களைப் பிள்ளைகளை விடவும் நேசித்தவர். ஒருமுறை அவரது மைத்துனர் அவரைக் கேட்காமல் 'வுதரிங் ஹைட்ஸ்' என்ற நாவலை எடுத்துக் கொண்டு போய்விட்டார்

என அறிந்து, இரவோடு இரவாகப் புத்தகத்தைத் திரும்பக் கொண்டுவந்து தந்துவிட வேண்டும் எனப் போனில் சண்டை போட்டு விட்டார்.

விடிகாலையில் புதுக்கோட்டையில் இருந்து மைத்துனர் பஸ் ஏறிவந்து புத்தகத்தைக் கொடுத்துவிட்டு, 'மாப்பிள்ளை சின்ன விஷயத்துக்காக இப்படியா கோபப்படுவது? எனக் கேட்டதற்கு, 'எதுய்யா சின்ன விஷயம்? புஸ்தகத்தோட மதிப்பு உனக்கு என்ன தெரியும்? என்னைக் கேட்காமல் புத்தகம் எடுத்துட்டுப் போனது திருட்டுத்தனம். அப்படி ஒரு ஆளோட உறவே எனக்கு வேணாம்யா' எனப் பொங்கி எழுந்துவிட்டார்.

அவ்வளவு ஆசையாகச் சேர்த்த புத்தகங்களை முதுமையில் அவரால் பாதுகாத்து வைத்துக்கொள்ள முடியவில்லை. ஒருமுறை மதுரை நியூசினிமா அருகில் உள்ள பிளாட்பாரக் கடையில் ஞானசுந்தரம் கையெழுத்திட்ட நூற்றுக்கணக்கான புத்தகங்கள் கொட்டிக்கிடந்தன,

எப்படிக் கிடைத்தது? எனக் கேட்டேன். 'சிம்மக்கல்ல ஒரு பெரியவர் செத்துப் போயிட்டார். அவரு வீட்டுல இருந்த புத்தகங்களை எடைக்குப் போட்டார்கள். அதுதான்' என்றார் புத்தக வியாபாரி.

ஞானசுந்தரம் இறந்த பிறகு, இந்தப் புத்தகங்களை வைத்துக் காப்பாற்ற வீட்டில் யாருக்கும் விருப்பமில்லை. முதுமையில் மனிதர்கள் வாழ்வதற்கே வீட்டில் இடம் தர மறுக்கும்போது, புத்தகங்களுக்கு யார் இடம் தரப் போகிறார்கள்? அவரது மரணத்தோடு அவரது புத்தகங்கள் வீதிக்கு வந்து விட்டன. கொட்டிக்கிடந்த அந்தப் புத்தகக் குவியலில் இருந்து 'வுதரிங் ஹைட்ஸ்' நாவலை மட்டும் எடுத்துக் கொண்டேன். அந்தப் புத்தகத்துக்காகத்தானே அவர் தனது மைத்துனரின் உறவையே முறித்துக்கொண்டார்

மனிதர்கள் புத்தகங்களுடன் கொள்ளும் உறவு விளக்க முடியாதது, சிலருக்கு அது தோழமை, சிலருக்கு வழிகாட்டி, சிலருக்கு அது ஒரு சிகிச்சை. இன்னும் சிலருக்குப் புத்தகங்கள் மட்டும்தான் உலகம். புறஉலகை விட புத்தக உலகினுள் வாழ்வதற்கே அவர்கள் விரும்புகிறவர்கள்.

ஒருவேளை இந்த உலகில் புத்தகம் படிப்பது தடை செய்யப்பட்டுவிட்டால் என்ன நடக்கும் என்பதை ரே

பிராட்பரி 'பாரன்ஹீட் 451' என்ற நாவலாக எழுதியிருப்பார். அதில் ஒவ்வொரு மனிதனும் தனக்குப் பிடித்தமான ஒரு புத்தகத்தை மனப்பாடம் செய்து மனதில் நிறுத்திக்கொண்டு, தானே நடமாடும் புத்தகமாக மாறிவிடுவான். புத்தகங்களின் சிறப்பைச் சொல்வதற்கு இதற்கு நிகரான நாவலை நான் வாசித்ததே இல்லை.

அந்தக் காலத்தில் பலரிடமும் கையில் பணமில்லை. ஆனால், புத்தகம் படிக்க நேரமும் விருப்பமும் இருந்தது. தேடிப் போய்ப் படித்தார்கள். இரவல் வாங்கிப் படித்தார்கள். நூலகத்தில் மாலை நேரங்களில் விலக இடமிருக்காது. இன்று பலருக்கும் விலையைப் பற்றிக் கவலையின்றிப் புத்தகம் வாங்குவதற்கு வசதி வந்துவிட்டது. ஆனால், படிக்க விருப்பமில்லை அல்லது நேரமில்லை. ஏன் படிக்க வேண்டும்? என்ற மனப்போக்கு வந்துவிட்டது.

மனிதகுல வளர்ச்சியில் புத்தகங்களின் பங்கு மகத்தானது. வேறு எந்தக் கருவியை விடவும் புத்தகம் வழியே தான் மனிதன் அதிகம் கற்றுக் கொண்டிருக்கிறான். வளர்ச்சி அடைந்திருக்கிறான். உலகை மாற்றியிருக்கிறான்.

ஒவ்வொரு புத்தகமும் வாசிப்பவனை உருமாற்றுகிறது. சிறகு முளைக்க வைக்கிறது. ஒரே நேரத்தில் வேறு வேறு காலங்களில் பிரவேசிக்கவும் வாழவும் கற்றுத் தருகிறது. வாழ்வின் மீது பெரும்பிடிப்பை ஏற்படுத்துகிறது. ஜப்பானின் பிரபல எழுத்தாளர் ஹருகி முரகாமி, கார்டியன் இதழில் 'எவ்வளவு காலத்துக்கு இலக்கியம் வாசிக்கப்படும்' என்ற கேள்விக்குப் பதில் தந்திருக்கிறார்.

'உலகம் முழுவதும் 5 சதவீதம் பேரே தீவிரமாகப் புத்தகம் படிப்பவர்கள். அவர்கள் டி.வியில் உலகப் கோப்பைப் போட்டிகளோ, பொழுதுப் போக்கு நிகழ்ச்சிகளோ எது நடந்தாலும் புத்தகம் படித்துக் கொண்டே இருப்பார்கள். புத்தகம் படிப்பதே தடைசெய்யப்பட்டால் கூட அவர்கள் காட்டுக்குள் சென்று தாங்கள் படித்த புத்தகங்களை நினைவுகொண்டபடியே இருப்பார்கள். அவர்கள் மீது நம்பிக்கை வைத்தே நான் எழுதுகிறேன்' என்று கூறுகிறார். தமிழ்ச் சூழலில் தீவிரமான புத்தக வாசிப்பாளர்கள் 5 சதவீதம் கூட இருப்பார்களா?

பைண்டிங் வால்யூமின் ஒரு இதழில் வெளியாகியிருந்த அம்ரிதா ப்ரீதம் கவிதையின் அடியில், கறுப்பு மை பேனாவால்

யாரோ 'இதை அகிலாவை வாசிக்கச் சொல்ல வேண்டும்' என்று எழுதியிருந்தார்கள்? யார் அந்த அகிலா? எனத் தெரியவில்லை. ஒருவேளை இல்லஸ்ட்ரேடட் வீக்லி வாங்கியவரின் மகளா? மனைவியா? அவர் இக்கவிதையைப் படித்தாரா? என யோசித்துக் கொண்டேயிருந்தேன்.

பழைய புத்தகக் கடைகளில் கிடைப்பவை வெறும் புத்தகங்கள் இல்லை; யாரோ சிலரின் நினைவுகள்; அவை நமக்கு ஒன்றை உணர்த்துகின்றன. காலம் இரக்கமற்றது. அதற்கு, விருப்பமான மனிதர்கள் என்றோ விருப்பமான புத்தகங்கள் என்றோஞ் பேதமில்லை. இரண்டும் பயனற்ற வற்றையாகத் தூக்கி எறியப்படவே செய்யும்.

ஆனால், எனக்கு ஒரே ஒரு நம்பிக்கை இருக்கிறது. யாரோ ஒருவருக்கு அது வாசித்து முடித்த பழைய புத்தகம். இன்னொருவருக்கு அது இப்போதுதான் வாங்கியுள்ள படிக்காத புதிய புத்தகம். உறவுகளும் அப்படித்தான் தொடர்கின்றன.

4. 80 ரயில்களில் ஓர் இந்தியப் பயணம்

சில புத்தகங்களின் தலைப்புகளே நம்மை வாங்கத் தூண்டிவிடும். அப்படித்தான் அண்ணா சாலையில் சாந்தி தியேட்டர் எதிரில் உள்ள பழைய புத்தகக் கடையில் மோனிஷா ராஜேஷ் எழுதிய 'அரவுண்ட் இந்தியா இன் 80 டிரைன்ஸ்' (Around India in 80 Trains) என்ற புத்தகத்தை வாங்கினேன்.

கடந்த 25 ஆண்டுகளுக்கும் மேலாக இந்தியாவின் குறுக்கும் நெடுக்குமாகப் பல்வேறு ரயில்களில் பயணம் செய்பவன் என்பதால் மோனிஷா ராஜேஷின் புத்தகத்தை வாசிக்கும் ஆவல் உருவானது.

மேற்குலகில் பயண எழுத்தாளர்கள் புத்தகம் எழுது வதற்காகவே பயணம் செய்கிறார்கள். தமிழில் ஏ.கே.செட்டியார் தான் முன்னோடிப் பயண எழுத்தாளர். அது போலவே தி.ஜானகிராமனின் 'ஜப்பானியப் பயணம்', சாமிநாத சர்மாவின் 'பர்மா நடைப் பயணம்', பிலோ இருதயநாத்தின் 'காட்டில் என் பிரயாணம்' போன்றவை தமிழில் முக்கியமான பயண நூல்கள்.

இதில் பிலோ இருதயநாத் என் விருப்பத்துக்குரியவர். ஆதிவாசிகளைத் தேடியே இந்தியக் காடுகளுக்குள் நிறையப் பயணம் செய்திருக்கிறார். சைக்கிள், தலையில் தொப்பி, கறுப்புக் கண்ணாடி, பாக்ஸ் டைப் கேமராவை அணிந்த பிலோ இருதயநாத்தின் தோற்றமே தனித்துவமானது.

இது போலவே பயண எழுத்தாளரான பால்தெரோ, பிகோ ஐயர் இருவரும் சுவாரஸ்யமாக எழுதக்கூடியவர்கள். இதில் பாதெரோ 1973இல் லண்டன் முதல் பெய்ஜிங் வரை ரயிலில் போய்ப் பரபரப்பை ஏற்படுத்தியவர். அவரது 'தி கிரேட் ரயில்வே பஜார்' எனும் பயண நூல் ஒரு கிளாசிக்.

ஜூல்ஸ் வெர்ன் எழுதிய 'அரவுண்ட் தி வேர்ல்டு இன் எய்ட்டி டேஸ்' புத்தகம் ஏற்படுத்திய பாதிப்பில், ஒரு புகைப்படக் கலைஞரைத் துணைக்கு அழைத்துக் கொண்டு, தனது பயணத்தைத் தொடங்கியிருக்கிறார் மோனிஷா. இவரது பூர்வீகம் சென்னை. ஆனால், லண்டனில் படித்து வளர்ந்தவர்.

'அரவுண்ட் இந்தியா இன் 80 டிரைன்ஸ்' இந்திய ரயில்களைப் பற்றிய பயண நூல் மட்டுமில்லை. வெளி நாட்டுப் பயணிகளை நாம் எப்படி நடத்துகிறோம்? எவ்வாறு புரிந்து வைத்திருக்கிறோம்? எப்படி ஏமாற்று கிறோம்? என்பதையும் சொல்லும் புத்தகம். இந்தியாவில் ஒரு நாளைக்கு 20 மில்லியன் மக்கள் ரயிலைப் பயன் படுத்துகிறார்கள். இந்தியாவின் நான்கு திசைகளிலும் 64 ஆயிரம் கிலோ மீட்டர் பின்னிப் படர்ந்துள்ள ரயில் பாதைகளில் பயணிக்கின்றன இந்திய ரயில்கள்.

இப்படி ஓர் இந்தியப் பயணம் தொடங்க வேண்டும் என நினைத்தவுடனே, இந்திய ரயில்வேயின் பிரிட்டிஷ் பிரதிநிதியாகப் பணியாற்றும் சங்கர் தண்டபாணியோடு கலந்து ஆலோசனை செய்து, 80 ரயில்களில் பயணம் மேற்கொள்ளத் திட்டமிடுகிறார் மோனிஷா.

இந்தப் பயணத்துக்காக 300 பவுண்ட் செலுத்தி, 'இந்தியாவுக்குள் எந்த ரயிலிலும் 2-ஆம் வகுப்புக் கட்டணத்தில் பயணம் செய்துகொள்ளலாம்' என்ற ரயில் பாஸை வாங்கிக்கொள்கிறார் மோனிஷா. இந்த வசதி வெளிநாட்டுக்காரர்களுக்கு மட்டுமேயானது.

இந்திய ரயிலில் ஓர் இளம் பெண் குடும்பத்தோடு பயணம் செய்வது ஒரு போராட்டம். இதில் தனியாகப் பயணம் செய்கிறார் என்றால் கேட்கவா வேண்டும்? ஒவ்வோர் இடத்திலும் விசாரிக்கப்படுகிறார். 'எப்படி உனது பெற்றோர் உன்னை ஊர் சுற்ற அனுமதிக்கிறார்கள்? எனக் கேள்வி கேட்கிறார்கள். உடன் பயணிக்கும் புகைப்படக் கலைஞனுக்கும் உனக்கும் என்ன உறவு? இப்படி ஆயிரம் கேள்விகள்.

சென்னையில் இருந்து நாகர்கோவிலுக்குப் பயணிப் பதற்காக அனந்தபுரி ரயிலில் ஏறுவதே மோனிஷாவின் முதல் பயணம். அங்கிருந்து பாசஞ்சர் ரயிலில் கன்னியா குமரிக்குப் பயணம். அங்கே முக்கடல் சங்கமத்தையும் சூர்ய அஸ்தமனத்தையும் காண்கிறார். பிறகு, கன்னியா குமரியில் இருந்து திருவனந்தபுரம். அங்கிருந்து மங்க ளூருக்கு இன்னொரு ரயில். இப்படிப் பல ரயில்களில் மாறி மாறி டெல்லி வரை போகிறார்.

பின்பு, டெல்லியில் இருந்து ரயில் பிடித்து கோட்டயம் வந்து சேர்கிறார். அங்கிருந்து கோவை, பின்பு மதுரை. இன்னொரு லோக்கல் ரயில் ஏறி திருச்சி, பின்பு பாசஞ்சர் ரயிலில் தஞ்சாவூர், நாகப்பட்டினம், சென்னை வந்து சேர்கிறார்.

சென்னையில் இருந்து அடுத்த பயணம் ஹைதராபாத் நோக்கியது. அங்கிருந்து மும்பை, புனே என நீண்டு மறுபடி டெல்லிக்குப் போய்ச் சேர்கிறார். பின்பு ஜோத்பூர், ஜெய்சால்மர் பிகானீர், சண்டிகர் என நீண்டு, அங்கிருந்து சிம்லா நோக்கிப் பயணம். இப்படியாக 80 ரயில்களில் அவர் மேற்கொண்ட பயணங்களும், அதில் சந்தித்த மாறுபட்ட மனிதர்களும், அவர்களுடன் நடைபெற்ற உரையாடலும், நிகழ்வுகளும் சுவாரஸ்யமாக எழுதப்பட்டுள்ளன இந்தப் புத்தகத்தில்.

ஒருமுறை ரயில் பெர்த்தில் படுத்து உறங்கும் அவரின் காலை யாரோ இருட்டில் தடவுகிறார்கள். திடுக்கிட்டு எழுந்து உட்கார்ந்தவுடன் பாத்ரூம் போவது போல நழுவிவிடுகிறார்கள். இந்தியப் பெண்கள் இதை எல்லாம் சகித்துக் கொண்டுதான் பயணம் செய்கிறார்கள் என்பதை மோனிஷா சுட்டிக் காட்டுகிறார். இது போலவே, கொங்கன் ரயில்வேயின் 92 குகை வழிகளையும், இரண்டாயிரத்துக்கும் மேற்பட்ட பாலங்களையும், இயற்கை கொஞ்சும் நில வெளியினையும் பிடித்தமான வழித்தடமாகச் சுட்டிக் காட்டுகிறார்.

இந்தியன் மகாராஜா எனப்படும் ஆடம்பர ரயிலில் பயணம் செய்தது, சதாப்தி எக்ஸ்பிரஸ் பயணம், வழியில் ரயிலில் கண்ட திருநங்கைகளைப் பற்றிய குறிப்பு, ரயில்வே முன்பதிவு அதிகாரிகள் நடந்துகொள்வது, மதுரை லாட்ஜில் உள்ள இருட்டு அறை போன்ற பார், ஸ்ரீரங்கத்தில் 6 மொழிகள் பேசும் ஹோட்டல் சர்வர் எனப் பயணத்தின் ஊடாகத் தன் அனுபவங்களைச் சரளமாக எழுதியுள்ளார்.

புத்தகத்தின் முக்கியக் குறை எந்த அனுபவமும் மோனிஷாவைப் பாதிக்காததும், எதையும் தேடி அறிந்து கொள்ளும் நாட்டமும் அவருக்கு இல்லாமல் இருந்தது தான்.

இதை வாசிக்கும்போது, ஒரு கிராமத்தை ரயிலில் ஏற்றிக்கொண்டு இந்தியாவைச் சுற்றி வந்த அனுபவத்தை ஹீதர் வுட் எழுதியிருந்த விதத்தில் ‘தேர்ட் கிளாஸ் டிக்கெட்’ சிறந்த புத்தகம் என்றே தோன்றியது. ஆனாலும், ரயில்களின் வழியாகவே இந்தியாவைச் சுற்றிவந்த உணர்வு ஏற்படுகிறது என்பதற்காகவே ‘அரவுண்ட் இந்தியா இன் 80 டிரைன்ஸ்’ புத்தகத்தை ஒரு முறை வாசிக்கலாம்.

வாசிப்பதோடு நின்றுவிடாமல் நாமும் விருப்பமான பல்வேறு ரயில்களில் ஏறி இந்தியாவைச் சுற்றி வரலாம். அப்போதுதான் இந்தியா எப்படிபட்டது? என்பதை நாம் நேரடியாக உணரமுடியும்.

5. வண்ணம் தீட்டப்பட்ட சொற்கள்

மழை நாளில் சூடாகத் தேநீரும் பஜ்ஜியும் சாப்பிடு வதற்காகப் பலரும் டீக்கடையைத் தேடிப் போவார்கள். நானோ, பழைய புத்தகக் கடைகளைத் தேடிப் போகிறவன். மழைதான் சாலையோரப் புத்தக வியாபாரிகளின் முதல் பிரச்சினை. 'நனையாமல் எங்கே புத்தகங்களைப் பாது காத்து வைப்பது?' என அவர்கள் திண்டாடுவார்கள். கண் முன்னே புத்தகங்கள் ஈரத்தில் நனைந்து ஊறுவதைப் பார்த்துக் கொண்டிருப்பது கையறு நிலை.

'கையில் ஊமன் கண்ணில் காக்கும்

வெண்ணெய் உணங்கல் போலப்

பரந்தன்று இந்நோய்'

எனக் குறுந்தொகைப் பாடல் காமத்தைக் குறிப்பிடுகிறது. அதாவது, 'சூரியன் தகிக்கும் வெப்பமான பாறையில் கையில்லாத வாய் பேச முடியாதவர், கண்ணினால் காக்கும் வெண்ணெய் உருகிப் பரவுவதைப் போல, மனசுக்குள் நோய் பரவியுள்ளது' என்கிறது குறுந்தொகை,

மழை நாளில் சாலையோரப் புத்தக வியாபாரியின் துயரநிலையும் இது போன்றதே. மழை எல்லோருக்கும் சந்தோஷத்தைக் கொண்டுவருவது இல்லை. மழைநாளில் ஒன்றிரண்டு புத்தகங்கள் கூட விற்பனையாகாது. மழையில் யார் தேடி வந்து புத்தகம் வாங்கப் போகிறார்கள்? மழை பெய்யும் நாளில் நிச்சயம் ஏதாவது ஒரு பழைய புத்தகக் கடையைத் தேடிப் போவேன். ஒன்றிரண்டு புத்தகங்களையாவது வாங்குவேன்.

மழை பெய்து வெறித்த இரவில் அதைச் சூடாகப் படித்தும் முடிப்பேன். அப்படியோர் அடைமழைக் காலத்தில் வெளியே போகவே முடியவில்லை. மழை கொட்டி முழங்கியது. இரவு 9 மணியிருக்கும். வீட்டின் காலிங் பெல் அடிக்கிற சத்தம் கேட்டு, கதவைத் திறந்தேன். கே.கே.நகரில் பழைய புத்தகங்கள் விற்பனை செய்யும் ஒருவர் பாதி நனைந்தபடி வாசலில் நின்றுகொண்டிருந்தார். அவருடைய கையில் ஒரு மஞ்சள் பை நிறையப் புத்தகங்கள்.

"சார், இன்னைக்கு வியாபாரமே இல்லை. முழுப் பட்டினி. இதை வைத்துக் கொண்டு 200 ரூபா இருந்தா கொடுங்க. வீட்டுக்கு ஏதாவது சாப்பிட வாங்கிட்டுப் போகணும்" என்றார்.

அவர் நின்ற கோலத்தைப் பார்த்ததும் புத்தகமே கொண்டு வராவிட்டாலும் பணம் தந்திருப்பேன். என்ன புத்தகங்களைக் கொண்டு வந்திருக்கிறார் எனப் பார்க்காமல், உடனடியாகப் பணம் எடுத்துத் தந்தேன். மழைக்குள்ளாகவே கிளம்பிவிட்டார். அன்றைய இரவில் அவரது வாழ்க்கை அவலம் பற்றியே நினைத்துக் கொண்டிருந்தேன்.

மறுநாள் காலை என்ன புத்தகங்களைக் கொண்டு வந்திருக்கிறார் என, பையில் இருந்து எடுத்துப் பார்த்தேன். விக்டர்பிராங்கில், எமர்சன், நட் ஹாம்சன், ஜோனதன் ஸ்விப்ட், ஜே.கிருஷ்ணமூர்த்தி என 10 புத்தகங்கள் இருக்கக் கூடும். என் ரசனையை நினைவில் வைத்துக்கொண்டு எப்படிச் சரியாகத் தேடிக் கொண்டுவந்திருக்கிறார்? இந்த உறவுக்கு என்ன பெயர்?

எனக்குள் குற்றவுணர்ச்சி உருவானது. அவருக்குக் கொடுத்த பணம் போதுமானதில்லை. 'நாளை அவரது கடைக்குச் சென்று கூடுதல் பணம் தந்துவிட வேண்டும்' என முடிவு செய்துகொண்டேன். மறுநாள் போனபோது கடையிலிருந்த இடத்தில் தண்ணீர் தேங்கிப் போயிருந்தது. நூற்றுக்கணக்கான புத்தகங்கள் தண்ணீரில் மிதந்து கொண்டிருந்தன. பக்கத்தில் இருந்தவர்கள், அவர் ஊருக்குப் போயிருப்பதாகச் சொன்னார்கள். அதன் பிறகு அந்தக் கடை செயல்படவே இல்லை. பிறகு ஒருநாள் அவரைத் தற்செயலாக வடபழனியில் பார்த்தேன். மூன்று சக்கரச் சைக்கிளில் பழைய பேப்பர் வாங்குவதற்காகப் போய்க் கொண்டிருந்தார்.

"என்ன ஆயிற்று?" எனக் கேட்டேன். "போதும் தம்பி, புத்தகம் விற்றுக் கட்டுபடியாகலை. மழையில் புத்தகங்களை நனையவிடுறது மனசுக்குக் கஷ்டமா இருக்கு. இப்போ வீடு வீடா போய்ப் பழைய பேப்பர் வாங்கி விக்கிறேன். அது போதும். ஏதாவது நல்ல பொஸ்தகம் கிடைச்சா வீட்டுக்குக் கொண்டாந்து தர்றேன்" என்றார்.

அப்படிச் சொல்லும்போது, அவரதுமுகம் மலர்ந்திருந்தது. "எனக்குக் கொடுத்த புத்தகத்துக்கு, நான்தான் உங்களுக்கு மிச்சப் பணம் தர வேண்டும்" என்றேன்.

“அதெல்லாம் கணக்குப் பாக்கவேணாம். அன்னிக்கு மழைக்குள்ளே நீங்க பணம் தராமப் போயிருந்தா நாலு வயிறு பட்டினி கிடந்திருக்கும். புத்தகம் விக்கிறவன் கணக்குப் பாத்து விக்க முடியாது. கூடக் குறையத்தான் கிடைக்கும். படிக்கிறவங்க சந்தோஷப்படுறாங்கள்ல அது போதும்” என்றார்.

‘இந்த மனம் எத்தனை பேருக்கு வரும்’ அவரையே பார்த்துக் கொண்டிருந்தேன். புத்தகங்களை வாசிப்பவர்கள் மட்டும் அதன் நேசர்கள் இல்லை. பழைய புத்தகங்களை விற்பவர்களும், அதன் நேசர்கள்தான் என்பது புரிந்தது.

மழையோடு அவர் கொண்டுவந்த புத்தகங்களில் ஒன்றாகக் கிடைத்த புத்தகம்தான் ஓவியர் பிகாஸோவின் கவிதைத் தொகுப்பான ‘தி பரியல் ஆஃப் தி கவுன்ட் ஆஃப் ஓர்கஸ் அண்ட் அதர் பொயம்ஸ் (The Burial of the Count of Orgaz & Other Poems) என்கிற புத்தகம்.

எல் கிரிகோவின் புகழ்பெற்ற ஓவியமான, ‘தி பரியல் ஆஃப் தி கவுன்ட் ஆஃப் ஓர்கஸ் தந்த உந்துதலில் உருவான கவிதை அது. உலகப் புகழ்பெற்ற ஓவியராகத்தான் பிகாஸோவைப் பலருக்கும் தெரியும். ஆனால், அவர் கவிதைகள் எழுதியிருக்கிறார். அந்தக் கவிதைகளைச் சர்ரியலிசக் கவிஞர் ஆந்த்ரே பிரெடன் மிகவும் வியந்து பாராட்டியிருக்கிறார்.

பிகாஸோ நம் காலத்தின் மகத்தான ஓவியர். இன்று அவரது ஓர் ஓவியத்தின் விலை 157 மில்லியன் டாலர். 1935ஆம் ஆண்டு தனது 54ஆவது வயதில் ஓவியம் வரைவதைத் தற்காலிகமாக நிறுத்திவிட்டு, கவிதைகள் படிப்பதிலும் கவிதைகள் எழுதுவதிலும் ஆர்வம் காட்டத் தொடங்கினார்.

பிகாஸோ பாரிஸுக்கு வந்த நாட்களில் தனக்குத் துணையாக மாக்ஸ் ஜேக்கப் என்ற கவிஞரை தன்னுடன் தங்க வைத்துக்கொண்டார். அவரது நட்பின் காரண மாகப் பிரெஞ்சு இலக்கியவாதிகள் பலருடன் பிகாஸோ வுக்கு நட்பு உருவானது. அந்த நாட்களில் பாரிஸில் உள்ள கபேயில் ழான்காக்தூ, ஜேம்ஸ் ஜாய்ஸ், ஹெமிங்வே, ஸ்காட் பிட்ஜெரால்ட் எனத் துடிப்பான இளம் படைப் பாளிகள் தினசரி ஒன்றுகூடுவார்கள். அந்தச் சந்திப்பில் பிகாஸோவும் கலந்துகொண்டு, இலக்கியம் குறித்து நிறைய விவாதித்திருக்கிறார்.

காளைச் சண்டை குறித்த பிகாஸோவின் கவிதையில் ஓவியம் போலவே காட்சிகள் துண்டிக்கப்பட்டு, சொற்களின் வழியே தாவித் தாவி செல்கின்றன.

இவரது கவிதைகளில் வண்ணங்களும், நிழல்களும், உருவங்களின் நெகிழ்வுத் தன்மையும் உணர்ச்சிகளைச் சிதறடிக்கும் விதமும் சிறப்பாக வெளிப்பட்டுள்ளன. கனவுத் தன்மை கொண்ட இந்தக் கவிதைகளைச் சர்ரியலிசக் கவிதையென வகைப்படுத்துகிறார்கள்.

ஓவியர்கள் கவிஞர்களாவது இயல்பானதுதான். பிகாஸோவுக்கு முன்னோடியாகப் பிரபல ஓவியரும் சிற்பியுமான மைக்கேல் ஆஞ்சலோவும் கவிதைகள் எழுதி யிருக்கிறார். வில்லியம் பிளே சிறந்த ஓவியரும் கவிஞரு மாவார். இது போலவே ஓவியரான வான்காஃப், தனது சகோதரன் தியோவுக்கு எழுதிய கடிதங்கள் அத்தனையும் அற்புதமானவை

'ஓவியம்' சொற்கள் இல்லாத கவிதை' என்பார்கள். அப்படியெனில், ஓவியர்கள் எழுதிய கவிதைகளை 'வண்ணம் தீட்டப்பட்ட சொற்கள்' என்றழைக்கலாமா?.

6. நாக்கின் வரைபடம்

பெங்களூருக்குப் போகும் நாட்களில் அவசியம் அவென்யூ ரோடு அல்லது பிரிகேடியர் சாலையில் உள்ள நடைபாதைப் புத்தகக் கடைகளுக்குப் போய்விடுவேன். நிச்சயம் நாலைந்து நல்ல புத்தகங்கள் கிடைத்துவிடும். பழைய புத்தகங்களும் இசைத்தட்டுகளும் வாங்க விரும்புகிறவர்களுக்குப் பெங்களூர் தான் புகலிடம்.

இங்கு உள்ள சாலையோரப் புத்தகக் கடைக்காரர்கள் சரளமாக நாலைந்து மொழிகள் பேசக் கூடியவர்கள். அத்தோடு, தாம் என்ன புத்தகம் விற்கிறோம்? இதை யார் வாங்குவார்கள்? என்று தெளிவாகத் தெரிந்து வைத்திருக்கிறார்கள். அதிகம் பேரம் பேசவும் முடியாது.

பழைய புத்தகக் கடைகளில் இன்று அதிகம் விற்பனை யாவது கள்ளப் பிரதிகளே. அதாவது, புகழ்பெற்ற ஆங்கில நாவல்கள், சுயமுன்னேற்றப் புத்தகங் களின் மலிவுப் பதிப்புகள். இவை எந்த உரிமையும் பெறாமல் கள்ளத் தனமாக நியூஸ் பிரிண்ட் பேப்பரில் அச்சிடப்பட்டு விற்பனையாகின்றன. இந்தச் சந்தை மிகப் பெரியது. 'கள்ளப்பிரதிகள் ஹாங்காங்கில் அச்சிடப்பட்டு இந்தியா கொண்டுவரப்படுகின்றன' என்றார் ஒரு பழைய புத்தக வியாபாரி. 'இல்லை இல்லை மும்பையில்தான் அச்சிடு கிறார்கள்' என்றார் இன்னொருவர்.

எங்கு அச்சிடப்பட்டாலும் எழுத்தாளன் தானே ஏமாற்றப் படுகிறான். அவனுக்காக யார் குரல் கொடுக்கப் போ கிறார்கள்? நம் காலத்தின் மிகப் பெரிய மோசடி அறிவைத் திருடுவதுதான். அதிலும் குறிப்பாக, இணையத்தில் ஏராளமாகப் புதிய புத்தகங்கள் இலவசமாக, எந்த அனுமதியுமின்றி விநியோகம் செய்யப்படுகின்றன. திருட்டு சிடி அளவுக்குத் திருட்டுப் புத்தகங்களுக்கு ஒருவரும் குரல் கொடுப்பதே இல்லை.

கடந்த 20ஆண்டுகளில் குடிக்கிற தேநீரில் இருந்து, பேருந்துக் கட்டணம், மின்கட்டணம், பெட்ரோல், வீட்டு வாடகை, சினிமா டிக்கெட், ரயில் டிக்கெட் என எல்லாமும் 10 மடங்கு உயர்ந்து விட்டன. ஆனால், எழுத்தாளர்களுக்குத் தரப்படும்

ராயல்டி உயர்த்தப்படவே இல்லை. 1950களில் வழங்கப்பட்ட 8 முதல் 10 சதவீத ராயல்டிதான் இன்றும் எழுத்தாளர்களுக்கு வழங்கப்படுகிறது. அதுவும் முறையாக வழங்கப்படுவது இல்லை. பெரும்பான்மை பதிப்பகங்கள் எழுத்தாளருக்கு ஒரு ராயல் டீ கொடுத்துக் கணக்கை சரிசெய்துவிடுகின்றன.

இது போலத்தான் இதழ்களில் வெளியாகிற கதை, கட்டுரைகளுக்கான சன்மானமும். அந்தப் பணம் எழுதுகிற பேப்பர், பேனா வாங்க கூடப் பற்றாது என்பதே உண்மை. இன்னொரு பக்கம் ஆங்கிலத்தில் ஒரு எழுத்தாளர் நாவல் எழுதுவதற்கு மூன்று கோடி ரூபாய் முன்பணம் அளிக்கப்படுகிறது. விற்பனை 10 லட்சம் பிரதிகள். கழிப்பறைக்குக் கூடக் கட்டணம் இருக்கிறது. ஆனால், இணையத்தில் காசு தரப்படாமல் திருடப்படும் பொருளாகப் புத்தகங்கள் இருப்பது அநியாயம்.

இரண்டாயிரம் வருட இலக்கியப் பாரம்பரியம் பேசும் தமிழகத்தில், எவ்வளவு பெரிய எழுத்தாளராக இருந்தாலும், 'எழுதி மட்டுமே வாழ முடியாது' என்கிற சூழல் இருப்பது வருத்தமளிக்கவே செய்கிறது.

சமீபமாகப் பெங்களூர் சென்றபோது பிரிகேடியர் சாலையில் உள்ள புத்தகக் கடையொன்றில் கிடைத்த புத்தகமே 'வாட் ஐன்ஸ்டீன் டோல்டு ஹிஸ் குக்' (What Einstein Told His Cook). தலைப்பி லேயேஞ் இந்தப் புத்தகம் வித்தியாசமானது என்று தெரிந்துவிட்டது. இது போலவே முன்பு 'ரிடில்ஸ் இன் யுவர் டீ கப்' (Riddles in Your Tea Cup) என்ற அறிவியல் கேள்வி — பதில் புத்தகத்தை வாசித்திருக்கிறேன். ஆகவே, இதுவும் அன்றாட அறிவியல் பற்றியதாக இருக்கக்கூடும் என நினைத்து உடனே வாங்கிவிட்டேன்.

அறிவியல் புத்தகங்களின் மீது எனக்கு ஈர்ப்பு உருவாக முக்கியக் காரணம், 'மஞ்சரி' இதழ்களே. அதில் பெ.நா.அப்புசாமி எழுதிய கட்டுரைகளே அறிவியலை அறிந்து கொள்வதற்கான முதல் தூண்டுதலாக இருந்தன.

கல்லூரி நாட்களில் ரிச்சர்ட் பெயின்மென் அறிமுகம் ஆனார். இவர் நோபல் பரிசு பெற்ற இயற்பியலாளர். இவரது எழுத்தின் வழியாகவே அறிவியலை இவ்வளவு சுவாரஸ்யமாகச் சொல்ல முடியும் என்பதை அறிந்து கொண்டேன். பெயின்மேன் தன் வாழ்வில் நடைபெற்ற சுவாரஸ்யமான சம்பவங்களை விவரித்து எழுதிய, 'யூ ஆர் ஜோக்கிங் மிஸ்டர் பெயின்மேன்' என்ற புத்தகம் என்றும் என் விருப்பத்துக்குரியது.

பொதுவாகத் தமிழில் அறிவியல் சார்ந்த புத்தகங்கள் மிகக் குறைவாகவே எழுதப்படுகின்றன. ஆங்கிலத்தில் வாசிக்கக் கிடைப்பது போல வகை வகையாகத் தமிழில் கிடைப்பது இல்லை. இயற்பியல் மேதை ஸ்டீபன் ஹாக்கிங், காலத்தின் வரலாற்றைப் பள்ளி மாணவர்கள் கூடப் புரிந்து கொள்ளும்படியாக, 'தி பிரீஃப் ஹிஸ்டரி ஆஃப் டைம்' என எளிமையாக எழுதியிருக்கிறார். லட்சக்கணக்கில் அது விற்பனையாகியுள்ளது. ஆனால், அதன் தமிழ் மொழியாக்கம் வாசிக்க மிகக் கஷ்டமாக உள்ளது.

தமிழக விஞ்ஞானிகளில், தொழில் நுட்ப விற்பன்னர் களில், பேராசிரியர்களில் வெகுசிலரே தமிழில் எழுதக் கூடி யவர்கள். இணையத்திலும் இதழ்களிலும் சிறந்த அறிவியல் கட்டுரைகள் எழுதுபவர்களாகச் சி.ஜெயபாரதன், சுந்தர் வேதாந்தம், என்.ராமதுரை, கிரிதரன், ராஜ்சிவா, அருண் நரசிம்மன், ஆயிஷா நடராஜன், பாஸ்கர் லக்ஷ்மன் ஆர்.எஸ்.நாராயணன் ஆகியோரைச் சொல்வேன். இவர்கள் எழுத்தில் எளிமையும், நுட்பமும், விரிவான அணுகு முறையும் இருக்கும். அறிவியலை சுவாரஸ்யமாக எழுதிக் காட்டியதில் சுஜாதாவே முன் னோடி. அவரது இடத்தை எவராலும் நிரப்ப முடியாது என்றே தோன்றுகிறது

ராபர்ட் எல் வோல்கி (Robert L.Wolke) 'வாஷிங்டன் போஸ்ட்' இதழில் எழுதியதன் தொகுப்பே 'வாட் ஐன்ஸ்டீன் டோல்டு ஹிஸ் குக்' புத்தகம். சமையலின் பின்னுள்ள அறிவியல் விஷயங்களைச் சுவைபட விளக்கு கிறார் ராபர்ட்.

ஐன்ஸ்டீனுக்கும் புத்தகத்தின் உள்ளடக்கத்துக்கும் ஒரு சம்பந்தமும் இல்லை. அறிவியலின் குறியீடாகவே இதில் அவர் முன்வைக்கப்படுகிறார். கலோரி என்பதை எப்படிக் கணக்கிடுகிறார்கள்? உப்பு ஏன் வெள்ளையாக உள்ளது? வாயில் போட்டவுடன் சாக்லெட் ஏன் கரையத் தொடங்கி விடுகிறது? பொரித்த உணவின் மீது ஏன் எலுமிச்சை பிழிகிறோம்? என்பது போன்ற எளிய கேள்விகளுக்கு, அறிவியல்பூர்வமாக விளக்கம் அளிக்கிறது இந்தப் புத்தகம்.

சமையல் புத்தகங்களை மட்டுமே அறிந்துள்ள நமக்கு, சமைப்பதன் பின்னே இவ்வளவு அறிவியல் உண்மைகள் ஒளிந்துள்ளனவா? என்பது வியப்பளிக்கிறது. இனிப்பு ஏன் நமக்குப் பிடிக்கிறது? துவர்ப்பு ஏன் பிடிப்பது இல்லை? இசையை ஏன் ரசிக்கிறோம்? கூச்சலைக் கேட்டு காதைப் பொத்திக் கொள்கிறோம் அல்லவா, இதற்கான காரணம் நமது ஐம்புலன்களில் சுவைப்பதும் நுகர்வதும்

வேதியியல் காரணிகளால் உருவாக்கப்படுகின்றன என்பதே. இந்த மாற்றங்கள் எப்படி, எதனால், எவ்வாறு உருவாகின்றன என்பதை அறிவியல் துல்லியமாக விவரிக்கிறது.

நமது நாக்கின் வரைபடத்தை எடுத்துக் கொண்டால் அதில், இனிப்புச் சுவை அரும்புகள் நாக்கின் நுனியிலும், அதன் மேற்புறம் உப்புச் சுவையும், இரண்டு ஓரங்களிலும் புளிப்புச் சுவையும், நாக்கின் பின் பகுதியில் கசப்புச் சுவையும் இருக்கின்றன. ஆகவே, நாக்கு உணவைச் சுவைக்கும்போது பிரதான சுவை நரம்புகள் தூண்டப்பட்டு என்ன ருசி? என்பது உணரப்படுகிறது. இன்று உணவில் கலக்கப்படும் ரசாயனப் பொருட்கள் மற்றும் சுவையூட்டிகள் நமது சுவை அரும்புகளைப் பாதிக்கின்றன. இது போலவே உப்பு, எண்ணெய், சர்க்கரை போன்றவற்றின் பக்கவிளைவுகள் எவை? எதனால் பக்கவிளைவு ஏற்படுகிறது? என்பதையும் ராபர்ட் தெளிவாக விளக்குகிறார்.

உணவு குறித்துப் புதிய விழிப்புணர்வு உருவாகி வரும் இன்றைய சூழலில் சமைப்பதன் பின்னுள்ள அறிவியலை அனைவரும் அறிந்து கொள்ள வேண்டும். அதற்கு இதுபோன்ற புத்தகங்களின் தேவை அவசியமாகும்.

7. நினைவின் வெளிச்சம்

பழைய புத்தகக் கடைகளில் சிதறிக் கிடக்கும் புத்தகங் களுக்குள் முகமறியாத சிலரது நினைவுகளும் கலந்திருக் கின்றன. ஷேக்ஸ்பியரின் ஹாம்லெட் புத்தக முகப்பில் அச்சுப் பதித்தது போல அத்தனை அழகாகக் கையெழுத்திட்டுள்ள கே.நல்லசிவம் என்பவர் யாராக இருக்கக் கூடும்? பிரேம்சந்த் சிறுகதைத் தொகுப்பின் முன்னால் 'எனதருமை வித்யாவுக்கு...' என எழுதிக் கையெழுத்திட்டுள்ள காந்திமதி டீச்சர் எதற்காக, எந்த நாளில், இந்தப் பரிசைக் கொடுத்தார்? இப்போது அந்த வித்யாவுக்கு என்ன வயது இருக்கும்? அவர், இப்போது என்ன செய்து கொண்டிருப்பார்?

தி.ஜானகிராமன் எழுதிய 'மரப்பசு' நாவலில் அடிக் கோடிட்டு, 'நானும் ஒரு அம்மணிதான்' என்று எழுதிய பெண், யாராக இருக்கக் கூடும்? இப்படிப் பழைய புத்தகங்களைப் புரட்டும்போது தென்படும் பெயர்கள், குறிப்புகள் என்னை மிகவும் யோசிக்க வைக்கின்றன

புத்தகங்களோடு மனிதர்களுக்கு உள்ள உறவு ரகசிய மானது. 'எதற்காகப் புத்தகம் படிக்கிறாய்?' எனக் கேட்டால் ஆளுக்கு ஒரு காரணம் சொல்வார்கள். என்ன தான் ஆயிரம் காரணங்கள் சொன்னாலும், அதனடியில் சொல்லாத காரணம் ஒன்று இருக்கவே செய்கிறது. அதுவே, ஒருவரைத் திரும்பத் திரும்ப வாசிக்கத் தூண்டுகிறது.

வாசகர் என்ற சொல் அரூபமானது. ஒரு வாசகர் எப்படி இருப்பார்? என வரையறுக்கவே முடியாது. வாசகர் என்ற சொல் வயதற்றது. கால, தேச, மத, இனங்களைக் கடந்தது. எழுத்தாளனும் தேர்ந்த வாசகனே.

ஒரு புத்தகத்தின் வாசகன் என்ற முறையில் அதே புத்தகத்தை வாசித்த இன்னொரு வாசகனைத் தேடிச் சந்தித்து, புத்தகத்தை, எழுத்தாளரைப் பாராட்டியும், கேள்வி கேட்டும், கோபித்துக் கொண்டும் பேசி மகிழ்வதற்கு இணையாக வேறு என்ன சுகம் இருக்கிறது? அந்தச் சந்தோஷத்தை ஏன் இந்தத் தலைமுறை தேவையற்றதாகக் கருதுகிறது?

புத்தகக் கடையொன்றில் சில காலம் பணியாற்றிய நண்பர் அமீன், ஓர் அரிய மனிதரைப் பற்றிய நினைவைப் பகிர்ந்துகொண்டார். அபு இப்ராகிம் என்ற அந்த மனிதர், வாரம்தோறும் வியாழக்கிழமையன்று மதியம் புத்தகக் கடைக்கு வருவாராம். ஒவ்வொரு முறையும் முப்பது, நாற்பது புத்தகங்கள் வாங்கிக் கொண்டு போவாராம்.

'எதற்காக, இத்தனை புத்தகங்கள் வாங்குகிறீர்கள்?' எனக் கேட்டதற்கு, தன்னைத் தேடி வீட்டுக்கு வரும் யாராக இருந்தாலும். அவர்களுக்கு ஒரு புத்தகம் பரிசு கொடுப்பது வழக்கம். இந்தப் பழக்கத்தை 25 வருஷங் களுக்கும் மேலாகக் கடைப்பிடித்து வருவதாகச் சொல்லி யிருக்கிறார்.

ஒருமுறை அவர் வருவதற்குப் பதிலாக, அவரது மகன் கடைக்கு வந்து நூறு புத்தகங்கள் வாங்கியிருக்கிறார். 'அப்பா வரவில்லையா...' எனக் கேட்டதற்கு, "அப்பா மருத்துவமனையில் அனுமதிக்கப்பட்டுள்ளார். அங்கே அப்பாவைப் பார்க்க வருபவர்களுக்குக் கொடுப்பதற் காகத்தான் இந்தப் புத்தகங்களை வாங்குகிறேன். இதன் முகப்பில் 'என்னால் உங்களுடன் பேச முடியவில்லை; ஆனால் இந்தப் புத்தகங்கள் என் சார்பாக உங்களுடன் பேசும்' என அச்சிட்டுத் தரப்போகிறோம்" என்று சொல்லியிருக்கிறார்

'இப்படியும் புத்தகங்களைக் காதலிக்கும் ஒரு மனிதர் இருக்கிறாரே' என அமீன் வியந்திருக்கிறார்.

இரண்டு வாரங்களுக்குப் பிறகு இப்ராகிமின் மகன் புத்தகக் கடைக்குத் தேடி வந்து 500 புத்தகங்கள் வாங்கி யிருக்கிறார். 'அப்பா எப்படி இருக்கிறார்?' எனக் கேட்ட போது, "அவர் இறந்துவிட்டார். அவரது இறுதி நிகழ்வுக்கு வருபவர்களுக்குத் தருவதற்காகத்தான் இந்தப் புத்தகங்கள். இதில், 'இனி நான் உங்களுடன் இருக்க மாட்டேன்; என் நினைவாக இந்தப் புத்தகம் உங்களிடம் இருக்கட்டும்' என அச்சிட்டு தரப் போகிறோம். இதுவும் அப்பாவின் ஆசையே" என்று சொல்லியிருக்கிறார்.

அதன்படியே இப்ராகிமின் இறுதி நிகழ்வில் கலந்து கொண்ட அத்தனை பேருக்கும் புத்தகங்களைத் தந்திருக் கிறார்கள். இதை அமீன் சொல்லியபோது, எனக்குச் சிலிர்த்துப்போனது. 'தன் வாழ்நாளிலும், அதற்குப் பின்னும் புத்தகங்களைப் பரிமாறிக் கொண்ட அற்புத மான மனிதராக

அவர் இருந்திருக்கிறாரே.' என வியந்து போனேன். புத்தகங்கள் மட்டுமில்லை; அதை நேசிப் பவர்களும் அழிவற்றவர்களே

கறுப்பு — வெள்ளைப் புகைப்படங்களைக் காணுவதைப் போலப் பழைய புத்தகக் கடையில் அரிதாகக் கிடைக்கும் புத்தகங்கள் நினைவை மீட்டத் தொடங்கிவிடுகின்றன. அப்படித்தான் திருவல்லிக்கேணி சாலையோரப் புத்தகக் கடையில் 'வண்ணநிலவன்' எழுதிய 'எஸ்தர்' சிறுகதைத் தொகுப்பின் முதல் பதிப்பு எனக்குக் கிடைத்தது.

அமுதோன் ஓவியத்துடன் ஆறு ரூபாய் விலையில் 1979ல் வெளியான அந்தச் சிறுகதைத் தொகுப்பு, நர்மதா பதிப்பகத்தால் வெளியிடப்பட்டுள்ளது. இதில் 18 சிறுகதைகள் உள்ளன. இவை, அத்தனையும் வண்ண நிலவனின் மிகச் சிறந்த சிறுகதைகள். உள் அட்டையில் ஓவியர் அமுதோன் 'எஸ்தர்' கதைக்காக அற்புதமான கோட்டோவியம் ஒன்றை வரைந்திருக்கிறார்.

தமிழ்ச் சிறுகதை உலகில் வண்ணநிலவனின் சாதனை என்பது தொட முடியாத உச்சம். மொழியை அவர் கையாளும் லாகவம், நுட்பமாக மன உணர்ச்சிகளை வெளிப்படுத்தும் விதம், குறைவான உரையாடல்கள், மறக்க முடியாத கதாபாத்திரங்கள், கச்சிதமான கதையின் வடிவம். எனச் சிறந்த சிறுகதை எப்படி இருக்க வேண்டும்? என்பதற்கு வண்ணநிலவனின் பல கதைகள் உதாரணங்களாக இருக்கின்றன.

இந்தத் தொகுப்பின் இன்னொரு விசேஷம், இதற்கு எழுதப்பட்ட முன்னுரை. ஒரு பேச்சிலர் அறையில் லயோனல் ராஜ், நம்பிராஜன் எனும் கவிஞர் விக்ர மாதித்யன், சுப்பு அரங்கநாதன், தா.மணி, அம்பை, பாலன், ஐயப்பன், நாகராஜன் என இலக்கிய நண்பர்கள் ஒன்று கூடி, வண்ணநிலவன் எழுதிய சிறுகதைககளைப் பற்றிப் பேசியது, அப்படியே முன்னுரையாக இடம் பெற்றிருக்கிறது.

சிறுகதைகள் குறித்த திறந்த உரையாடலும், இடை வெட்டாக வந்து போகும் 'இதயக்கனி', 'சிவகங்கைச் சீமை' திரைப்படங்களைப் பற்றிய பேச்சும். 'சிகரெட் பாக் கெட்டை இப்படி எடுத்துப் போடு' எனப் பேசியபடியே புகைப்பதும் வித்தியாசமானதொரு அனுபவப் பதிவாக உள்ளது.

இந்த உரையாடலில் இடம்பெற்றுள்ள தா.மணி எனும் மணி அண்ணாச்சியை நான் அறிவேன். தீவிர இலக்கிய வாசிப்பில் தன்னைக் கரைத்துக் கொண்ட மகத்தான மனிதர். அவர்

இன்றில்லை. ஆனால், இந்த முன்னுரையை வாசிக்கும்போது அவரது குரல் என் காதில் விழுகிறது. கண்கள் தானே கலங்குகின்றன.

முன்னுரையின் இறுதியில், 'சமீபத்தில் வந்த தொகுப்புகள்ல எஸ்தர் தொகுப்பு தமிழிலக்கிய வட்டாரத்தில் திருப்தி தரக் கூடியதாக இருக்கும். இதுக்கு நல்ல வரவேற்பு இருக்கணும். பார்ப்போம்...' என நம்பிராஜன் சொல்கிறார். அவரது கணிப்பு நிஜமாகியது. அன்று தொடங்கி இன்றுவரை 'எஸ்தர்' சிறுகதைக்கான வாசகர் வட்டம் பெருகிக் கொண்டேதான் இருக்கிறது.

தமிழ்ச் சிறுகதையில் வண்ணநிலவன் செய்துள்ள சாதனைகள் உலக அளவில் ஆன்டன் செகாவ், ரேமண்ட் கார்வர், ஹெமிங்வே போன்றோர் சிறுகதை இலக்கியத்தில் செய்த சாதனைகளுக்கு நிகரானது. அதை நாம் உணர்ந்து கொண்டது போல உலகம் இன்னமும் அறியவில்லை.

அதற்கு, வண்ணநிலவனின் சிறு கதைகள் முழுமையாக ஆங்கிலத்தில் மொழியாக்கம் செய்யப்பட வேண்டும். அதுவே தமிழ் இலக்கியம் குறித்து உலகின் கவனத்தைப் பெறுவதற்கான முதல் தேவை.

8. 400 போட்டோகிராப்ஸ்

புத்தகங்களை விற்று நிறையப் பணம் சம்பாதிக்கவில்லை. ஆனால், நிறைய மனிதர்களைச் சம்பாதித்திருக்கிறேன். அது போதும் எனக்கு" என, ஒரு சாலையோரப் புத்தக வணிகர் என்னிடம் சொன்னார். அனுபவம் பேசுகிறது என்று அமைதியாகக் கேட்டுக் கொண்டிருந்தேன்.

"ஆசைப்பட்ட புத்தகங்களை எல்லோராலும் வாங்க முடிவதில்லை. அந்த ஏமாற்றத்தில் சிலர், அடிக்கடி கடைக்கு வந்து புத்தகங்களைத் தொட்டுப் பார்த்து விலையைக் கேட்டுவிட்டுப் போய்விடுவதும் உண்டு.

எனக்குத் தெரிந்த ஒரு போட்டோ கிராபர், வெளி நாட்டுப் புகைப்படப் புத்தகங்களை விலை கேட்டுவிட்டு நீண்ட நேரம் புரட்டிக் கொண்டே இருப்பார். ஆயிரம், ரெண்டாயிரம் விலை கொடுத்து அவரால் வாங்க முடியாது எனத் தெரியும் என்பதால், நானும் கண்டு கொள்வது இல்லை.

தனக்கு விருப்பமான புகைப்படங்களை ஆசை ஆசையாகப் புரட்டிப் பார்த்துவிட்டு, பெருமூச்சுடன் வைத்து விட்டுப் போய்விடுவார். ஒருமுறை பெரிய போட்டோகிராபி புத்தகம் ஒன்றை என்னிடம் எடுத்துக் கொடுத்து, 'இதை யாருக்கும் வித்துறாதீங்க. காசு ரெடி பண்ணிட்டு வந்து ஐந்தாம் தேதிக்குப் பிறகு வாங்கிக் கொள்கிறேன்' என்றார்.

அந்தப் புத்தகத்தை அவருக்காகத் தனியே எடுத்து வைத்திருந்தேன். சொன்னபடி ஐந்தாம் தேதி அந்தப் போட்டோகிராபர் வரவில்லை. ஒருநாள் ஓவியர் ஒருவர் வந்து கேட்கவே, அந்தப் புத்தகத்தை விற்றுவிட்டேன். இரண்டு மாதங்களுக்குப் பிறகு ஒருநாள் மாலை அந்தப் போட்டோகிராபர் பரபரப்புடன் வந்து, 'நான் எடுத்து வெச்ச புத்தகத்தை வாங்கிக்கிறேன்' எனப் பணத்தை நீட்டினார்.

'அதை எப்பவோ விற்றுவிட்டேனே' என்று சொன்னதும், அவருக்கு முகம் வெளிறிப் போய்விட்டது.

'வித்துட்டீங்களா! என்னங்க இப்படிப் பண்ணீட்டீங்க? அதான் நான் வாங்கிக்கிறேன்னு சொன்னேன்ல' எனக் கோபப்பட்டுக் கத்தினார்.

‘நீங்க ஆளே வரலை. அதான் வேற ஆளுக்குக் கொடுத்திட்டேன்’ என்றேன்.

‘நீங்க என்ன செய்வீங்களோ, தெரியாது. எனக்கு அந்தப் புத்தகம் இப்போ வேணும். ரொம்ப ரேர் புக்குங்க அது’ எனப் பிடிவாதமான குரலில் சொன்னார்.

‘அது போலப் போட்டோகிராபி புத்தகம் வந்தால் எடுத்து வைக்கிறேன்’ எனச் சொன்னதை அவர் ஏற்றுக் கொள்ளவே இல்லை.

‘யார் வாங்கினாங்கன்னு சொல்லுங்க. அவர் வீட்டுக்குப் போய் நான் கேட்டுப் பாக்குறேன்’ என்றார்.

‘அடிக்கடி வர்ற ஓவியர்தான். ஆனால், அவர் அட்ரஸ்லாம் தெரியாதே’ என்றதும் அவரது முகம் இன்னும் வாடிவிட்டது.

‘இந்தப் பணத்தை நான் ரெடி பண்றதுக்குப் பட்ட கஷ்டம் எனக்குத்தான் தெரியும். பணம் உங்கக்கிட்டயே இருக்கட்டும். எனக்குப் புத்தகம்தான் வேணும்’ எனப் பிடிவாதமாகப் பணத்தைத் திணித்தார்.

இத்தனை வருஷப் புத்தக விற்பனையில் அன்று மட்டும்தான் ‘நான் தப்பு பண்ணிவிட்டதைப் போல’ மனதில் ஓர் உணர்ச்சி உருவானது. எப்படியாவது அந்தப் புத்தகத்தைத் திரும்ப வாங்கித் தந்துவிட வேண்டும் எனக் காத்துக் கொண்டிருந்தேன்.

நாலைந்து நாட்களுக்குப் பிறகு அந்த ஓவியர் வந்தார். அவரிடம் நடந்ததைச் சொல்லி ‘அந்தப் புத்தகத்தை ரிட்டர்ன் பண்ணிருங்க. கூட வேணும்னாலும் ஐநூறு ரூபாய் தர்றேன்’ என்றேன். அவர் மனம் இரங்கி மறுநாளே அந்தப் புத்தகத்தைக் கொண்டுவந்து தந்ததோடு, பணமே வேண்டாம் என்று சொல்லிப் போய்விட்டார்.

போட்டோகிராபரிடம் அந்தப் புத்தகத்தைக் கொடுத்த போது, கையில் வாங்கிக் கொண்டு சிரித்த முகத்தோடு, ‘ரொம்ப நன்றிங்க. என்னால நம்பவே முடியலை’ என்று சொல்லி, என் இரு கைகளையும் பற்றிக் கொண்டார்.

‘நீங்க நன்றி சொல்ல வேண்டியது எனக்கில்லை. இந்தப் புத்தகத்தை இலவசமாகவே திருப்பிக்கொண்டு வந்து கொடுத்த ஓவியருக்குத்தான்’ என்று சொல்லி, வாங்கி யிருந்த பணத்தைப் போட்டோகிராபரிடம் திருப்பிக் கொடுத்தபோது இரட்டைச்

சந்தோஷத்தில் அவர் 'நிஜமாவா? நிஜமாவா?' எனக் கேட்டுக் கொண்டே இருந்தார்.

பிறகு சந்தோஷத்தில் தனது கேமராவால் என்னைக் கடையோடு சேர்த்து, ஒரு புகைப்படம் எடுத்துக் கொண்டார்.

'இத்தனை வருஷ அனுபவத்தில் அதுதான் முதன் முறையாக நான் கடையோட சேர்த்து போட்டோ எடுத்துக்கிட்டது. இதைவிட வேற என்ன சந்தோஷம் தம்பி இருக்கு அதான் சொன்னேன் நிறைய மனுசங்களைச் சம்பாதிச்சிருக்கேன்னு" என்றார் பழைய புத்தகக் கடைக்காரர்.

எவ்வளவு பெரிய மனசு! எத்தனை அன்பு! என அந்த ஓவியரையும் புத்தகக் கடைக்காரரையும் வியந்தபடியே சொன்னேன்.

இந்த நேசத்தைத்தான் புத்தகங்கள் உலகுக்குக் கற்றுத் தருகின்றன. புத்தகங்களை நேசிக்கிறவருக்குத் தன்னைப் போலப் புத்தகம் படிக்க ஆசைப்படுகிற மற்றவருடைய மனசு நிச்சயம் புரியும் என்றேன். அவர் அதை ஆமோதித்துத் தலையாட்டினார்.

அவ்வளவு ஆசைப்பட்டு போட்டோகிராபர் தேடி வாங்கிய புத்தகம் எது தெரியுமா? உலகப் புகழ்பெற்ற புகைப்படக் கலைஞர் அன்சல் ஆடம்ஸின் '400 போட்டோகிராப்ஸ்'.

அந்தப் புத்தகத்தை நான் அமெரிக்காவின் சாலையோர கடையில் 15 டாலருக்கு வாங்கினேன். அமெரிக்காவின் எல்லா முக்கிய நகரங்களிலும் தரமான பழைய புத்தகக் கடைகள் உள்ளன. உண்மையில் ஒரு சுரங்கம் போல, நாள் முழுக்கத் தேட வேண்டிய அளவு புத்தகங்கள் அங்கே கொட்டிக் கிடக்கின்றன.

அது போலவே அங்குள்ள நூலகங்களிலே பயன் படுத்திய புத்தகங்களை ஒரு டாலர், இரண்டு டாலர் விலைக்கு வாரம் ஒருநாள் விற்பனை செய்கிறார்கள். அதில் நிறைய நல்ல புத்தகங்களை வாங்க முடியும். நான் அறிந்தவரை தமிழ்நாட்டில் எந்த நூலகத்திலும் அப்படி நடை பெறுவதாகத் தெரியவில்லை.

அன்சல் ஆடம்ஸ் கறுப்பு — வெள்ளையில் எடுத்த புகைப்படங்கள் அபாரமான அழகுடையவை. தன் வாழ்நாளில் நாற்பதாயிரத்துக்கும் மேற்பட்ட புகைப் படங்களை அவர் எடுத்திருக்கிறார். குறிப்பாக, யோசெமிட் பள்ளத்தாக்கில் நிலா ஒளிர்வதை அவர் வித விதமாகப் புகைப்படம்

எடுத்துள்ளார். இன்று அந்த ஒரு புகைப் படத்தின் விலை 80 லட்சம் ரூபாய்.

அமெரிக்காவில் உள்ள 40 தேசிய பூங்காக்களை, அதன் இயற்கை வனப்பை, கானுயிர் காட்சிகளைச் சிறந்த புகைப்படங்களாக எடுத்துச் சாதனை செய்தவர் அன்சல் ஆடம்ஸ். புகைப்படக் கலை குறித்த நிறையப் பயிலரங்குகள் நடத்தியவர். அவர் எடுத்த முக்கியப் புகைப்படங்களும் சிறிய தொழில்நுட்பக் குறிப்புகளும் அடங்கிய தொகுப்பு நூல்தான் இது.

புகைப்படங்கள் சார்ந்த புத்தகங்கள் அவ்வளவாகத் தமிழில் வெளியாவது இல்லை. கேமரா தொழில் நுட்பம் சார்ந்து ஒன்றிரண்டு புத்தகங்கள் மட்டும் வெளியாகி யுள்ளன. சமீபமாக 'சென்னை கிளிக்கர்ஸ்' என்ற அமைப்பு, இளம் புகைப்படக் கலைஞர்கள் எடுத்த சிறந்த புகைப்படங்களை ஒன்று சேர்த்துப் புத்தகமாக வெளி யிட்டிருக்கிறார்கள். அது பாராட்டுக்குரிய முயற்சியாகும். யாராவது புதிய பதிப்பகங்கள் இது போல முயற்சி செய்து வெளியிடலாம்.

இது போலவே தமிழ் வாழ்வின் பல்வேறு பண்பாட்டு அடையாளங்களை, ஆளுமைகளை, வரலாற்றை, இயற்கைச் சூழலை, வாழ்வியலைக் கூறும் புகைப் படங்களுக்கான ஆவணக் காப்பகம் ஒன்றும் அவசியம் தேவை. அதை ஆர்வலர்கள் ஒன்றுகூடி குறைந்தபட்சம் இணையத்திலாவது ஆரம்பிக்கலாமே.

9. திரைப்படம் உருவாகிறது

பள்ளி வயதில் 'பேசும்படம்' பத்திரிகையை வாங்குவதற் காக அடிக்கடி பழைய புத்தகக் கடைகளுக்குப் போவேன். ஒரு இதழ் நாலணா. அதில் சினிமா பற்றிய தகவல்கள், நடிகர் நடிகைகளின் நேர்காணல்கள், கையெழுத்துப் போட்ட புகைப்படங்கள், படப்பிடிப்புத் தளத்தில் நடந்த சம்பவங்கள், திரைக்கதைச் சுருக்கம் எனச் சுவாரஸ்யமான செய்திகள் நிறைந்திருக்கும்.

சினிமா எப்படி எடுக்கிறார்கள்? படப்பிடிப்புத் தளத்தில் என்ன நடக்கிறது என்பதைப் பற்றிய செய்திகள் எப்போதும் படிக்க ஆவலைத் தூண்டவே செய்கின்றன. பள்ளி நாட்களில் அதைத் தேடிப் படித்துப் பேசிக் கொண்டிருப்பது சுவாரஸ்யமான பொழுதுபோக்கு.

'பென்ஹர்' படத்தை எப்படி எடுத்தார்கள்? டைரக்டர் ஹிட்ச் காக் எப்படிச் சைக்கோ படத்தை உருவாக்கினார் என்பது போன்று, நூற்றுக்கணக்கான புத்தகங்கள் ஆங்கிலத்தில் உள்ளன. ஆனால், தமிழில் இதுபோன்று வெற்றிகரமான திரைப்படங்கள் எதைக் குறித்தும் புத்தகங்கள் எழுதப்படவில்லை. சில நேரங்களில் இயக்குநர் அல்லது தொழில்நுட்பக் கலைஞர்கள் பகிர்ந்து கொண்ட நினைவுகள் வழியாகத் தெரிவிக்கப்பட்ட செய்திகள் மட்டுமே மிஞ்சியிருக்கின்றன.

தமிழ்ச் சினிமாவுக்கு என ஓர் ஆவணக் காப்பகம் இன்று வரை கிடையாது. இதனால், பல படங்களின் மூலப் பிரதிகள் அழிந்துபோய்விட்டன.

பிரெஞ்சு சினிமா இயக்குநரான லூயி மால், இந்தியாவைப் பற்றி ஆறு மணி நேரம் ஓடக் கூடிய விரிவான ஆவணப்படம் ஒன்றை இயக்கியிருக்கிறார். 1969ஆம் ஆண்டு வெளியான இந்த ஆவணப்படத்தின் ஒரு பகுதியில் தமிழகக் கலைகள் மற்றும் வாழ்க்கை முறையைப் பதிவு செய்திருக்கிறார் லூயிமால்

1968ம் ஆண்டுத் தமிழ்ச் சினிமா உலகம் எப்படி இருந்தது? என்பதை அறிந்து கொள்ள லூயிமால், 'தில்லானா மோகனாம்பாள்' படப்பிடிப்புத் தளத்துக்குச் சென்று சிவாஜி, பத்மினி சம்பந்தப்பட்ட

காட்சிகள் படமாக்கப்படுவதைப் பதிவு செய்திருப்பது குறிப்பிடத் தக்கது. இது ஒன்றுதான் தமிழ் சினிமா படப்பிடிப்புகுறித்துப் பதிவு செய்யப்பட்ட பழைய ஆவணம்.

படப்பிடிப்பில் சிவாஜி, பத்மினி இருவரும் நடிப்புக்குத் தயார் ஆகும் விதம், நடிப்பில் சிவாஜி காட்டும் ஈடுபாடு, இயக்குநரான ஏ.பி.நாகராஜன் தாளகதியுடன் கைதட்டிப் பாடி, நடிகர் வெளிப்படுத்த வேண்டிய பாவத்தைக் காட்டும் தனித்துவம் என்று லூயிமால் காலத்தின் அழியாத நினைவுகளை ஆவணப்படுத்தியிருக்கிறார். இன்று இக் காட்சியை யூ—டியூப்பில் நாம் காண முடிகிறது.

மதுரை 'ரீகல்' தியேட்டர் முன்பாக உள்ள பழைய புத்தகக் கடையில் சில ஆண்டுகளுக்கு முன்பாக அரிய நூல் ஒன்றை வாங்கினேன். அது 'திரைப்படம் உருவாகிறது' என்ற கலைஅன்பன் எழுதிய புத்தகம். 1973ஆம் ஆண்டு வெளியாகியுள்ளது.

நடிகர் திலகம் சிவாஜிகணேசன் நடித்த 'ராஜராஜ சோழன்' படத்தின் படப்பிடிப்பு தொடங்கிய நாளில் இருந்து படப்பிடிப்பு முடியும் நாள் வரை என்னவெல்லாம் நடந்தது என்பதைப் பற்றி ஒரு டாகுமென்டரி படத்தைப் பார்ப்பது போல நேரடியாக விவரிக்கிறது இப்புத்தகம்.

சுப. ராமன் என்ற பத்திரிகையாளர் படப்பிடிப்புத் தளத்தில் கூடவே இருந்து, இதை ஆவணப்படுத்தியிருக் கிறார். இவர் 'தமிழ்நாடு' இதழில் பணியாற்றியவர்.

'ராஜராஜசோழன்' தமிழின் முதல் சினிமாஸ்கோப் படம். அரு. ராமநாதன் எழுதிய 'ராஜராஜசோழன்' நாடகத்தை டி.கே. எஸ் சகோதரர்கள் 1955இல் திருநெல்வேலியில் அரங்கேற்றி உள்ளனர். அதன்பிறகு, இந்த நாடகத்தைப் படமாக்க பல முக்கியத் தயாரிப்பு நிறுவனங்கள் முயற்சி செய்து, எதிர்பாராத காரணங்களால் நடைபெறாமல் போயுள்ளது.

இந்நிலையில் 1972ஆம் ஆண்டு ஜி.உமாபதி அவர்கள் இதனைப் படம் எடுக்க முன் வந்துள்ளார். புராணப் படங்களை இயக்கி புகழ்பெற்றிருந்த ஏ.பி.நாகராஜன் முதன்முறையாக ஒரு சரித்திரப் படத்தை இயக்க இருக்கிறார் என்பது பரபரப்பாக அப்போது பேசப் பட்டுள்ளது. படத்தின் ஒளிப்பதிவு டபிள்யூ. ஆர். சுப்பாராவ். 'அலிபாபாவும் நாற்பது திருடர்களும்', 'வீரபாண்டிய கட்டபொம்மன்' போன்ற புகழ் பெற்ற படங்களுக்கு ஒளிப்பதிவு செய்தவர் இவர்.

சினிமாஸ்கோப்பில் படம் எடுப்பதற்காக இவரைப் பம்பாய்க்கு அழைத்துப் போய், அமெரிக்கக் கம்பெனியில் பயிற்சி கொடுத்து அவர்களிடமிருந்த சினிமாஸ்கோப் லென்ஸ்களை வாடகைக்கு வாங்கி வந்திருக்கிறார்கள்.

சோதனை முயற்சியாக, 'அகஸ்தியர்' படத்தின் உச்ச கட்டக் காட்சியினை 500 அடிகள் சினிமாஸ்கோப்பில் படமாக்கிப் பார்த்திருக்கிறார்கள். அது சிறப்பாக அமையவே, 'ராஜராஜசோழன்' முழுப் படமும் சினிமாஸ் கோப்பில் எடுக்க முடிவு செய்தார்களாம். இப்படத்துக்குக் குன்னக்குடி வைத்தியநாதன் இசையமைக்க, கலை இயக்கு நராக கங்காவும், எடிட்டிங் வேலையை டி.விஜயரங்கமும் கவனித்துள்ளனர்.

1972 பிப்ரவரி 2ஆம் நாள் வாசு ஸ்டுடியோவில் 'ராஜராஜ சோழன்' படப்பிடிப்பு ஆரம்பம். ஐந்து ஏக்கர் நிலத்தில் பிரம்மாண்டமான முறையில் தஞ்சை பெரிய கோயிலை செட் போட்டுள்ளார்கள். 25 அடியில் ஒரு நந்தியை உருவாக்கியுள்ளனர். படப்பிடிப்புத் தளத்தில் தான் நடிக்கிறோம் என்பதையே மறந்துவிட்டு, ராஜராஜ சோழனாகவே வாழ்ந்துள்ளார் நடிகர் திலகம்.

ஒருநாள் படப்பிடிப்பைக் காண்பதற்காகப் பிரபல ஹிந்தி நடிகர் சஞ்சீவ்குமார் வந்திருக்கிறார். அவர் நடிகர் திலகத்தின் நடிப்பைக் கண்டு வியந்து பாராட்டியதோடு, கோயில் போல அமைக்கப்பட்ட செட் அமைப்புகளைக் கண்டு பிரமித்துப் போனாராம்.

படப்பிடிப்பின்போது ஒருநாள் கடும் மழையால் படத்துக்காகப் போடப்பட்ட செட் சரிந்து விழுந்துள்ளது. மேட்டி தொழில்நுட்பத்துக்காகக் கேமரா முன்பு வைக்கப் பட்டிருந்த கண்ணாடி உடைந்து போனதாம்.

அன்றைக்குப் படப்பிடிப்பு நின்று போனதுடன், 2 லட்ச ரூபாய் நஷ்டமும் ஏற்பட்டுள்ளது. ஆனால், இதற்கெல்லாம் அந்தப் படத்தின் ஜி.உமாபதி கலங்க வில்லை. படத்தைத் திட்டமிட்டபடியே இன்னும் சிறப்பாக எடுக்க வேண்டும் என்பதில் உறுதியாக இருந்துள்ளார். மீண்டும் அதே போன்ற செட் போடப்பட்டுப் படப்பிடிப்பு தொடர்ந்துள்ளது.

இப்படி 'ராஜராஜசோழன்' படப்பிடிப்பில் நடைபெற்ற பல சுவாரஸ்யமான விஷயங்களுடன், அன்றைய தமிழ்ச் சினிமாவின் நிலை, ஹாலிவுட் சினிமா எப்படி இயங்குகிறது? என்றெல்லாம்

இந்தப் புத்தகத்தில் நுட்பமாக எழுதியிருக்கிறார் கலை அன்பன். இந்நூலில் அரிய புகைப்படங்களும் திரைக்கதையின் மாதிரிப் பக்கமும் இடம்பெற்றுள்ளது கூடுதல் சிறப்பாகும்.

தமிழ்ச் சினிமா குறித்து இன்று அமெரிக்கப் பல்கலைக் கழகங்களில் தொடர்ச்சியாக ஆய்வுகள் நடைபெறுகின்றன. அங்கிருந்து வரும் ஆய்வாளர்கள் ஆதங்கத்துடன் கேட்கும் கேள்வி என்னவெனில், 'தமிழ்ச் சினிமாவின் அரிய திரைப்படங்கள் ஏன் முறையாகப் பாதுகாத்து வைக்கப் படவில்லை?' 'ஆண்டுக்கு பல நூறு கோடி ரூபாய் செலவு செய்யும் தமிழ்ச் சினிமா உலகம் பழைய புகைப்படங்கள், இசைத் தட்டுகள், நடிகர் — நடிகையர், இயக்குநர், தொழில்நுட்பக் கலைஞர்களைப் பற்றிய விவரங்கள், விளம்பரங்கள், சினிமாப் பத்திரிகைகள், பிரிண்ட் என நீளும் ஆவணப்படுத்துதலில் ஏன் அக்கறை காட்ட மறுக்கிறது?' என்பதே.

டிஜிட்டல் தொழில்நுட்பம் வளர்ந்துவிட்ட இன்றைய நாளில் எதையும் 'ஆவணப்படுத்துதல்' என்பது சாத்தியமானதே. அதற்குத் தேவை, கூட்டு உழைப்பும் பொருளாதார உதவியுமே. அரசும், திரை உலகமும் இணைந்து இதில் கவனம் செலுத்தினால் மட்டுமே இது சாத்தியமாகும்.

சினிமாவை ஆவணப்படுத்துவதன் மூலமாக மட்டுமே அதைக் கல்விபுலங்களுக்குக் கொண்டு செல்ல முடியும். இல்லாவிட்டால் இதுவெறும் பொழுதுபோக்காகக் கால வெள்ளத்தில் கரைந்து போய்விடும்.

10. திப்புவின் கனவுகள்

கொல்கத்தா செல்லும்போதெல்லாம் எல்லாம் பல்கலைக் கழகம் அமைந்துள்ள காலேஜ் ரோடில் உள்ள பழைய புத்தகக் கடைகளுக்குப் போகாமல் திரும்பியதே இல்லை. 'போய்ப் பஜார்' என அழைக்கப்படும் அந்தச் சாலை யோரப் புத்தகக் கடைகளில் அரிய புத்தகங்கள் கொட்டிக் கிடப்பதைப் பார்க்கலாம்.

காலேஜ் ரோடில் உள்ள காபி ஹவுஸ்கள் பிரபல மானவை. இலக்கிய வாதிகள், சினிமா இயக்குநர்கள், பேராசிரியர்கள், சிந்தனையாளர்கள் எனப் பலதுறையைச் சார்ந்தவர்கள் கூடிப் பேசி, விவாதிக்கும் மையங்களாக இந்தக் காபி ஹவுஸ்கள் விளங்கின. தற்போது அவை நிறைய மாற்றம் கொண்டுள்ளன என்றபோதும், இன்னும் இந்தியன் காபி ஹவுஸில் இலக்கியம் பேசுகிறவர்கள் கூடத்தான் செய்கிறார்கள்.

கொல்கத்தாவில்தான் இந்திய தேசிய நூலகம் (National Library of India) உள்ளது. இந்திய அரசால் பராமரிக்கப்படும் மிகப் பெரிய நூலகம் இது. 30 ஏக்கர் பரப்பளவில் அமைந்துள்ள இந்த நூலகத்தில் 22 லட்சம் புத்தகங்ககள் உள்ளன.

இந்திய மொழிகளில் வெளியான அனைத்து நூல்களும் இங்கு ஒருங்கே சேகரித்து வைக்கப்பட்டுள்ளன. 1963இல் இந்த நூலகத்தில் தமிழ்ப் பிரிவு உருவாக்கப்பட்டது. அதில் அரிய சுவடிகளும் தமிழ்ப் புத்தகங்களும் பாது காக்கப்பட்டு வருகின்றன. தற்போது 57 ஆயிரம் தமிழ்ப் புத்தகங்களும், முந்நூற்றுக்கும் மேற்பட்ட தமிழ்ச் சுவடிகளும் அங்கு உள்ளன. கொல்கத்தா போகிறவர்கள் அவசியம் ஒருமுறை இந்த நூலகத்துக்குப் போய் வர வேண்டும்.

பெயருக்கு ஏற்றாற்போலவே கொல்கத்தாவின் காலேஜ் ரோடில் நிறையக் கல்வி நிலையங்கள் உள்ளன. ஆகவே இங்குள்ள பழைய புத்தகக் கடைகளில் சகல துறையைச் சார்ந்த புத்தகங்களும் கிடைக்கின்றன.

இங்கு உள்ள புத்தகக் கடையில் 'திப்புச் சுல்தானின் கனவுகள்' என்ற பழைய புத்தகம் ஒன்றை வாங்கினேன். கையில் எடுத்தபோது ஏதோ ஒரு நாவல் என்றுதான் அதை நினைத்தேன். ஆனால்,

புரட்டியபோது திப்புச் சுல்தான் தனது கனவுகளைத் தானே பதிவு செய்து வைத்திருக்கிறார் என்பதை அறிந்தபோது படிக்க ஆர்வமானது.

'மைசூரின் புலி' என்றழைக்கப்பட்ட திப்புச் சுல்தான் கிழக்கிந்தியக் கம்பெனியின் அதிகாரத்தை எதிர்த்து உறுதி யுடன் போராடியவர். திப்பு தன் இளம் வயதிலேயே தனது தந்தை ஹைதருடன் பல்வேறு போர்க் களங்களைக் கண்டவர். கி.பி. 1767ஆம் ஆண்டுப் பிரிட்டிஷ் தளபதி ஜோசப் ஸ்மித் தலைமையில் வந்த பிரிட்டிஷ் படையை எதிர்த்து சண்டையிட்டு வெற்றிபெற்றபோது, திப்பு சுல்தானின் வயது 17.

1782ஆம் ஆண்டு டிசம்பர் 26ஆம் நாள் தன்னுடைய 32ஆவது வயதில் சுல்தானாக அரியணை ஏறினார் திப்பு. மைசூர் போரில் திப்புச் சுல்தானை வீழ்த்த முடியாது என உணர்ந்த பிரிட்டிஷ்காரர்கள், சூழ்ச்சி செய்து திப்புவின் அமைச்சர்களையும் அதிகாரிகளையும் லஞ்சத்தால் தங்கள் வசமாக்கி, திப்புவைக் காட்டிக் கொடுக்கும்படிச் செய்து வீழ்த்தினார்கள்.

திப்புச் சுல்தானை வீழ்த்திய ராணுவத்தினர் அவரது அரண்மனைக்குள் புகுந்து 'ஓரியண்டல் லைப்ரரி' என்கிற பெயருடைய அவரது நூலகத்தில் இருந்த இரண்டாயிரத்துக்கும் மேற்பட்ட புத்தகங்கள், பதிவேடுகள், போர்க் கருவிகள் சார்ந்த குறிப்புகள், வரைபடங்கள் ஆகியவற்றைக் கொள்ளையிட்டுச் சென்றார்கள்.

அந்தக் கொள்ளையில்தான் திப்புவின் படுக்கை அறையில் ஒளித்து வைக்கப்பட்டிருந்த இந்தக் கனவுக் கையேடு கைப்பற்றப்பட்டுள்ளது. திப்பு சுல்தானின் இந்தக் கனவுப் புத்தகம் 1785 முதல் 1798 வரையான 13 ஆண்டுகளில் அவருக்கு ஏற்பட்ட முக்கியமான கனவுகளை மட்டும் பதிவு செய்துள்ளது.

இதில் 37 கனவுகளும், அவற்றுக்கான திப்புவின் விளக்கங்களும் இடம் பெற்றுள்ளன. பெரும்பான்மை யான கனவுகள் கண் விழித்து எழுந்தவுடனே பதிவு செய்யப்பட்டதாகத் திப்பு குறிப்பிட்டுள்ளார்.

பெர்ஷிய மொழியில் எழுதப்பட்ட இக்கனவுகளை ஆங்கிலத்தில் மொழியாக்கம் செய்திருக்கிறார்கள். திப்புச் சுல்தான் பெர்ஷிய மொழியில் விற்பன்னர் என அவரது ராஜசபைக் குறிப்புகள் கூறுகின்றன.

'தனது கனவுகளைப் பதிவு செய்ய வேண்டும் எனத் திப்புச் சுல்தான் ஏன் ஆசைப்பட்டார்?' என்பது இன்றைக்கும் புதிராக இருக்கிறது. ஒவ்வொரு கனவும் நடக்கப் போகும் நிகழ்வு ஒன்றின் முன்னறிவிப்பு என அவர் நினைத்திருக்கக் கூடும். கனவைப் புரிந்து கொள்வதன் வழியே எதிர்காலத்தைக் கணித்துவிட முடியும் என்பது போலவே, அவரது கனவுப் பதிவுகள் காணப்படுகின்றன.

ஒரு கனவில் பெண் உடை அணிந்த ஒருவரைப் பற்றிக் குறிப்பிடும் திப்பு, அது எதிரியின் அடையாளம் என அர்த்தப்படுத்திக் கொள்கிறார். இன்னொரு கனவில் மூன்று வெள்ளித் தட்டுகளில் பேரீச்சம் பழங்கள் இருப்பதை, தனது எதிரிகளான நிஜாம், மராத்தா, கிழக்கிந்தியக் கம்பெனி ஆகியவற்றின் உருவகமாக விளக்கம் தருகிறார்.

யுத்தக் களத்தில் எதிரிகளைக் கொன்று குவிப்பதைப் பற்றி அவருக்குத் தொடர்ந்து கனவுகள் வந்துள்ளன. அதில் ஒரு கனவில், அவர் எதிரியை ஒரே குத்தில் கொன்று சாய்க்கிறார். பிறகு, வெற்றி விருந்துக்குச் செல்லும்போது அங்கே வெண்தாடியில் இருந்த ஒரு முதியவர் திப்புவை வரவேற்று இனிப்புகளை உண்ணத் தருகிறார். அது போலச் சுவையான இனிப்பை, தான் அதுவரையில் உண்டதே இல்லை எனச் சந்தோஷப்படும் திப்பு, உடைவாளை இடுப்பில் சொருகிக் கொள்வதுடன் கனவு கலைந்துவிடுகிறது.

இன்னொரு கனவில், அவருக்கு ஓர் ஆள் அப்போதுதான் கறந்த பாலை அப்படியே நுரைக்க நுரைக்க இரண்டு சிறிய குடுவைகளில் குடிக்கத் தருகிறான். பாலைக் குடிக்க முயற்சிக்கும்போது கனவு கலைந்து விழிப்பு வந்துவிடுகிறது.

பிறகொரு கனவில், திப்பு யானைகளைப் பிடிப் பதற்காகக் காட்டுக்குள் போகிறார். அங்கே பெரும் யானைக் கூட்டத்தைச் சுற்றி வளைக்கிறார். அதில் தேர்வு செய்யப்பட்ட சில ஆண் யானைகளைப் பிடித்துக் கொண்டு அரண்மனைக்குத் திரும்புகிறார். அப்போது அரண்மனை வாசலில் இரண்டு வெள்ளை யானைகள் நிற்கின்றன. அதன் அருகில் இரண்டு குதிரைகளும் நிற்கின்றன.

சீனாவில் இருந்து தூதுவர் வந்துள்ளார் எனத் திப்புவிடம் தெரிவிக்கப்படுகிறது. அவர்களை வரவேற்று, வருகையின் நோக்கம் பற்றி விசாரிக்கிறார். நட்புறவின் நிமித்தமான வருகை என்றதோடு சீன அரசனின் அன்புப் பரிசாக வெள்ளை யானையைக் கொண்டு வந்துள்ளதாகத் தூதுவர்கள் தெரிவிக்கிறார்கள்.

அலெக்சாண்டருக்குப் பிறகு, தான் ஒருவனுக்கே சீன அரசன் இப்படியான அரிய பரிசை அனுப்பியிருக்கிறார் என மகிழ்ந்த திப்பு, அதை ஏற்றுக் கொண்டதுடன், தான் அன்று காட்டில் பிடித்து வந்த யானைகளைத் தூதுவர்களுக்குக் காட்டுகிறார். அதற்குள் விழிப்பு வந்து கனவு கலைந்துவிடுகிறது.

இப்படித் திப்புவின் கனவுகளுக்குள் அவரது ஆசைகள், யுத்த முஸ்தீபுகள், எதிரிகள் குறித்த யோசனைகள், சூபிகளின் நல்லாசி தனக்கு இருக்கிறது என்கிற நம்பிக்கை போன்றவை பதிவாகியுள்ளன.

இந்தப் புத்தகத்தை மையப்படுத்தி 'திப்புவின் கனவுகள்' என்ற ஒரு நாடகத்தை எழுதி அரங்கேற்றியிருக்கிறார் பிரபல நாடக ஆசிரியர் கிரீஷ் கர்னாட்.

எல்லா மனிதர்களும் கனவு காண்கிறார்கள். ஆனால், ஒன்றுபோலக் காண்பதில்லை. கனவுகள் என்பது நாளைய கேள்விகளுக்கான இன்றைய பதில் என்பார் எட்கர் கேசி. திப்புவின் நம்பிக்கையும் இது போலவே இருந்திருக்கிறது.

11. சந்தோஷத்தின் திறவுகோல்

பத்து ஆண்டுகளுக்கு முன்பு அடையாரில் உள்ள பழைய புத்தகக் கடை ஒன்றில் புத்தகம் தேடிக் கொண்டிருந்தேன். சாலையோரப் புத்தகக் கடை அது. ஒருவர் பிளாட் பாரத்தையொட்டி பிளாஸ்டிக் நாற்காலி ஒன்றைப் போட்டு உட்கார்ந்தபடியே புத்தகம் வாசித்துக் கொண்டிருந்தார்.

தாடியோடு உள்ள மெலிந்த தோற்றம். நூலகத்தில் அமர்ந்து படிப்பது போலவே சாலையோரப் புத்தகக் கடையில் சேரில் சாய்ந்து கொண்டு படிக்கிறாரே என வியப்பாக இருந்தது. அவரைப் பல நாட்கள் அதே புத்தகக் கடையின் முன்பாகப் பார்த்திருக்கிறேன்.

யாராவது ஏதாவது ஆங்கிலப் புத்தகம் விலைக்கு வேண்டும் எனக் கேட்டால், கடைக்காரர் சேரில் உட்கார்ந்திருப்பவரிடம் புத்தகத்தைக் கொடுத்து, அதன் விலையை மதிப்பிடச் சொல்வார்.

தாடிக்காரர் புத்தகத்தை ஒரு புரட்டுப் புரட்டிவிட்டு 200, 300 என விலை சொல்வார். ஒருவேளை இப்படிப் பேரம் பேசுவதற்கு உதவி செய்யத்தான் அந்த நபர் பழைய புத்தகக் கடையிலே உட்கார்ந்திருக்கிறாரோ என்று கூடத் தோன்றும்.

அன்று நான் எடுத்த எமர்சன் எழுதிய புத்தகத்தைப் பார்த்தபடியே, 'நீ காலேஜ்ல வேலை பாக்குறியா?' என்று என்னைப் பார்த்துக் கேட்டார். 'இல்லை' என்றேன், அப்புறமாக, 'ஆராய்ச்சி பண்றியா?' எனக் கேட்டார். 'அதுவுமில்லை' என்றேன். பிறகு சிரித்தபடியே, 'எழுத்தாளரா..?' என்றார். 'ஆமாம்' என்றதும் 'ஏ.எஸ்.பயட் படிஞ் நல்லாயிருக்கும்' எனக் கீழே கிடந்த, 'பேபல் டவர்' என்ற புத்தகத்தைக் காட்டினார்.

அவர் வழியாகவே நான் ஏ.எஸ்.பயட்டை வாசிக்கத் தொடங்கினேன். அதன் பிறகு, நாலைந்து முறை அவர் சிபாரிசு செய்த புத்தகங்களை வாங்கி வாசித்திருக்கிறேன்.

ஒருமுறை அவரிடம், 'நீங்கள் ஏன் இப்படிப் பழைய புத்தகக் கடையில் உட்கார்ந்து படித்துக் கொண்டிருக் கிறீர்கள்?' எனக் கேட்டேன்.

அதற்கு அவர், "10 வருஷம் பிரைவேட் கம்பெனியில் வேலை செய்தேன். திடீர்னு ஒருநாள் வேலை போயிட்டு. அப்புறமா லைப்ரரி போறது, படிக்கிறதுன்னு மட்டும் சுத்திட்டு இருந்தேன். ஒருநாள் ரோடை கிராஸ் பண்றப்போ தற்செயலா இந்தக் கடையைப் பார்த்தேன். கொட்டிக் கிடக்கிற புத்தகத்துக்குள்ளே 'ஆல்பர்டோ மொராவியா' நாவல் ஒண்ணு கண்ணில்பட்டது. படிக் கணும்னு ஆசையா இருந்தது. ஆனா, கையில் காசு இல்லை. நைசா திருடி சட்டைக்குள்ளே போட்டுக்கிட்டுக் கிளம்பும்போது, கடைக்காரர் கூப்பிட்டு 'என்ன சார் அந்தப் புக் வேணுமா'னு கேட்டார்.

இப்படிக் கையும் களவுமாப் பிடிபட்டுட்டோமேன்னு திகைச்சுப் போய் நின்னுட்டு இருந்தேன். புத்தகக் கடைக்காரர் சிரிச்சபடியே, 'படிச்சுட்டு நாளைக்குக் கொண்டு வந்து கொடுத்துடுங்க'ன்னு சொன்னார்.

"அந்தப் புத்தகத்தை அறைக்குக் கொண்டுட்டுப் போய் இரவோடு இரவாப் படிச்சுட்டு, மறுநாள் திரும்பிக் கொடுத்துட்டேன். அப்படித் தொடங்குன பழக்கம் ஃபிரெண்ட்ஷிப்பா மாறிடுச்சு. எனக்காக ஒரு பிளாஸ்டிக் சேர் வாங்கிப் போட்டு இங்கேயே உட்கார்ந்து படிக்கச் சொல்லிட்டார். அவருக்குச் சின்னச் சின்ன உதவிகள் செய்தபடி நாள் முழுவதும் படிச்சிட்டே இருப்பேன். சாப்பாடு, டீ செலவு எல்லாம் அவருதான்" என்றார்,

என்ன ஒரு விநோதமான உறவு என்று தோன்றியது. புத்தகம் திருடியவரை தண்டிப்பதற்கு, நாற்காலி போட்டு உட்கார்ந்து படிக்கச் சொல்வதுதான் சிறந்த வழி என நினைத்த அந்தப் புத்தகக் கடைக்காரரும், படிப்பதையே வாழ்க்கையாகக் கொண்ட அந்த மனிதரும் வியப் பளித்தார்கள்.

அவர்தான் ஒருநாள் என்னிடம் 'சீன, ஜப்பானிய யாளியின் ஓவியக் கலைத் தத்துவம்' என்ற புத்தகத்தைக் காட்டி, 'இது ஒரு முக்கியமான புத்தகம். படி' என்றார். அதைப் புரட்டி பார்த்தபோது அழகான ஓவியங்கள் இணைக்கப்பட்டிருந்தன. லாரன்ஸ் பின்யன் எழுதிய 'சீன ஓவியங்கள்' குறித்த புத்தகம் அது. தமிழில் மொழியாக்கம் செய்திருப்பவர் சாந்தி நிகேதனில் ஓவியம் கற்ற பேராசிரியர் அ.பெருமாள். இவர் பிரபல ஓவியர் நந்தலால் போஸின் மாணவர். ஆகவே, உடனடியாகப் புத்தகத்தை விலை கொடுத்து வாங்கிக் கொண்டேன்.

அன்று முதல் இன்று வரை இந்தப் புத்தகத்தை 20 தடவைகளுக்கும் மேலாக வாசித்திருப்பேன். சீன ஓவிய மரபைத் தெளிவாகவும் துல்லியமாகவும் வரலாற்றுப் பூர்வமாக விவரிக்கிறது இந்தப் புத்தகம். பெருமாளின் மொழிபெயர்ப்பும் மிகச் சிறப்பாக உள்ளது. கதிர் பதிப்பகம் 1996இல் இந்தப் புத்தகத்தை வெளியிட்டுள்ளது.

1935இல் லண்டன் அருங்காட்சியகத்தில் சீனக் கலைப் பொருட்காட்சி ஒன்று நடத்தப்பட்டுள்ளது. அதில், மூவாயிரம் ஆண்டுகளைச் சேர்ந்த பல்வேறு கலைப் பொருட்கள் ஒரே இடத்தில் காட்சிக்கு வைக்கப் பட்டுள்ளன. அதைப் பார்வையிட்ட கலாரசிகர்கள் உலகின் தலைசிறந்த கலை மரபும் படைப்புகளும் கிரேக்கத்திலோ, நவீன ஐரோப்பாவிலோ உருவாகவில்லை. மாறாகச் சீனாவில்தான் அது தோன்றி வளர்ந்துள்ளது எனப் புகழ்ந்து கொண்டாடினார்கள். இந்த மாற்றத்துக்கு முக்கியத் தூண்டுகோலாக இருந்தவை லாரன்ஸ் பின்யன் எழுதிய ‘சீனக் கலைகள்’ பற்றிய புத்தகங்களே.

இந்தியக் கலைகளின் மையம் மனித உடல்கள். அதை மையமாகக் கொண்டே பல்வேறு சிற்பங்களும் ஓவியங்களும் மாறுபட்ட பாணிகளில் பல்வேறு கால கட்டங்களில் உருவாக்கபட்டுள்ளன. ஆனால் சீன, ஜப்பானியக் கலைகளின் மையம் இயற்கையும் அதன் இயல்பு நிலையும் ஆகும்.

ஆகவே அந்நாட்டுக் கலைஞர்கள் செடிகொடிகள், மலர்கள், பறவைகள், மிருகங்கள், மலைகள், நீர்வீழ்ச்சிகள் போன்றவற்றை வரைவதையே முக்கியக் கருப்பொருளாகக் கருதினார்கள். அவர்களது கோடுகளின் நெகிழ்வுத் தன்மையும் உக்கிரமும் இயற்கையின் வெளிப்பாடு போலவே இருந்தன. ஆகவே, மேற்கத்திய ஓவிய மரபில் இருந்து முற்றிலும் மாறுபட்டவை சீன, ஜப்பானிய ஓவியங்கள்.

‘தோற்ற உலகை’ வரைவது மட்டும் சீன ஓவியனின் வேலையில்லை. தோற்றத்தை ஊடுருவி அகக் கண்ணால் பார்ப்பதும் அரூப நிலைகளை உணரச் செய்வதும் கலையின் முக்கியச் செயல்பாடாகும்.

சீன நிலக்காட்சி ஓவியத்தில் மலர்கள், மகிழ்ச்சியின் திறவுகோல் போலவும், காற்று, கலைஞனின் விருப்ப மாகவும், மலைச் சிகரங்கள், அவனது தனித்த ஆசை களாகவும், அருவிகள், அவனது விடுதலையடைந்த சக்தி யாகவும், காட்சியளிக்கின்றன. சதுரம் அல்லது நீண்ட சதுர வடிவிலேதான் ஐரோப்பியப் பாணி ஓவியங்கள்

பெரிதும் வரையப்படுகின்றன. ஆனால் சீன, ஜப்பானியச் சுருள் ஓவியத்தில் ஒரு நிகழ்வின் பல்வேறு அடுக்குகளைத் தொடர்ச்சியாக வரைய முடிகிறது என்பது அதன் தனித்துவமாகும்.

'ஓவியங்களை மக்கள் தங்கள் கண்களைக் கொண்டு பார்ப்பதில்லை. தங்கள் காதுகளைக் கொண்டுதான் பார்க்கிறார்கள்' என்ற சீன ஓவியக் கலைஞர் கூ காய் ஓவிய விமர்சனங்களைப் பற்றிக் குறிப்பிட்டிருக்கிறார்,

இதன் பொருள் ஓவியத்தைப் பற்றி யாரோ, எவரோ சொல்லிய, எழுதிய விஷயங்களைக் கொண்டே மக்கள் அதனை மதிப்பிடுகிறார்கள். திறந்த ரசனையோடு கண்முன்னே உள்ள ஓவியத்தை அணுகுவதே இல்லை என்பதாகும். இது சீன ஓவியங்களுக்கு மட்டுமில்லை; இந்திய நவீன ஓவியங்களுக்கும் பொருந்தக்கூடியதே.

சீன, ஜப்பானிய ஓவியங்களைப் புரிந்து கொள்வதற்கும், ஓவியம் சார்ந்த ரசனையை மேம்படுத்திக் கொள்ளவும் இந்தப் புத்தகம் சிறந்த வழிகாட்டியாகும்.

12. கலிவரின் பயணங்கள்

புத்தகக் கடைகளில் சிறுவர்களைக் காண்பதே அபூர்வமாக இருக்கிறது. சென்னையின் பல்வேறு புத்தகக் கடைகளுக்கும் வாடிக்கையாகப் போய் வருபவன் என்ற முறையில் புத்தகக் கடை என்பதே நடுத்தர வயதினருக்கும் முதியவர்களுக்கும் மட்டுமே ஆனது போலக் காட்சியளிக்கிறது.

விடுமுறை நாட்களில் முன்பு கல்லூரி மாணவர்கள் நிறையப் புத்தகக் கடைகளுக்குள் தென்படுவார்கள். அவர்களும் இப்போது கண்ணில் இருந்து மறைந்து வருகிறார்கள். ஒருவேளை சிறுவர்கள் பெற்றோருடன் வந்தாலும் நேரடியாக ஆங்கிலக் கதைப் புத்தக வரிசைக்குப் போய் விடுகிறார்கள். இவர்கள் பேச மட்டுமே தமிழ் தெரிந்த சிறுவர்கள். எழுதுவதோ, வாசிப்பதோ இயலாது. தமிழ் பாடத்தைக் கூட ஆங்கிலத்தில் எழுதி வைத்து வாசிக்கக் கூடியவர்கள்.

ஏன் இவர்கள் புத்தகங்களை வேண்டாத பொருளாக நினைக்கிறார்கள்?

நாவல், கட்டுரை, கவிதை என எவ்வளவு முக்கியமான புத்தகம் தமிழில் வெளியானாலும் அதைப் பற்றி ஒரு வரி கூட தொலைக்காட்சிகள் கண்டுகொள்ள ஏன் மறுக்கின்றன? இதே தமிழ்த் தொலைக்காட்சிகள்தான் ஆங்கிலத்தில் 'சேத்தன் பகத்' புத்தகம் வெளியிடப்படுவதற்கு முன்பு இருந்து இன்றுவரை அவரது நாவல் குறித்துத் தொடர்ந்து தகவல்களைத் தந்து கொண்டே இருக்கிறார்கள். இதிலும் தமிழ் எழுத்தாளன் தீண்டத்தகாதவன்தானா?

புத்தகக் கடைகளுக்குப் பெற்றோர்களே போவதில்லை. பிறகு எப்படிப் பிள்ளைகளை அழைத்துப் போவார்கள்? எனக் கேட்டார் எனது நண்பர் ஒருவர். தனியாகப் பிள்ளைகள் சினிமா தியேட்டருக்கும், ஷாப்பிங் மாலுக்கும் போகிறார்களே, அந்த வளாகத்தில் புத்தகக் கடைகளும் இருக்கத்தானே செய்கின்றன. அங்கே ஏன் போக விரும்புவதில்லை? எனக் கேட்டேன்.

ஆன்லைனில் வாங்கிவிடுவார்கள் எனச் சமாதானம் சொன்னார் நண்பர். அது பொய். 10 சதவீதம் பேர் கூடப் புத்தகக் கடைகளுக்குப்

போவது இல்லை என்பதே உண்மை. காரணம், மாணவனுக்குப் பாடப் புத்தகங்களுக்கு வெளியே எந்தப் புத்தகத்தையும் கல்வி நிலையங்கள் அறிமுகப்படுத்துவது இல்லை. குறைந்தபட்சம் வாரம் ஒரு வகுப்பறையை ஆசிரியரே அழைத்துச் சென்று சாலையோரப் புத்தகக் கடைகளில் கிடைக்கும் மலிவு விலைப் புத்தகங்களையாவது வாங்கலாம்தானே.

பள்ளியில் நடைபெறும் போட்டிகளில் பரிசு பெற்ற மாணவர்களுக்குப் புத்தகங்கள் அளிப்பது பொதுவழக்கம். ஆனால், அப்படித் தரப்படும் புத்தகங்கள் தரமானதாகவோ, மாணவனுக்குப் பயனுள்ளதாகவோ இருப்பதே இல்லை. ஒரு பள்ளியில் மாணவர்கள் அத்தனை பேருக்கும் பள்ளி முதல்வர் எழுதிய கட்டுரைப் புத்தகத்தைப் பரிசாகத் தந்திருந்தார்கள். அந்த மாணவர்கள் நிகழ்ச்சி முடிந்து வீடு திரும்பும்போது, பள்ளிப் பேருந்தில் இருந்தபடியே தங்களின் பரிசுப் புத்தகத்தைச் சாலையில் வீசி எறிந்து போவதைக் கண்டேன்.

விழாவில் கலந்து கொண்ட எனக்குப் பரிசாக, 'கணிதத்தில் நூற்றுக்கு நூறு மதிப்பெண் வாங்குவது எப்படி?' என்ற புத்தகத்தைக் கொடுத்தார்கள். இதை வைத்துக் கொண்டு நான் என்ன செய்வது? இப்படி ஒரு புத்தகத்தை எனக்குக் கொடுக்கத் தேர்வு செய்த அதி புத்திசாலி யாராக இருக்கும்? இது போன்ற அபத்தங்கள் பெரும்பான்மையான பள்ளிகளில் தொடர்ந்து நடந்து கொண்டேதான் இருக்கின்றன.

யோகா வகுப்பு, இசை வகுப்பு, ஓவிய வகுப்பு போல, வாரம் ஒன்றோ, இரண்டோ வகுப்புகள் புத்தக அறிமுகத்துக்காகப் பள்ளி தோறும் உருவாக்கப்பட வேண்டும். அப்போதுதான் வாசிப்பு என்பது மாணவர் மத்தியில் பரவலாக அறிமுகமாகும்.

என் பள்ளி நாட்களில் வகுப்பு முடிந்து வீடு திரும்பும் வழியிலுள்ள சாலையோரப் புத்தகக் கடைக்குப் போய் நின்றுகொண்டு 'அம்புலி மாமா', 'கண்ணன்', 'காமிக்ஸ்' புத்தகங்கள் கிடக்கிறதா எனத் தேடிக் கொண்டிருப்பேன். சில சமயம் வாழ்க்கை வரலாற்றுப் புத்தகங்களை வாங்கிப் போய் வாசிப்பேன்.

சிறுவயதில் வாசித்து ரசித்த புத்தகங்களில் ஒருசிலதான் இப்போது மறுபடி படிக்கும்போதும் சந்தோஷம் அளிக்கின்றன. அப்படிச் சிறுவயதில் இருந்தே என்னை வசீகரித்த ஒரு புத்தகம் 'ஜோனதன்

ஸ்விப்ட்' (Jonatan Swift) எழுதிய 'கல்லிவர்ஸ் டிராவல்ஸ்' (Gullivers Travels). *1726*இல் வெளியான நாவல் இது.

முதலில் இதன் சுருக்கப்பட்ட பதிப்பை 50 பைசா கொடுத்து, பழைய புத்தகக் கடையில் வாங்கிப் படித்தேன். பின்பு நூலகத்தில் இருந்து இதன் முழுமையான பதிப்பை எடுத்து வந்து படித்தேன். சமீபத்தில் இதன் தமிழாக்கம் 'கலிவரின் பயணங்கள்' என்ற பெயரில், யூமா வாசுகியின் மொழியாக்கத்தில் வெளியாகி உள்ளது. அதையும் வாங்கி வாசித்தேன். கலிவர் என் பதின்வயதிலிருந்து கூடவே வளர்ந்து கொண்டு வருகிறார்.

கடற்பயணத்தில் அதிக ஆர்வம் கொண்ட மருத்துவரான கலிவர், தென் கடலில் ஒரு பயணம் மேற்கொள்கிறார். எதிர்பாராமல் புயலில் சிக்கி கப்பல் கவிழ்ந்துவிடவே, கடலில் சிக்கித் தவித்துக் கரை ஒதுங்குகிறார். கண் விழித்துப் பார்த்தபோது, தன்னைத் தரையோடு பிணைத்துக் கட்டிப் போட்டிருப்பதை அறிகிறார். அவரைக் கட்டிப் போட்டிருந்தவர்கள் கட்டை விரல் உயரம் உள்ள குள்ள மனிதர்களான 'லில்லிபுட்டீன்ஸ்'. அவர்கள் கலிவருக்கு உணவு அளிக்கிறார்கள். பாதுகாப்பாக அரண்மனைக்குக் கொண்டு போய், அரசரிடம் ஒப்படைக்கிறார்கள்.

'பிளெபஸ்கியூடியன்ஸ்' என்ற தீவை 'லில்லிபுட் தேசம்' வெற்றி கொள்ளக் கலிவர் உதவுகிறார். ஆனால், அந்தத் தீவை லில்லிபுட்டோடு இணைக்க முயற்சிப்பதை ஏற்றுக் கொள்ள மறுக்கிறார். இதனால் துரோகியாக அறிவிக்கப்பட்டுத் தண்டனை பெறுகிறார், அங்கிருந்து தப்பிக்கக் கலிவர் எப்படி வேறு வேறு தீவுகளை நோக்கிப் பயணங்களை மேற்கொள்கிறார் என்ற கதையை அங்கதச் சுவையோடு சுவாரஸ்யமாகச் சொல்கிறார் ஸ்விப்ட்.

1700-களில் கடற்பயணங்களைப் பற்றி மிகையான கற்பனையுடன் நிறைய புத்தகங்கள் வெளியாகி பரவலாக வாசிக்கப்பட்டு வந்தன. அதைக் கேலி செய்யும் விதமாகவே இந்த நூலை ஸ்விப்ட் எழுதினார். இன்று உலகெங்கும் நன்கு அறியப்பட்ட இரண்டு சொற்கள் இந்த நாவலில்தான் முதன்முதலில் இடம்பெற்றன. ஒன்று லில்லிபுட் (Lilliput), மற்றொன்று யாகூ (yahoo).

நான்கு முறை திரைப்படமாகவும் தொலைக்காட்சி நாடகமாகவும் இந்த நாவல் தயாரிக்கப்பட்டுள்ளது. குள்ள மனிதர்கள் என்றாலே 'கலிவரின் யாத்திரை' என்று கூறுமளவுக்கு இந்த நூல் உலக இலக்கியத்தில் தனி இடம் பிடித்திருக்கிறது.

தோற்றத்தில் குழந்தைகள் கதையைப் போலவே தெரியும் இந்த நாவலின் அடித்தளம், சமூகம் எப்படித் தனிமனிதனை நடத்துகிறது? அதிகாரம் எவ்வாறு ஒடுக்குகிறது? வேறு வேறு சமூகங்களின் பண்பாட்டு வாழ்க்கை எப்படியிருக்கிறது? எது நாகரீகம்? எது அநாகரீகம்? தனிமனிதன் சமூகத்தோடு எந்த நிலையில் முரண்படுகிறான்? என ஆழமான தேடுதலை முன் வைத்து எழுதப்பட்டுள்ள அருமையான நாவல் இது. ஆகவே புனைவுப் பிரதேசத்துக்குள் பயணம் செய்ய விரும்புகிறவர்கள், அவசியம் இந்தப் புத்தகத்தை வாசிக்க வேண்டும்.

இன்று 'கலிவரின் பயணம்' கதையை வாசிக்கும்போது பன்னாட்டுக் கார்ப்பரேட் நிறுவனங்களின் செயல்பாடுகள் கண்முன்னே வந்து வந்து போகின்றன. இப்படியான வாசிப்பையும் சாத்தியமாக்குவதே கலிவரின் வெற்றி என்பேன்.

13. ஒரு யுகத்தின் முடிவு

பத்து பதினைந்து ஆண்டுகளுக்கு முன்பு வரை பெரிய எழுத்துப் புத்தகங்களை வாங்கிப் படிப்பதற்காக, வயதானவர்கள் பழைய புத்தகக்கடைகளுக்கு வருவதைப் பார்த்திருக்கிறேன்.

அழகிய ஓவியங்களுடன் அச்சிடப்பட்ட பெரிய எழுத்து மயில்ராவணன் கதை, விக்ரமாதித்யன் கதை, சித்திர புத்திர நாயனார் கதை, நல்லதங்காள் கதை, மதுரைவீரன் கதை போன்ற புத்தகங்கள் மலிவு விலையில் கிடைக்கும்.

பெரிய எழுத்துப் புத்தகங்கள் சாணித் தாள்களில் கொட்டைக் கொட்டையான எழுத்துகளில் அச்சிடப் பட்டிருக்கும். நாடகக் கலைஞர்கள் மற்றும் வில்லுப் பாட்டுக் கலைஞர்கள் இவற்றை ஆர்வமாக வாங்கி வாசிப்பது உண்டு.

கிராமத்தில் யார் வீட்டிலாவது யாராவது இறந்து விட்டால் சித்திரபுத்திர நாயனார் கதை படிக்கப்படும். அப்படிக் கதைப் பட்டிப்பவர்களுக்குக் கடுங்காப்பி தர வேண்டும். சிலருக்குப் படிப்புக் கூலி தருவதும் வழக்கம். நிறுத்தி நிறுத்தி பாட்டும் கதையுமாக இதைப் படிப்பார்கள். கேட்பவர்களுக்கும் கதை தெரியும் என்பதால் உரையாடல் போல அமைவதும் உண்டு. இப்படிப் பெரிய எழுத்துப் புத்தகம் படிப்பதற்கு என்றே சில படிப்பாளிகள் இருந்தார்கள். அவர்களைத்தான் சாவு வீட்டுக்கு அழைத்துக் கொண்டு வருவார்கள். இப்போது அவர்கள் எவரும் பெரிய எழுத்துப் புத்தகங்களைப் படிக்கிறார்களா எனத் தெரியவில்லை.

பெரிய எழுத்து 'கொக்கோகம்' என்பது கிராமவாசி களுக்கான 'காமசூத்ரா' புத்தகம். படங்களுடன் உள்ள இந்தப் புத்தகத்தைப் பெரியவர்கள் மட்டுமே படிப்பார்கள். ரகசியமாகச் சிலவேளைகளில் பள்ளி மாணவர்கள் திருடி வந்து படிப்பதும் உண்டு. 'கொக்கோகம்' தமிழில் அதிகம் விற்பனையான புத்தகங்களில் ஒன்று. இந்தப் புத்தகம் எவ்வாறு எழுதப்பட்டது என்பதற்கே ஒரு கதை சொல்வார்கள்.

12ஆம் நூற்றாண்டில் வேணுதத்தன் என்ற அரசன் வேண்டுகோளுக்கு இணங்க, கொக்கோகர் என்ற ரிஷி இதை

எழுதியதாகச் சொல்கிறார்கள். ஓர் இளம்பெண் காமத்தால் தூண்டப்பட்டு, தனக்கு ஏற்ற வலுவான ஆண் கிடைக்கும்வரை நிர்வாணமாகவே ஊர் ஊராகச் செல்வேன் என்று சபதம் எடுத்துக் கொண்டு சுற்றிக் கொண்டிருந்தாள். அவளைத் திருப்தி செய்ய எந்த ஆணாலும் முடியவில்லை. ஒருநாள் அவள் வேணுதத்தன் சபைக்கு வந்தாள்.

அரச சபையில் இருந்த கொக்கோகர் என்ற ரிஷி, "நான் அவளை அடக்கிக் காட்டுகிறேன்" என உடன் அழைத்துப் போய்த் தீராக் காமத்தை தீர்த்து வைத்தாராம். 'அவளை எவ்வாறு அடக்கினீர்கள்?' என்று வேணுதத்தன் கேட்க, அவருக்குப் பதில் கூறும்விதமாகக் கொக்கோ ரிஷி 'ரதி ரகசியம்' என்ற நூலை இயற்றினார் என்பார்கள். அதிவீரராம பாண்டியர் இந்தப் புத்தகத்தைத் தமிழில் வழங்கினார். இந்தப் புத்தகத்தை அந்தக் காலத்தில் மணமக்களுக்குப் பரிசாகத் தருவது வழக்கம்.

அந்த நாட்களில் பெரிய எழுத்தில் வெளியான மகா பாரதப் பதிப்புகள் புகழ்பெற்றவை. கிராமப்புறங்களில் மழை வேண்டி 'பாரதம்' படிப்பவர்கள் 'விராடப் பருவம்' புத்தகத்தைத்தான் பயன்படுத்துவார்கள்.

புலவர் புகழேந்தி எழுதிய 'பஞ்ச பாண்டவர் வன வாசம்' என்ற பெரிய எழுத்துப் புத்தகம் ஒன்று எங்கள் வீட்டில் நீண்ட காலமாக இருந்தது. அதன் முகப்பில் 'ஐதீகப் படங்களுடன்' என அச்சிட்டிருப்பார்கள். பெரிய எழுத்துப் புத்தகங்களுக்கு யார் ஓவியம் வரைந்தது எனத் தெரியவில்லை. ஆனால், முகபாவங்களும் இயற்கைச் சூழலும் அதில் அற்புதமாக வரையப்பட்டிருக்கும்.

இன்று 'மகாபாரதம்' தொலைக் காட்சித் தொடராக இந்தியா முழுவதும் தொடர்ந்து பார்க்கப்படுகிறது. அத்துடன் மகாபாரதம் சார்ந்த நவீன நாவல்கள், நாடகம், மறுவாசிப்புப் புத்தகங்கள், ஆய்வுப் பிரதிகள் எனப் பல்வேறு நிலைகளில் 'மகாபாரதம்' புதுப்பொலிவுப் பெற்று வருகிறது.

மகாபாரதத்தின் அறியப்படாத விஷயங்களை முன் வைத்து நான் 'உபபாண்டவம்' என்ற நாவலை எழுதி யிருக்கிறேன். அதற்காக மகாபாரதத்தை முழுமையாக வாசித்தேன். 'மகாபாரதம்' தொடர்பாக இந்தியா முழுவதும் உள்ள இடங்களைச் சுற்றி அலைந்து கண்டிருக்கிறேன்.

'மகாபாரதம்' சார்ந்த தெருக்கூத்து, நாடகங்கள், நிகழ்த்துக் கலைகளைத் தேடித் தேடிப் பார்த்திருக்கிறேன். 'மகாபாரதம்' குறித்த புதினங்கள், ஆய்வுகளையும் ஆழ்ந்து வாசித்திருக்கிறேன்.

'மகாபாரதம்' என்பது மாபெரும் நினைவுத் தொகுப்பு. இந்தியச் சமூகத்தின் பண்பாட்டு நினைவுகளும், சமூக, அரசியல் பொருளாதாரம் சார்ந்த மாற்றங்களும், அதன் ஞாபகங்களும் 'மகாபாரதம்' வழியாக ஒன்று சேர்க்கப்பட்டிருக்கின்றன. ஆகவே, 'மகாபாரதம்' என்பதை மாபெரும் மானுட ஆவணமாகவே கருதுகிறேன்.

'மகாபாரதம்' குறித்து இன்று வரை எத்தனையோ புத்தகங்கள் வெளியாகியிருக்கின்றன. அதில் எனக்கு மிகவும் பிடித்த புத்தகம் 'ஐராவதி கார்வே' (Irawati Karve) எழுதிய 'யுகாந்தா'.

1989ஆம் ஆண்டு இதன் பிரதி ஒன்றை மும்பையின் பழைய புத்தகக் கடை ஒன்றில் வாங்கினேன். 'மகாபாரதம்' பற்றிய எனது புரிதலைச் செழுமைப்படுத்தியது இந்தப் புத்தகம். தமிழில் இதனை 'ஓரியண்ட் லாங்மென்' வெளியிட்டுள்ளது. 'அழகியசிங்கர்' தமிழில் மொழியாக்கம் செய்திருக்கிறார். நான் வாங்கியது ஆங்கிலப் பதிப்பு.

'ஐராவதி கார்வே' பெர்லின் பல்கலைக்கழகத்தில் மானுடவியலில் டாக்டர் பட்டம் பெற்றவர். மகா பாரதத்தின் முக்கியக் கதாபாத்திரங்களை மானுடவியல் மற்றும் வரலாறு சார்ந்து விரிவாகவும் நுட்பமாகவும் 'கார்வே' மேற்கொண்ட ஆய்வு, மகாபாரதத்தைப் புரிந்து கொள்ள பெரிதும் வழிகாட்டுகிறது. 'கார்வே' இந்தக் கட்டுரைகளை முதலில் மராத்தியில் எழுதினார். பின்பு பன்னாட்டு வாசகர்களுக்காக அவரே ஆங்கிலத்தில் இதனை மொழிபெயர்த்து வெளியிட்டார்.

'மகாபாரதம்' ஆரம்பத்தில் 'ஜெயா' என்ற பெயரில்தான் அழைக்கப்பட்டிருக்கிறது. பல்வேறு காலகட்டங்களில் புத்துருவாக்கம் பெற்று, முடிவில் 'மகாபாரதம்' என்ற இதிகாசமாக மாறியது என்கிறார் 'ஐராவதி கார்வே'.

காந்தாரி, திரவுபதி, மாத்ரி, குந்தி போன்ற கதா பாத்திரங்களை ஆராயும்போது மகாபாரதக் காலத்தில் பெண்கள் எவ்வாறு நடத்தப்பட்டார்கள்? அதன் பின்னுள்ள சமூகக் காரணிகள் எவை என்பதைக் குறித்து விரிவாக ஆராய்கிறார். பாண்டுவின் மனைவி என்ற முறையில் குந்தி உடன்கட்டை

ஏறாமல், ஏன் மாத்ரி உடன்கட்டை ஏறுகிறாள் என்று 'கார்வே' முன்வைக்கும் கேள்வி மிக முக்கியமானது.

விதுரனுக்கும் யுதிஷ்ட்ரனுக்குமான உறவானது தந்தை மகன் உறவு போன்றது என ஒரு புதிய கோணத்தைக் காட்டுகிறார். அதற்குச் சான்றாக விதுரன் இறப்பதற்கு முன்பு, அவரைத் தேடி வரும் யுதிஷ்ட்ரனுடன் நடைபெற்ற உரையாடலின் வழியே இந்த உறவை உறுதி செய்கிறார்.

இதுபோலவே கிருஷ்ணனுக்கும் அர்ஜுனனுக்குமான நட்பையும் இருவரது தோழமை உணர்வையும், காண்டவ பிரஸ்தத்தை அர்ஜுனனும் கிருஷ்ணனும் ஒன்றுசேர்ந்து எப்படித் தீக்கிரையாக்கினார்கள் என்பதையும் ஆராயும் 'கார்வே', பக்தி இயக்கம் தீவிரமாக வளரத் தொடங்கிய போது, இதிகாசப் பாத்திரங்கள் தெய்வாம்சம் பெற்ற கடவுளாக மாறினார்கள். அப்படித்தான் மகாபாரதப் பிரதியில் கிருஷ்ணரும் உருவாக்கப்பட்டார் என்று கூறுகிறார்.

இன்று 'மகாபாரதம்' குறித்த ஆர்வம் தீவிரமாகப் பரவி வரும் சூழலில், 'மகாபாரதக்' கதாபாத்திரங்களைப் புரிந்து கொள்ள 'ஐராவதி கார்வே' எழுதியுள்ள 'யுகாந்தா' ஒரு திறவு கோலாகவே இருக்கும் என்பதில் ஐயமில்லை.

14. டால்ஸ்டாயின் கடைசி நாட்கள்

திருவல்லிக்கேணியில் உள்ள நடைபாதைப் புத்தகக் கடையில் புத்தகம் தேடிக் கொண்டிருந்த போது, 'கொரலென்கோ' எழுதிய 'கண் தெரியாத இளைஞன்' இருக்கிறதா? என்ற ஒரு குரல் கேட்டுத் திரும்பிப் பார்த்தேன்.

20 வயது இளைஞன் ஒருவன் நின்றிருந்தான். கடைக் காரர், அந்தப் புத்தகம் இல்லை என்றதும். 'அன்னை வயல்' இருக்கிறதா? என அவன் திரும்பவும் கேட்டான். அதுவுமில்லை என்றதும், ரஷ்ய மொழிபெயர்ப்புப் புத்தகம் ஏதாவது இருந்தால் கொடுங்கள் எனக் கேட்டான்.

இப்படிப் பழைய புத்தகக் கடைகளில் ரஷ்ய மொழி பெயர்ப்புப் புத்தகங்களைத் தேடுகிறவர்கள் என்று ஒரு தனிப் பிரிவினர் இருக்கிறார்கள். எந்தப் பழைய புத்தகக் கடைக்காரரைக் கேட்டாலும் ரஷ்யப் பதிப்புகளுக்கு என்றே தனி வாசகர்கள் இருப்பதாகவே கூறுகிறார்கள்.

சோவியத் ரஷ்யாவின் 'ராதுகாப் பதிப்பகம்' ரஷ்யப் புத்தகங்களைத் தமிழில் மொழிபெயர்த்து வெளியிட்ட அளவு, வேறு எந்தப் பதிப்பகமும் செயல்பட்டதில்லை.

உலகெங்கும் ரஷ்ய இலக்கியங்கள் தீவிர கவனம் பெற்றது போலவே, 50 ஆண்டுகளுக்கு முன்பாகவே தமிழ் இலக்கியச் சூழலிலும் தனிக் கவனம் பெற்றன.

டி.எஸ்.சொக்கலிங்கம் மொழி பெயர்த்த 'டால்ஸ்டாய்' எழுதிய 'போரும் அமைதியும்' நாவல் தமிழில் தீவிரமாக வாசிக்கப்பட்டது. தேர்வு செய்யப்பட்ட ரஷ்ய சிறு கதைகளின் தொகுப்பை பாஸ்கரன் மொழியாக்கம் செய்து வெளியிட்டார். இது போலவே 'துர்கனே' எழுதிய 'ரூடின்', 'குப்ரினின் யாமா', 'கார்க்கி' படைத்த 'தாய்' போன்றவை 'ராதுகாப் பதிப்பகம்' வருவதற்கு முன்பாகவே தமிழில் மொழியாக்கம் செய்யப்பட்ட சிறந்த ரஷ்ய நூல்கள்.

நான் ரஷ்ய இலக்கியங்களை 'ராதுகாப் பதிப்பகம்' வழியாகவே வாசித்து அறிந்து கொண்டேன். அழகிய பதிப்பும், அச்சு நேர்த்தியும், சிறப்பான ஓவியங்களும் தேர்ந்த கட்டமைப்பும் கொண்ட 'ராதுகாப் பதிப்பக' வெளியீடுகள் இணையற்றவை. 'ராதுகா' என்றால் 'வானவில்' என்று அர்த்தம். குழந்தைகளுக்காக அவர்கள் வெளியிட்ட புத்தகங்கள் அத்தனை அழகானவை.

லியோ டால்ஸ்டாய், தஸ்தாயெவ்ஸ்கி, இவான் துர்கனேவ், ஆன்டன் செகாவ், புஷ்கின், குப்ரின், கோகல், மாக்சிம் கார்க்கி, சிங்கிஸ் ஐத்மாதவ், மிகைல் ஷோலகவ், விளாதிமிர் கொரலென்கோ என நீளும் ரஷ்ய எழுத்தாளர்களின் புத்தகங்கள் நேரடியாக ரஷ்ய மொழியில் இருந்து தமிழுக்கு மொழியாக்கம் செய்யப்பட்டன. ரா.கிருஷ்ணையா, நா.தர்மராஜன், பூ.சோமசுந்தரம் ஆகியோர் இந்த நூல்களைத் தமிழில் மொழிபெயர்த்துள்ளனர்.

சோவியத் யூனியன் உடைந்தபோது 'ராதுகாப் பதிப்பகம்' மூடப்படுகிறதே என நான் மிகவும் வருந்தியிருக்கிறேன். இலக்கியம் மட்டுமின்றி அரசியல், பொருளாதாரம், தத்துவம், அறிவியல், வரலாறு, மருத்துவம், பொறியியல், குழந்தைகள் கதைகள் என ராதுகா, மீர், மற்றும் முன்னேற்றப் பதிப்பகம் ஆகியவை வெளியிட்ட பல்வேறு வகையான புத்தகங்கள் தமிழ் வாசகனுக்குப் புதியதொரு வாசலைத் திறந்துவிடுபவையாக அமைந்தன.

'டால்ஸ்டாய்' குறித்து ஆங்கிலத்தில் ஆண்டுதோறும் புதிது புதிதாகப் புத்தகங்கள் வெளிவந்த வண்ணம் உள்ளன. புத்தம் புதிய மொழிபெயர்ப்புகளும் வெளியாகின்றன. அவரது புகழ்பெற்ற நாவல்கள் திரைப்படங்களாகவும் தொலைக்காட்சி தொடராகவும் வெளியாகின்றன.

இரண்டு ஆண்டுகளுக்கு முன்பாக மைக்கேல் ஹாஃப்மான் இயக்கத்தில் வெளிவந்த 'தி லாஸ்ட் ஸ்டேஷன்' என்ற திரைப்படம் டால்ஸ்டாயின் இறுதி நாட்களைப் பற்றியது. இதில் பிரபல நடிகர் கிறிஸ்டோஃபர் பிளம்மர், டால்ஸ்டாயாகச் சிறப்பாக நடித்திருந்தார்

தமிழிலும் முப்பதுக்கு மேற்பட்ட டால்ஸ்டாயின் புத்தங்கள் வெளியாகி இருக்கின்றன. அவரது வாழ்க்கையின் முக்கியச் சம்பவங்களைத் தொகுத்து 'விக்டர் ஸ்கெலோவ்ஸ்கி' எழுதிய 'லெவ் டால்ஸ்டாய்' என்ற நூல்தான் டால்ஸ்டாயின் வாழ்க்கையைப் பற்றி எழுதப்பட்ட

மிகச் சிறந்த புத்தகம். 'ராதுகாப் பதிப்பகம்' இதனை ஆங்கிலத்தில் வெளியிட்டிருக்கிறது.

மறைந்த எழுத்தாளர் சு.சமுத்திரம், டால்ஸ்டாய் பற்றி ஒரு முழுநீள நாடகம் எழுதியிருக்கிறார். அதைப் பழைய புத்தகக் கடையில் வாங்கினேன். டால்ஸ்டாயின் 150ஆவது ஆண்டு விழாவையொட்டி எழுதப்பட்ட இந்த நாடகத்தைக் கங்கை புத்தக நிலையம் 1987இல் வெளியிட்டுள்ளது.

கலைமாமணி பி.ஏ.கிருஷ்ணன் குழுவினரால் மேடை யேற்றப்பட்ட இந்த நாடகம் பின்பு வானொலியிலும் ஒலிபரப்புச் செய்யப்பட்டிருக்கிறது. கவிஞர் கே.சி.எஸ்.அருணாசலம் இந்நாடகப் பிரதியை எடிட் செய்து உதவியதோடு, நாடக ஒத்திகைகளிலும் உடனிருந்து மேம்படுத்தியிருக்கிறார்.

சமுத்திரம் எழுதிய நாடகமும் 'தி லாஸ்ட் ஸ்டேஷன்' திரைப்படம் போலவே டால்ஸ்டாயின் இறுதி நாட்களை விவரிக்கிறது. ஒரு பக்கம் டால்ஸ்டாயைத் தனது ஞான குருவாகக் கருதும் செர்க்கோவ், மறுபக்கம் தன்னையும் குடும்பத்தையும் கவனிக்காமல் பொறுப்பற்ற முறையில் டால்ஸ்டாய் நடந்து கொள்கிறார் எனக் குற்றம் சாட்டும் மனைவி சோபியா, இந்த இருமுனைகளுக்கு இடையில் ஊசலாடும் டால்ஸ்டாயின் நிகழ்வுகளே நாடகமாக விரிகின்றன.

மேடை நாடகங்களுக்கே உரிய உணர்ச்சி பொங்கும் வசனங்களுடன் கதாபாத்திரங்களின் மோதல்களை முதன்மைபடுத்தி சு.சமுத்திரம் நாடகத்தை எழுதியிருக் கிறார். வாசிப்பில் இந்நூல் தரும் அனுபவத்தை விட நிகழ்த்திக் காணும்போது வலிமையாக அமையக்கூடும்

டால்ஸ்டாயின் கருத்துக்களை முன்னெடுத்துச் செல்கிறார் எனச் செர்க்கோவ் அரசிடமிருந்தும் ரஷ்ய திருச்சபையிடமிருந்தும் கடுமையான எதிர்ப்புகளை அந்நாளில் சந்தித்தார். ஆனாலும் அவர் டால்ஸ்டாயின் தீவிர விசுவாசியாகவே செயல்பட்டார்.

மறுபக்கம் டால்ஸ்டாயின் மனைவி சோபியா, தனது கணவர் குடும்பத்தைப் பற்றிக் கவலைப்படுவதே இல்லை. ஆகவே வருமானத்துக்கான முக்கிய வழியாக உள்ள அவரது எழுத்துகளின் பதிப்புரிமையை எதற்காகவும் விட்டுத் தர முடியாது எனச் சண்டையிட்டார்.

இந்த நாடகத்தில் மாக்சிம் கார்க்கி, டால்ஸ்டாயை சந்திக்கும் காட்சி ஒன்று இடம்பெற்றுள்ளது. அதில் அவர்களுக்குள் நடைபெறும் உரையாடலில் எழுத்தாளன் என்பவன் எப்படியிருக்க வேண்டும்? எதை எழுத வேண்டும்? என்பது குறித்த டால்ஸ்டாயின் வாதங்களைச் சமுத்திரம் அப்படியே கையாண்டிருக்கிறார்.

டால்ஸ்டாயின் வாரிசுகளில் அவரது இளைய மகள் சாஷா மட்டுமே தந்தையின் மகத்துவத்தை அறிந்திருந்தாள். மற்றவர்கள் அவர் மீது நன்மதிப்பு கொண்டிருக்கவில்லை. அவரது மூத்த மகன் செர்ஜி சூதாடுவதிலும் குடிப்பதிலும் வீணாகிப் போயிருந்தான். அடுத்தவன் டால்ஸ்டாயைக் கடுமையாக வெறுத்தான். இப்படிப் பிள்ளைகளுடன் அவருக்கு இருந்த உறவானது கசப்பானதாகவே மிஞ்சியது.

தனது வாழ்க்கையின் கடைசி நாட்களில் தீராத மனத் துயரில் டால்ஸ்டாய் வீட்டைவிட்டு வெளியேறும் சூழல் உருவானது. இது எவ்வாறு நிகழ்ந்தது என்பதை சு.சமுத்திரம் விவரித்துக் கூறுகிறார்

டால்ஸ்டாய் தனது உயில் மூலம் தனது ஒட்டுமொத்த எழுத்துக்களையும் ரஷ்ய மக்களுக்காக எழுதி வைக்க வேண்டும் என விரும்பினார். இதை அவரது மனைவி சோபியா அனுமதிக்கவில்லை. இந்த முயற்சிக்குத் துணை செய்யும் ஏமாற்றுக்காரன் எனச் செர்க்கோவைக் குற்றம் சாட்டினாள். வீட்டைவிட்டு வெளியேறிய டால்ஸ்டாய் நோயுற்று அஸ்தபோவ் ரயில் நிலையத்துக்கு வருவதும், அவருக்குச் சிகிச்சை அளிக்கப்படுவதும், மரணத் தறுவாயில் அவர் பேசும் தனிமொழியுமாக நாடகம் நிறைவு பெறுகிறது.

நவீன நாடகங்களை நிகழ்த்தும் ஆர்வமுடைய குழுவினர் யாராவது இதை நிகழ்த்தினால் நிச்சயம் வரவேற்பு கிடைக்கும் என்றே தோன்றுகிறது.

15. சார்லியும் சாக்லேட்டும்

சென்னை, அண்ணா நகரில் உள்ள சாலையோர புத்தகக் கடையில் ஒரு வயதானவரைச் சந்தித்தேன். குழந்தைகள் புத்தகமாகத் தேடி வாங்கிக் கொண்டிருந்தார். யாருக்காக அவற்றை வாங்குகிறார்? என அறிந்துகொள்ள அவருடன் உரையாடத் தொடங்கினேன்.

"என்னுடைய பேரனுக்குத் தினமும் புத்தகம் படித்துக் காட்டுகிறேன். அதற்காகத்தான் இந்தப் புத்தகங்கள்" என்றார்.

"பேரனுக்கு எத்தனை வயது?"

"எட்டு வயது நடந்து கொண்டிருக்கிறது. அவனுக்குத் தமிழில் வாசிக்க வரவில்லை. நான்தான் படித்துக் காட்டுகிறேன். தினமும் ஒரு மணி நேரம் படித்துக் கதைகள் சொல்கிறேன். இந்தக் கதைகளைப் படிக்கப் படிக்க நானே குழந்தையாகிப் போனது போலச் சந்தோஷமாக இருக்கிறது."

"உங்கள் மகன் என்ன செய்கிறார்?" என்று கேட்டேன்

"அமெரிக்காவில் கணிப்பொறித் துறையில் வேலை செய்கிறான். பேரனும் அங்கேதான் இருக்கிறான்" என்றார்.

"அமெரிக்காவில் உள்ள பேரனுக்காகச் சென்னையில் இருந்து கதைகளைப் படித்துக் காட்டுகிறீர்களா" என வியப்போடு கேட்டபோது அவர் சொன்னார்:

"அதுதான் டெக்னாலஜி வளர்ந்துவிட்டதே, இதில் என்ன சிரமம்? என்னுடைய லேப்டாப்பில் ஸ்கைப் இருக்கிறது. கேமரா முன் அமர்ந்து கதை சொல்கிறேன், பேரன் அமெரிக்காவில் இருந்து தினமும் இரவு 8 மணிக்கு அழைப்பான். நமக்கு அது காலை நேரம். இருவரும் கதைகள் பேசுவோம், இதனால் அவன் நன்றாகத் தமிழ் பேசுகிறான், ஓய்வு பெற்ற எனக்கும் மனது சந்தோஷமாக உள்ளது.

சில நாள் கதை படிக்க வேண்டாம் என்று சொல்வான், அன்றைக்குப் பாடல்கள் படித்துக் காட்டுவேன், சில சமயம் விடுகதை, பழமொழிகள் கூடச் சொல்வதுண்டு. எந்தக் காரணம் கொண்டும் வீட்டில் தமிழ் பேசுவது நின்று போகக்கூடாது. அதை

ஒவ்வொருவரும் கடமையாகச் செய்ய வேண்டும். என்னாலான சிறிய முயற்சி இது, விருப்பத்தோடு செய்து கொண்டிருக்கிறேன்" என்றார்.

எத்தனையோ பேரின் பிள்ளைகள், பேரன்கள் அயல் நாடுகளில் வசிக்கிறார்கள். அவர்களில் எத்தனை பேருக்கு இப்படிக் கதை படிக்கும் தாத்தா கிடைத்திருக்கிறார்? எத்தனை பேரன், பேத்திகள் தமிழில் கதை கேட்க ஆர்வம் கொண்டிருக்கிறார்கள். தமிழை வளர்ப்பதற்கு எவ்வளவு எளிய, அருமையான முயற்சி இது. அவரைப் பார்க்கும்போது பெருமிதமாக இருந்தது

அவருக்காக அந்தப் புத்தகக் குவியலுக்குள் நானும் சிறுவர் புத்தகங்களைத் தேடினேன். விகடன் பிரசுரம் வெளியிட்டுள்ள ரோல் தால் (Roald Dahl) எழுதிய 'சார்லி மற்றும் சாக்லேட் ஃபேக்டரி' என்ற சிறார்களுக்கான நாவல் கிடைத்தது. எழுத்தாளர் பாஸ்கர் சக்தி இதனைச் சிறப்பாகத் தமிழில் மொழியாக்கம் செய்திருக்கிறார்.

அந்தப் புத்தகத்தை நான் வாசித்திருக்கிறேன். 'சார்லி மற்றும் சாக்லேட் ஃபேக்டரி' நாவல் குழந்தைகளுக்கான திரைப்படமாகவும் வெளியாகியிருக்கிறது. சிறார்கள் அவசியம் வாசிக்க வேண்டிய சுவாரஸ்யமான புத்தகம் இது.

பிரபலமான சாக்லேட் நிறுவனங்கள் தங்களது போட்டியாளர்களின் தொழிற் சாலைக்குள் உளவாளிகளை அனுப்பி, தொழில் ரகசியங்களைத் தெரிந்து கொண்டு வர முயற்சிப்பது இன்றும் தொடரும் வழக்கம். இந்தக் களத்தை அடிப்படையாக வைத்தே 'ரோல் தால்' இந்த நாவலை எழுதியிருக்கிறார்.

வில்லி வோங்காவின் சாக்லேட் பேக்டரி ஒரு விந்தையான மாய உலகம். அதனுள் எப்படிச் சாக்லேட் தயாரிக்கப்படுகிறது? என்பது பரம ரகசியமாக வைக்கப் பட்டிருந்தது. பொதுமக்கள் யாரும் அந்தப் பேக்டரிக்குள் சென்றதே இல்லை.

வில்லி வோங்கா ஒருமுறை பரிசுப் போட்டி ஒன்றினை அறிவிக்கிறார். அதன்படி ஐந்து சாக்லேட் பாக்கெட்டுக்களில் தலா ஒரு தங்க டிக்கெட்டுகள் வைக்கப்படுகின்றன. அந்தத் தங்க டிக்கெட்டுகள் கிடைக்கப்பெற்ற அதிர்ஷ்டசாலிகள் வோங்காவின் சாக்லேட் தொழிற்சாலையினைச் சுற்றிப் பார்க்க அனுமதிக்கப்படுவார்கள்.

இதில் நான்கு தங்க டிக்கெட்டுகள் நான்கு பணக்காரச் சிறுவர்களுக்குக் கிடைக்கின்றன. பரிசுப் போட்டி அறிவிக்கப்பட்டதிலிருந்தே சார்லி என்ற ஏழைச் சிறுவன் தங்க

டிக்கெட்டை அடைய ஆசைப்படுகிறான். ஆனால், சாக்லேட் வாங்க அவனிடம் காசு இல்லை.

நான்கு பணக்காரப் பையன்கள் தங்க டிக்கெட்டுகளை வென்றுவிட்டார்கள் என்று தெரிந்தவுடன், ஐந்தாவது யாருக்குக் கிடைக்கப் போகிறது என்று ஆதங்கத்துடன் சார்லி காத்திருக்கிறான்.

ஐந்தாவது தங்க டிக்கெட்டும் ஒரு பணக்காரப் பையனுக்கே கிடைத்துவிட்டதாகத் தகவல் வெளியாகிறது. சார்லி மனம் உடைந்து போகிறான். ஆனால், அது வெறும் வதந்தி. உண்மையில் யாருக்கும் கிடைக்கவில்லை என்று அறிந்ததும், ஓடிப் போய் ஒரு சாக்லேட் வாங்குகிறான். அதன் உறையைப் பிரித்தால் உள்ளே தங்க டிக்கெட் பரிசாகக் கிடைக்கிறது.

சார்லி மிகவும் ஏழை. வீடு வீடாகப் போய் நியூஸ் பேப்பர் போடுபவன். மிகவும் சிறிய வீட்டில் வசிக்கிறான். ஆனால், மிகமிக நல்லவன்.

பரிசு பெற்ற ஐந்து பேரும் குறித்த நாளில் சாக்லேட் பேக்டரியைச் சுற்றிப் பார்க்கத் தயாரகிறார்கள். தொழிற் சாலைக்குள் நுழையும் முன்பாக அவர்களுக்குச் சில நிபந்தனைகள் விதிக்கப்படுகின்றன. அவற்றைப் பின்பற்றத் தவறினால் உடனே வெளியேற்றப்படுவார்கள் என எச்சரிக்கையுடன் உள்ளே அனுப்பப்பட்டார்கள்.

சாக்லேட் பேக்டரியைச் சுற்றிப் பார்க்கும் சிறுவர்கள் தங்களுக்குள் சச்சரவு செய்து வோங்காவின் விதி முறைகளை மீறிவிடுகிறார்கள். ஆனால், சார்லி மட்டும் நிபந்தனைகளை முறையாகக் கடைப்பிடிக்கிறான்.

முடிவில் அந்தச் சாக்லேட் பேக்டரியின் உரிமையாளர் வில்லி வோங்கா, நேர்மையும் எளிமையும், பொறாமையற்ற மனதும் கொண்ட சார்லியைப் போன்ற ஒருவனைத் தேடியே இந்தப் பரிசுப் போட்டி அறிவிக்கப்பட்டதாகச் சொல்லி, அவனையே தனது பேக்டரியின் அடுத்த வாரிசாக அறிவிக்கிறார்.

சாக்லேட் பேக்டரி என்பது இங்கே வாழ்க்கையின் குறியீடு போலச் சுட்டிக் காட்டப்படுகிறது. நேர்மையும், உறுதியும், தன்னம்பிக்கையும் கொண்ட ஒருவன் முடிவில் வெற்றிப் பெறுவான் என்பதைச் சுவாரஸ்யமான கதை மூலம் 'ரோல் தால்' விவரிக்கிறார்.

'ரோல் தால்' ராணுவத்தில் பணியாற்றியவர். இவரது கதைகள் உலகெங்கும் சிறுவர்களால் கொண்டாடப் படுகின்றன.

நகைச்சுவையே அவரது முக்கியப் பலம். உலகெங்கும் சிறுவர்களைச் சந்தோஷப்படுத்திய ரோல் தாலின் சொந்த வாழ்க்கை துயரங்களால் நிரம்பியது.

அவரது மகள் ஒலிவியா ஏழு வயதில் இறந்து போனாள். மகன், விபத்தில் மரணம் அடைந்தான். மனைவியோ ரத்தக் கசிவு நோயால் அவதிப்பட்டார். தாலுக்கும் எட்டுக்கும் மேற்பட்ட அறுவை சிகிச்சைகள் நடைபெற்றிருக்கின்றன. இத்தனை நெருக்கடிகளுக்கிடையிலும் அவர் குழந்தை களைச் சந்தோஷப்படுத்த தொடர்ந்து கதைகள் எழுதிக் கொண்டேயிருந்தார்.

'ரோல் தால்' எழுதியிருக்கும் புத்தகங்கள் அனைத்தும் முழுமையாகத் தமிழில் மொழியாக்கம் செய்யப்பட வேண்டும். கதைகளை விரும்பும் சிறுவர்களுக்கு 'ரோல் தால்' புத்தகங்களை அறிமுகப்படுத்தினால் நிச்சயம் பிடிக்கும்.

நேரம் இருப்பவர்கள் தங்களுக்கு விருப்பமான கதைகளைப் படித்தோ, தெரிந்த கதைகளைச் சொல்லியோ யூ டியூப்பில் பதிவேற்றம் செய்யலாம். 10 பேர் தினமும் ஒரு கதை வீதம் பதிவேற்றம் செய்தால்போதும். ஒரு வருஷத்துக்குள் 3,650 கதைகள் இணையத்தில் பதிவேற்ற மாகிவிடும். அதன் பிறகு உலகின் எந்த மூலையில் தமிழில் கதைகள் கேட்க விரும்புகிற குழந்தை இருந்தாலும் யூ டியூப் வழியாக இந்தக் கதைகளைக் கேட்கலாம்தானே.

இந்தப் புத்தாண்டில் இந்த எளிய முயற்சியையாவது நாம் தொடங்கலாமே.

16. புகழ் எனும் பிச்சை

அரசியல்வாதிகளில் சிலர் தேர்ந்த படிப்பாளிகளாக இருப்பதை நான் அறிவேன், அவர்கள் தேடித்தேடி வாசிக்கக் கூடியவர்கள், தான் படித்த சிறந்த புத்தகங்களை நண்பர்களுக்கு வாசிக்கத் தருபவர்கள், தனது பயணத்தில் எப்போதும் கூடவே சில புத்தகங்களை வைத்திருப்பவர்கள், அப்படியான ஒரு அரிய மனிதர் தமிழக அமைச்சராகவும் சட்டமன்ற பேரவைத்தலைவராகவும் இருந்த மறைந்த திரு. கா.காளிமுத்து.

பயணத்தில் அவர் எடுத்துச் செல்லும் சூட்கேஸில் ஒரேயொரு மாற்றுஉடையும் நாலைந்து புத்தகங்களும் இருப்பதைக் கண்டிருக்கிறேன், தமிழ், ஆங்கிலம் இரண்டிலும் தேர்ந்த புலமை கொண்டவர், சிறந்த பேச்சாளர். புத்தகங்களைத் தேடித்தேடி படித்தவர். எனக்கு நிறையப் புத்தகங்களைப் படிக்கத் தந்திருக்கிறார்.

அவர் ஒருமுறை டெல்லி விமானநிலையத்தில் வாங்கிப் படித்தேன், நீங்கள் அவசியம் படியுங்கள், ஓய்வான நேரத்தில் இது குறித்துப் பேசுவோம் என ஒரு நூலை இரவு பதினோரு மணிக்கு வீட்டுக்கு அனுப்பி வைத்திருந்தார்.

ஒரு வாரத்தின் முன்பு வெளியாகியிருந்த ஓர் ஆங்கில நாவலது, பல் பிக்சன் எனப்படும் ஜனரஞ்சக நாவல் போலிருந்தது. அந்த நூலை இரண்டு நாளில் படித்து முடித்த போது வியப்பாக இருந்தது. இப்படி ஒரு நாவலை எழுதுவதற்கு அந்த எழுத்தாளர் எவ்வளவு ஆராய்ச்சி செய்திருப்பார் என நினைத்துக் கொண்டிருந்தேன்,

வார இறுதியில், இரவு உணவு சேர்ந்து சாப்பிடலாம் என அழைத்தார் காளிமுத்து, அன்றிரவு அந்த நாவலில் இடம்பெற்றுள்ள ஓவியம் பற்றியும் இயேசுவின் கடைசி விருந்து பற்றியும் பைபிள் சார்ந்து எழுதப்பட்ட இலக்கியப் படைப்புகள் குறித்தும் நிறையச் சொல்லிக் கொண்டிருந்தார். அந்த நாவலின் பாதிப்பில் கூடுதலாக நிறையத் தேடிப்படித்திருக்கிறார் என்பது புரிந்தது. சட்டமன்றப் பணிகள், கட்சி சார்ந்த வேலைகள், இடைவிடாத பயணம் இத்தனைக்கும் நடுவில் எப்படி இவ்வளவு படிக்கிறார் என வியப்போடு பார்த்துக் கொண்டிருந்தேன்,

அன்றிரவு சொன்னார், இந்த நாவல் மிகவும் பேசப்படும் என நினைக்கிறேன், இந்த வருஷம் நான் படித்த முக்கிய நாவல் இதுவே.

ஆருடம் போல அவர் சொன்ன புத்தகம் எது தெரியுமா? டான் பிரௌன் எழுதிய "டாவின்சி கோட்", அந்த நாவல் வெளியான சில தினங்களிலே அதை வாசித்துவிட்டு இது பெரும்புகழ் பெறும் என அவரால் கணிக்கமுடிந்தது என்றால் அவரது வாசிப்பின் தரம் எப்படியானது என்று பாருங்கள்.

பின்னாளில் உலகமே டாவின்சி கோட் நாவலைக் கொண்டாடியது, சர்ச்சைகளும் வாதங்களும் உருவாகின, தேர்ந்த வாசிப்பு உள்ளவர்களின் தனித்திறன் நல்ல நூல்களை உடனே அடையாளம் கண்டுவிடுவது தான்.

அவர் ஒருமுறை தாகூரின் வழிமாறிய பறவைகள் (STRAY BIRDS) என்ற கவிதைத் தொகுப்பினைக் கொடுத்து உனக்குப் பிடிக்கும், வாசித்துப் பார் என்று சொன்னார்.

நூலின் முகப்பில் 1926ஆம் வருஷம் வெளியான பதிப்பு என அச்சிடப்பட்டிருந்தது. ஏதாவது சாலையோரக் கடையில் தான் அவரும் இதை வாங்கியிருக்கக் கூடும், அந்நூல் தாகூர் எழுதிய ஹைக்கூ கவிதைகள் தொகுப்பு,

புரட்டிப் படிக்கத் துவங்கியதும் வியந்து போனேன், அபாரமான கவிதைகள், தாகூரின் நோபல் பரிசு பெற்ற கவிதைகளான கீதாஞ்சலி படித்த போது கூட இவ்வளவு நெருக்கம் உருவாகவில்லை, இவையே தாகூரின் மகத்தான கவிதைகள் எனத் தோன்றியது.

புகழ்

என்னை அவமானப் படுத்துகிறது.

ஏனென்றால் அது ரகசியமாய்

நான் எடுத்த பிச்சை

என்ற கவிதை வரியை அந்த நூலில் படித்த போது அட, இது தாகூரின் கவிதையா! என ஆச்சரியமாக இருந்தது, காரணம் இதை எனது கல்லூரி நாட்களில் ஒரு மேடைப்பேச்சின் போது கேட்டிருக்கிறேன். அப்போது இந்த வரியை எழுதியவர் மகாகவி தாகூர் என்று தெரியாது. பேச்சாளர் அதைத் தன்னுடைய சொந்தக்கவிதையைப் போலச் சொல்லி கைதட்டு வாங்கினார்.

தாகூரின் வழிமாறிய பறவைகள் ஜப்பானிய ஹைக்கூ மரபில் எழுதப்பட்ட கவிதைகளின் தொகுப்பு. 1916ஆம் ஆண்டு வெளியாகியிருக்கிறது. இதிலுள்ள சில கவிதைகள் தாகூரால் நேரடியாக ஆங்கிலத்திலே எழுதப்பட்டிருக் கின்றன.

1916ஆம் ஆண்டு தாகூர் ஜப்பானுக்குச் சென்று உரைகள் நிகழ்த்தியிருக்கிறார், தனது ஜப்பானிய பயண அனுபவங்கள் குறித்து தாகூர் விரிவான கட்டுரைகளும் எழுதியிருக்கிறார்.

ஹைக்கூ ஜப்பானின் மிகப்புகழ் பெற்ற கவிதை வடிவம். மூன்று வரிகளில் 17 அசைகளைக் கொண்டு அமைக்கப்பெறும் மரபான கவிதை வடிவமது. இதனைச் சொற்களால் வரையப்படும் ஓவியம் என்று கூறுகிறார்கள், மிகக்குறைந்த சொற்களைக்கொண்டு பல்வேறு அர்தத நிலைகளை உருவாக்கிக் காட்டுவதே இக்கவிதைகளின் சிறப்பு.

தமிழில் இன்று சிறப்பாக ஹைக்கூ கவிதைகள் பலராலும் எழுதப்படுகின்றன. ஹைக்கூ கவிதைகள் குறித்து மகாகவி பாரதி வியந்து எழுதியிருக்கிறார். 1916ஆம் ஆண்டு அக்டோபர் 16ஆம் தேதி வெளியான சுதேசமித்திரன் நாளேட்டில் ஜப்பானியக் கவிதை என்ற தலைப்பில் பாரதி ஒரு கட்டுரை வெளியிட்டுள்ளார்

1914இல் நோபல் பரிசு பெற்ற தாகூர் 1916ஆம் ஆண்டு தனது அமெரிக்கப் பயணத்தின் இடையில் சொற்பொழிவு ஆற்றுவதற்காக ஜப்பான் சென்றார். பௌத்த ஞானத்தையும் கலைகளையும் உள்வாங்கிக் கொண்ட ஜப்பானிய மரபு இந்திய கலைகளுக்கு உத்வேகம் அளிக்ககூடியது எனத் தனது உரையில் தாகூர் குறிப்பிடுகிறார். ஜென்கவிதைகளின் முன்னோடியான பாஷோவின் கவிதைகளில் மிகுந்த ஈடுபாடு கொண்ட தாகூர், முக்கியமான கவிதைகளைத் தானே வங்காளத்தில் மொழியாக்கம் செய்திருக்கிறார்.

இயற்கையின் பேரமைதியை, அழகை வியந்து பாடும் ஜப்பானிய ஹைக்கூவின் பாதிப்பில் தாகூர் எழுதிய குறுங்கவிதைகள் அற்புதமான அனுபவத்தைத் தருகின்றன

குளத்தைப் பார்த்துச் சொன்னது

பனித் துளி

நான் இலைமீதிருக்கும் சிறுதுளி.

நீ தாமரை இலையின் அடியில் இருக்கும்

பெரிய துளி

..

கனியே,
இன்னும் எவ்வளவு தொலைவில் இருக்கிறாய்
என்றது பூ
உன் இதயத்தில்தான் ஒளிந்திருக்கிறேன் பூவே
என்றது கனி

..

மரபையும் நவீனத்தையும் சரியாக உள்வாங்கிக் கொண்டு வளர்ந்து வரும் ஜப்பானே இந்தியா செல்லவேண்டிய திசையாகும் என்பதை தாகூர் முழுமையாக உணர்ந்திருக்கிறார், அந்தப் பாதிப்பில் உருவானவையே இக்கவிதைகள் எனப் புகழாரம் சூட்டுகிறார் நோபல்பரிசு பெற்ற பொருளாதார மேதை அமர்த்தியா சென்,

தாகூரின் ஹைக்கூ கவிதைகள் சீன மொழியில் 1920களிலே மொழியாக்கம் செய்யப்பட்டன. இன்றும் சீனாவின் இளம்கவிஞர்களுக்கு தாகூரின் கவிதைகளே வழிகாட்டுபவையாக இருக்கின்றன என்கிறார்கள், தாகூரின் ஹைக்கூ கவிதைகளில் நாற்பதுக்கும் மேற் பட்டவை செம்மலர் ஆசிரியர் எஸ்.ஏ.பெருமாள் அவர்களால் மொழியாக்கம் செய்யப்பட்டிருக்கின்றன, மீதமிருக்கும் கவிதைகளையும் அவர் மொழிபெயர்த்து தனிநூலாக வெளியிட்டால் தமிழ் இலக்கியத்திற்குச் சிறந்த பங்களிப் பாகயிருக்கும்.

17. வியத்தகு இந்தியா

"உங்களிடம் ஏ.எல்.பசாம் (A.L.Basham) எழுதிய 'வியத்தகு இந்தியா' புத்தகம் இருக்கிறதா?" என ஓர் இளைஞர் தொலைபேசியில் கேட்டார்.

"இருக்கிறது. ஆனால், சிவில் சர்வீஸ் படிக்கும் ஒரு நண்பர் அதை வாங்கிப் போயிருக்கிறார்" என்றேன்.

"தற்போது அந்தப் புத்தகம் எங்கே கிடைக்கும்? நானும் ஐ.ஏ.எஸ் பரீட்சை எழுதுவதற்காகப் படித்துக் கொண்டிருக்கிறேன். எனக்குத் தமிழில் ஏ.எல்.பசாமின் புத்தகம் வேண்டும்? ஆனால், கிடைக்கவே இல்லை. நீங்கள் எங்கே வாங்கினீர்கள்?" எனக் கேட்டார்.

'வியத்தகு இந்தியா' புத்தகத்தை 10 ஆண்டுகளுக்கு முன்பாகச் சென்னை காயித்தே மில்லத் கல்லூரியின் வெளியே உள்ள சாலையோரப் புத்தகக் கடையில் வாங்கினேன். அது, 1963ஆம் ஆண்டு இலங்கை அரசால் வெளியிடப்பட்ட புத்தகம். இன்று வரை அதனை யாரும் மீள் பதிப்புச் செய்ததாகத் தெரியவில்லை.

மொழிபெயர்ப்பில் திருத்தங்கள் மேற்கொண்டு, புதிய பதிப்பாகக் கொண்டு வந்தால் நிச்சயம் பலருக்கும் உதவி யாக இருக்கும். இதன் இபுக் 'நூலகம்.ஓஆர்ஜி' (www.noolaham.org) என்ற இணையதளத்தில் கிடைக்கிறது. இலவசமாகத் தரவிறக்கம் செய்து கொள்ளலாம்" என்றேன்

இந்த இளைஞரைப் போல சிவில் சர்வீஸ் தேர்வினை தமிழில் எழுதுபவர்கள் இன்று அதிகமாகி வருகிறார்கள். ஆனால், அவர்களுக்கான பெரிய குறை தமிழில் துறை சார்ந்த புத்தகங்கள் அதிகம் கிடைப்பதில்லை என்பதுதான். முக்கியமான பல புத்தகங்கள் இன்று மறுபதிப்பு காணவில்லை. இதனாலேயே ஆங்கிலத்தில் பரீட்சை எழுத வேண்டிய நிலை ஏற்படுகிறது.

போட்டித் தேர்வுகளுக்குப் படிக்க பழைய புத்தகக் கடைகளையும், நூலகங்களையும் நம்பியே இருக்க வேண்டிய சூழல் உள்ளது. அதிலும் கிராமப்புறங்களிலும் சிறுநகரங்களிலும் வசித்தபடி போட்டித் தேர்வுக்குத் தயார் செய்பவர்களுக்கு எந்த உதவியும் கிடைப்பதில்லை என்பதே நிஜம்.

யாராவது ஒரு பதிப்பாளர் சிவில் சர்வீஸுக்கான முக்கியப் புத்தகங்களைத் தமிழில் மொழியாக்கம் செய்து, சிறப்பு விலையில் வெளியிட்டால் மிகவும் பயன் உள்ளதாக இருக்கும் என்பதே பலருடைய எண்ணம்.

இந்தியாவின் பண்பாட்டு வரலாற்றை வெகு நுட்பமாகவும், ஆய்வுப்பூர்வமாகவும் அறிமுகப்படுத்தும் புத்தகமே 'வியத்தகு இந்தியா'.

ஆர்தர் லுவலைன் பசாம் எனப்படும் ஏ.எல். பசாம் சிறந்த வரலாற்று அறிஞர். லண்டனில் பேராசிரியராகப் பணியாற்றியவர். விவேகானந்தரின் பெருமைகளை உலகுக்கு எடுத்துச் சொல்லியவர். இவரது தந்தை இந்தியாவில் ராணுவச் செய்தியாளராகப் பணியாற்றியிருக்கிறார். ஆகவே, இந்தியாவில் தான் கண்டு, உணர்ந்த அனுபவங்களைக் கதைகளாகச் சொல்லி, இந்தியாவின் பண்பாட்டுச் சிறப்புகளைப் பசாமுக்கு அறிமுகம் செய்து வைத்திருக்கிறார்.

பசாமின் அம்மாவும் ஓர் எழுத்தாளர். ஆகவே, எழுத்திலும் இலக்கியத்திலும் சிறுவயதிலே பசாமுக்கு ஆர்வம் உண்டானது. பியானோ இசைக் கலைஞராக வர வேண்டும் என்ற ஆசையில் இசை கற்கத் தொடங்கிய பசாம், கல்லூரி நாட்களில் வரலாற்றின் மீதும், சமயங்களின் மீதும் பெரும் ஆர்வம் கொண்டு ஆய்வுகளை மேற்கொண்டார்.

குறிப்பாக, இந்தியாவின் 'ஆசீவக' நெறிகுறித்து இவர் தனது டாக்டர் பட்டத்துக்கான ஆய்வுகளை மேற்கொண்டார். 'ஆசீவகம்' என்பது கி.மு. 500 — 250 காலப் பகுதியில் நிலவிய மெய்யியல் கொள்கையாகும். இதனை ஏற்றுக் கொண்டவர்கள் 'ஆசீவகர்கள்' என அழைக்கப்பட்டனர். 'ஆசீவக நெறி' பவுத்தம், சமணம் போலத் தனித்தன்மை கொண்ட துறவு இயக்கமாகும்.

முறையாகச் சமஸ்கிருதம் கற்றுக் கொண்ட பசாம் இந்தியாவின் பண்பாட்டு வரலாறு குறித்துத் தொடர்ந்து ஆய்வுகளை மேற்கொண்டார். அதன் விளைவாக 1954ஆம் ஆண்டில் எழுதப்பட்டதே 'வியத்தகு இந்தியா' (The wonder that was India).

இந்திய வரலாறு குறித்து எழுதப்பட்ட முக்கிய நூல்களில் ஒன்றாகக் கடந்த 50 ஆண்டுகளாகக் கொண்டாடப்பட்டு வருகிறது பசாமின் புத்தகம். வரலாற்று மாணவர்கள், ஆய்வாளர்கள்,

எழுத்தாளர்கள், வாசகர்களுக்கான உறு துணைப்புத்தகமாக இன்றும் இருந்து வருகிறது.

இலங்கை அரசின் சார்பில் 'கல்வி வெளியீட்டுத் திணைக்களம்' சிறந்த புத்தகங்களைத் தமிழில் வெளியிட்டுள்ளது. பசாமின் புத்தகமும் அப்படித் தான் மொழியாக்கம் செய்யப்பட்டிருக்கிறது. 1963ஆம் ஆண்டு செ.வேலாயுத பிள்ளை, மகேசுவரி பால கிருட்டினன் ஆகியோர் இணைந்து இந்தப் புத்தகத்தை மொழிபெயர்த் துள்ளார்கள்.

பண்டைய இந்திய நாகரிகம் பற்றி இந்தியர்களும் மேல்நாட்டு மாணவர்களும் அறிந்து கொள்ளும் படியாக பசாம் இந்தப் புத்தகத்தை எழுதியிருக்கிறார். கட்டிடக் கலை, சிற்பம், ஓவியம், இசை, நடனம், இலக்கியம், நுண்கலைகள், மொழி, அறிவியற்கலைகள் என விரிந்த தளத்தில் பசாம் இந்தியாவின் பண்பாட்டுச் சிறப்புகளை அடையாளம் காட்டுகிறார்.

கிரேக்க உழவன் தனது மூதாதையர்களின் பண்பாட்டுச் சிறப்புகள் பற்றித் தெளிவற்ற தகவல்களையே அறிந்திருக்கிறான். எகிப்திய விவசாயியும் அப்படித்தான். ஆனால், இந்தியாவில் பல ஆயிரம் வருஷங்களுக்கு முன்பு பின்பற்றப்பட்ட விவசாய நடைமுறைகள், கலை மரபுகள் அப்படியே இன்றும் தொடர்கின்றன. அறுந்து போகாத பண்பாட்டுத் தொடர்ச்சியே இந்தியாவின் தனிச்சிறப்பு என்கிறார் பசாம். இப்படியான நீண்ட பண்பாட்டுத் தொடர்ச்சி கொண்ட நாடுகளாக இந்தியா வும், சீனாவும் மட்டுமே இருக்கின்றன என்றும் பசாம் குறிப்பிடுகிறார்.

இந்தியச் சிற்பங்கள் பெண்களைச் சித்தரிக்கிற விதமும், கிரேக்கச் சிற்பங்கள் பெண்களைச் சித்தரிக்கும் விதமும் ஏன் வேறுபடுகிறது என்பதற்கு 'இந்தியாவில் பெண்ணின் அழகே பிரதானமாகக் கருதப்படுகிறது. ஆகவே, பெண்மையின் எழிலைப் பிரதிபலிப்பதாகவே சிற்பங்கள் உருவாக்கப்பட்டன. கிரேக்க சிற்பங்கள் தாய்மை நிலையின் பல்வேறு பிரதிபலிப்புகளாகும். அங்கே, உடலழகுக்கு முக்கிய இடம் இல்லை' என்கிறார் பசாம்.

இந்தியப் பண்பாட்டினைத் தொடர்ந்து ஆய்வு செய்கிற பசாம், 'நகர் வாழ்வோர் பண்பாட்டின் அடையாளமாகவே 'காமசூத்ரா' எழுதப்பட்டுள்ளது. அதன் முக்கிய நோக்கம் உயர்குடியைச் சேர்ந்த ஆண்கள் எப்படிக் காமவேட்கையைத் தணித்துக் கொள்ள வேண்டும் என்று வழிகாட்டுவதே' என்கிறார். மேலும் 'பாலுறவு

பற்றிய செய்திகளோ, பெண்களின் காமநாட்டங்களோ அதில் கவனம் பெறவே இல்லை. காமத்தை ஒரு கலையாகக் கொண்டாடும் இந்தியா ஒருபோதும் நேரடியான கலவிச் செயல்பாட்டினை விவரித்து எழுத்திலோ, நுண் கலைகளிலோ வெளிப்படுத்துவதே இல்லை. இந்தியாவில் காமம் ஒரு மறைபொருளே' என்றும் பசாம் குறிப்பிடுகிறார்.

'இந்தியாவில் போதுமான அகழ்வாய்வுப் பணிகள் இன்னமும் நடைபெறவில்லை. குறைவான நிதி ஒதுக்கீடும், வரலாற்றைப் பேண வேண்டும் என்ற அக்கறையின்மையுமே இதற்கான முக்கியக் காரணங்கள்' என்கிறார் பசாம்.

வரலாற்றைத் தங்கள் விருப்பத்துக்கு ஏற்றாற்போல மாற்றி எழுதுவதில் ஆர்வம் காட்டும் அதிகாரவர்க்கம் ஒரு பக்கம். இந்தியாவின் தொன்மைகுறித்து வீண்பெருமை பேசி கழிக்கும் கல்விப்புலங்களும் ஊடகங்களும் மறு புறம். இவர்களுக்கு இடையில் வரலாற்று உண்மைகள் தொடர்ந்து இருட்டடிப்புச் செய்யப்படுகின்றன என்பதே நிஜம்

18. நாடகமே உலகம்

கறுப்பு — வெள்ளைப் புகைப்படங்களைப் போன்றவை பழைய புத்தகக் கடையில் கிடைக்கும் புத்தகங்கள். அதைக் கையில் எடுத்தவுடனே கடந்த கால நினைவுகள் கொப்பளிக்கத் தொடங்கிவிடுகின்றன.

சில ஆண்டுகளுக்கு முன்பு மதுரை ரீகல் தியேட்டர் அருகிலுள்ள சாலையோரப் புத்தகக் கடையில் அவ்வை சண்முகம் எழுதிய 'எனது நாடக வாழ்க்கை' நூலை வாங்கினேன். வானதிப் பதிப்பகம் வெளியிட்ட புத்தகமது. தமிழக நாடகக் கலையின் வரலாற்றை அறிந்து கொள்ள விரும்புகிறவர்கள் இந்த ஒரு புத்தகத்தை வாசித்தால் போதும்.

பாய்ஸ் கம்பெனியில் தொடங்கி சினிமா நடிகரானது வரையான அவரது 55 ஆண்டுகால நாடக வாழ்க்கை அனுபவத்தைச் சுவைபட விவரிக்கிறார் டி.கே.சண்முகம்.

இந்த நூலுக்கும் நான் எழுத்தாளன் ஆனதற்கும் ஒரு தொடர்பு இருக்கிறது. விருதுநகர் மாவட்டத்திலுள்ள மல்லாங்கிணர் எனது சொந்த ஊர். ஒன்பதாம் வகுப்பு படிக்கும் போது கிராம நூலகத்திற்குப் போய் எனது ஊரைப்பற்றி ஏதாவது புத்தகத்தில் எழுதப்பட்டிருக்கிறதா எனத் தேடிக் கொண்டிருப்பேன். நியூஸ் பேப்பரில் வெளியாகும் செய்தியில் ஊரின் பெயரை சிலவேளை குறிப்பிட்டிருப்பார்கள், அதைத்தவிர எந்தப் புத்தகத்திலும் யாரும் ஒரு வரியும் எழுதியிருக்கவில்லை.

ஏதாவது வரலாற்றுச் சிறப்புகள், ஆளுமைகள் இருந்தால்தான் புத்தகத்தில் எழுதுவார்கள். அப்படி நம் ஊரில் என்ன இருக்கிறது? என நூலகர் கேலி செய்வார்.

ஆனால் நிச்சயம் யாராவது ஏதாவது எழுதியிருப்பார்கள் என்ற நம்பிக்கையில் கையில் கிடைக்கிற புத்தகங்களில் தேடிக் கொண்டிருப்பேன், அப்படி ஒரு நாள் எனது நாடகவாழ்க்கை புத்தகத்தைப் புரட்டிப் படித்துக் கொண்டிருந்த போது மல்லாங்கிணரைப் பற்றி இரண்டு பக்கம் எழுதப்பட்டிருந்தது.

என் ஊரின் பெயரை ஒரு புத்தகத்தில் அன்று தான் முதன்முறையாகப் பார்த்தேன், அன்று நான் அடைந்த மகிழ்ச்சிக்கு

அளவேயில்லை, அதை நூலகரிடம் கொண்டு போய்க் காட்டினேன், அவரும் சந்தோஷம் அடைந்தார்.

எங்கள் ஊரில் நாடகம் அல்லது பொது நிகழ்ச்சி ஏதாவது நடைபெறுகிறது என்றால் அதைத் தெரியப்படுத்த மூன்று முறை பலத்த சப்தம் எழுப்பும் வேட்டுப் போடுவார்கள், அந்தச் சப்தம் கேட்ட மறுநிமிஷம் ஒட்டு மொத்த ஊர்மக்களும் கோவில் தேரடி முன்பாகக் கூடிவிடுவார்கள், அது தான் விளம்பரம் செய்யும் வழி. இப்படியொரு விளம்பரயுத்தி வேறு எந்த ஊரிலும் கண்டதில்லை என வியந்து. டி.கே.எஸ். எழுதியிருக்கிறார்

அதை வாசித்த போது தான் என் ஊரை, அதன் மனிதர்களை, அவர்களின் வாழ்க்கைப் பாடுகளையும் எழுத வேண்டும் என்ற ஆசை எனக்குள் முளைவிடத் தொடங்கியது.

ஒவ்வொரு ஊருக்கும் ஒரு சிறப்பு இருக்கவே செய்கிறது, அது உள்ளூர்வாசிகளுக்குத் தெரிவதில்லை, வெளியில் இருந்து வருபவர்களே அந்தப் பெருமையை உலகிற்கு அடையாளம் காட்டுகிறார்கள்,கொண்டாடுகிறார்கள்.

அவ்வை சண்முகத்தின் இந்நூல் நாடக உலகின் வரலாற்றை மட்டும் விவரிக்கவில்லை, கடந்த 75 ஆண்டுகளில் தமிழகத்தில் ஏற்பட்ட பண்பாட்டு மாற்றங்களையும் நுட்பமாக விவரிக்கிறது.

பேருந்து வசதியில்லாமல் மாட்டுவண்டியில் பயணம் செய்த நாட்களைப்பற்றியும், மின்சாரவசதியில்லாத நாடக கொட்டகை குறித்தும், கருப்பட்டி காபி குடிக்கும் பழக்கம் பற்றியும், அன்றிருந்த மதுரைவீதிகளும் பாடசாலைகளும், வைகை ஆறு குறித்தும் அவ்வை சண்முகம் நமக்குக் காட்டும் காட்சிகள் ஓர் ஆவணப்படம் பார்ப்பது போலவே இருக்கிறது.

சங்கர தாஸ் சுவாமிகள் தொடங்கிய மதுரை தத்துவ மீனலோசினி பால சபாவில் சிறுவனாகச் சேர்ந்த தனது முதல் அனுபவத்தைப் பிரமாதமாக விவரிக்கிறார் அவ்வை சண்முகம்.

மேலமாசி வீதியில் இருந்த தகரக் கொட்டகை தான் நாடக அரங்கம். புட்டுத்தோப்பில் தான் நாடகக் கம்பெனி இயங்கியது. மின்சார வசதி கிடையாது. நான்கு கியாஸ் லைட் வெளிச்சத்தில் தான் நாடகம் போட வேண்டும். நாடகம் பார்க்க மக்கள் திரளாக வருவார்கள், கடைசி நாளில் நடிகர்களுக்குப் பதக்கங்களும், பரிசுகளும் வழங்கு வார்கள் என நாடக வாழ்க்கையின் பொற்காலம் குறித்த நினைவுகளைப் பகிர்ந்து கொள்கிறார்.

சங்கர தாஸ் சுவாமிகள் அபிமன்யு நாடகத்தினை ஒரு நாளிரவில் எழுதி முடித்திருக்கிறார். நான்கு மணி நேரம் நடைபெறக்கூடிய ஒரு நாடகத்தைப் பாடல்கள், வசனம் உள்ளிட்டு ஒரு வரி அடித்தல் திருத்தல் இல்லாமல் ஒரே இரவில் எழுத முடிந்த மேதமை சங்கர தாஸ் சுவாமிகள் ஒருவருக்கே உண்டு என டி.கே. எஸ். வியந்து பாராட்டுகிறார்.

நாடக உலகைப் பாராட்டும் அதே வேளையில் அந்தக் காலத்தில் நிலவிய வறுமையே பாய்ஸ்கம்பெனியில் சிறார்கள் அதிகம் பங்குபெற முக்கியக் காரணமாக இருந்தது. மூன்று வேளை வயிறார சாப்பாடு கிடைக்கும் என்பதற்காகவே சிறுவர்கள் பலரும் நடிக்க வந்தார்கள் என்ற உண்மையையும் சுட்டிக்காட்டுகிறார்.

1921ஆம் வருடம் நாடகம் போடுவதற்காக முதன் முறையாகச் சென்னைக்கு வந்த போது டிராம் வண்டி களையும், மனிதனை மனிதன் இழுக்கும் ரிக்ஷாக்களயும் பார்த்த ஆச்சரியத்தைச் சொல்கிறார் டிகேஎஸ். அதை விடவும் காலை டிபனாகப் பூரி மசால் பரிமாறப்பட்டது, முதன்முறையாக அன்று தான் அப்படி ஒரு பலகாரத்தின் பெயரை கேள்விப்படுகிறோம். வட இந்தியர்கள் சாப்பிடும் உணவு என்று சாப்பிட வைத்தார்கள், அதை வாயில் வைக்க முடியவில்லை, பிறகு இட்லி வரவழைத்துச் சாப்பிட்டோம் என்று கூறுகிறார்.

சென்னையில் முதன்முதலாக மின்சார வெளிச்சத்தில் நாடகம் போட்டதையும் கொசுத்தொல்லையால் மலேரியா காய்ச்சல் வந்த நிகழ்வையும் விவரிக்கும் அவர் அன்று சென்னையில் திரும்பிய பக்கமெல்லாம் நாடகக் கொட்டகைகள் இருந்தன, நாடக நடிகர்கள் மிகப் பிரபலமாக விளங்கினார்கள் என்பதைப் பெருமையாக விவரிக்கிறார்.

பதிமூன்று மனைவிகளைக் கொண்ட கருப்பண்ணன் தனது மனைவிகள் சகிதமாக நாடகம் காண வந்தது, பி.யூ.சின்னப்பா கம்பெனி நடிகராக வந்து சேர்ந்தது, எடிபோலோ, எல்மோ நடித்த மௌனப்படம் பார்த்த அனுபவம், என்.எஸ்.கிருஷ்ணன் அவர்களின் மேடை அனுபவங்கள், தனுஷகோடிக்குப் போய் இலங்கைக்குக் கப்பல் ஏறியது, கொழும்பு ஜிந்தும்பட்டி ஹாலில் நாடகம் போட்டது எனச் சுவாரஸ்யமான அனுபவங்களை எழுதியிருக்கிறார்.

இப்படியான ஒரு புத்தகம் தமிழில் இதுவரை எழுதப் பட்டதில்லை, இதை உடனடியாக ஆங்கிலத்தில் மொழி யாக்கம் செய்து உலகம் முழுவதும் அறியச்செய்ய வேண்டும் என முன்னுரையில் ம.பொ.சி குறிப்பிடுகிறார்

அவர் குறிப்பிட்டு 50 ஆண்டுகளுக்கு மேலாகிவிட்டது, இன்றும் ஆங்கில மொழியாக்கம் நடைபெறவேயில்லை. மராத்தி நாடக உலகைப் பற்றி உலகமே கொண்டாடுகிறது. வங்கத்தில் நடைபெற்ற நாடகங்கள் பற்றி ஆங்கிலத்தில் எத்தனையோ புத்தகங்கள் வெளியாகி உள்ளன. ஆனால் தமிழின் பெருமைகளை உலகம் அறிய இன்னும் எத்தனை ஆண்டுகள் காத்திருக்க வேண்டுமோ? தெரியவில்லை.

19. மரம் போல வாழ்வு

சென்னையில் உள்ள பிரபலமான பள்ளி ஒன்றுக்குச் சென்றிருந்தபோது, 'வேப்பம்பூ எப்படியிருக்கும்?' என மாணவர்களிடம் கேட்டேன். எல்லோரும், 'வேப்பம் பூவைக் கண்டதே இல்லை' என்றார்கள். 'உங்கள் பள்ளி வளாகத்தின் முன்பாகவே வேம்பு இருக்கிறதே' எனக் கேட்டேன்.

'அந்த மரங்கள் புழுதி படிந்து அழுக்காக இருப்பதால் அதைத் தொடக்கூடாது என ஆசிரியர்கள் சொல்லி இருக்கிறார்கள். ஆகவே, அருகிலே போகமாட்டோம்' என மாணவர்கள் பதில் அளித்தார்கள். அதைவிடவும், 'ஏன் இவற்றைத் தெரிந்து கொள்ளவேண்டும்?' என்று வேறு கேள்வி கேட்டார்கள்.

நான் பள்ளியில் படித்த நாட்களில் 'இயற்கைச் சுற்றுலா' என அழைத்துப் போய்க் காட்டில் உள்ள மரங்கள், பூக்கள், செடிகள் பற்றி மாணவர்களுக்கு நேரடி அறிமுகம் செய்துவைப்பார்கள். அத்துடன் மாணவர்களே குழுவாக ஒன்றுசேர்ந்து விதவிதமான பூக்களையும் விதைகளையும் சேகரம் செய்து ஒப்படைக்க வேண்டும். நகரங்களில் படிக்கும் எத்தனை மாணவர்கள் இது போன்று வனஉலா போயிருப்பார்கள்? என்று தெரியவில்லை.

வேப்பம்பூ அறியாத, புளியம்பழம் அறியாத, ஆலும் அரசும், கடம்பும் அறியாத இந்தப் பிள்ளைகளுக்கு 'மரம்' என்பது வெறும்பெயர் மட்டுமே. கல்விப்புலம் இப்படிப் பிள்ளைகளை உருவாக்கி வருவது ஒருபக்கம் என்றால், இன்னொரு பக்கமோ மரம் நடுவதையும் வளர்ப்பதையும் தனது வாழ்வாகக் கொண்டிருக்கும் மனிதர்களும் நம்மோடுதான் இருக்கிறார்கள்.

ஈரோடு அருகே உள்ள காஞ்சிக் கோவிலில் நெசவுத் தொழில் செய்துவருபவர் நாகராஜன். இவர் தனது 17ஆவது வயதில் இருந்து கடந்த 40 வருடங்களுக்கும் மேலாக, மரம் நடுவதையும், அதைப் பேணி வளர்ப்பதையுமே தனது அன்றாடப் பணியாகச் செய்துவருகிறார். அவரைக் காண்பதற்காக ஒருமுறை நண்பர்களுடன் சென்றிருந்தேன். எளிய ஓட்டு வீடு. இன்முகத்துடன் வரவேற்று, தான் நட்டு வைத்த செடிகள் எல்லாம் இன்று எவ்வளவு பெரிய மரங்களாக வளர்ந்து நிற்கின்றன என்பதைச் சுற்றிக் காட்டினார்.

நாகராஜனின் சிறப்பு, தானே விதைகளைத் தேர்வுசெய்து முளைக்க வைத்து, அந்தச் சிறு செடிகளைப் பள்ளி மாணவர்களின் துணையோடு இடம் தேடி நட்டு வைத்து, செடிகள் கிளைத்து வளரும்வரை தானே நீர் ஊற்றி, அதைச் சுற்றிலும் வேலி அமைத்து சீர்பட வளர்த்தெடுப்பதுதான். இப்படி அவர் வைத்து, வளர்த்துள்ள நூற்றுக்கணக்கான மரங்கள் இன்று மலைக்கோவிலைச் சுற்றி தோப்பாக வளர்ந்து நிற்கின்றன.

ஆல், அரசு, புங்கை, வேம்பு, இச்சி, இலுப்பை என வகை வகையான மரங்களை நட்டு வளர்த்திருக்கிறார். ஏழ்மையான நிலையிலும் எவரது உதவியையும் எதிர் பாராமல் இவர் தொடர்ந்து மரங்களை நட்டு பராமரித்து வருவதோடு, இது குறித்துப் பள்ளி மாணவர்களிடம் விழிப்புணர்வும் ஏற்படுத்தி வருகிறார். இவரைப் போலவே சத்தியமங்கலம் அருகில் உள்ள வேட்டுவன்புதூர் கிராமத்தைச் சேர்ந்த பெரியவர் அய்யா சாமி, தனி ஆளாக 3 ஆயிரம் மரங்களுக்கும் மேல் நட்டு, பராமரித்து வளர்த்திருக்கிறார்.

இப்படி மரங்களை நேசிக்கும் மனிதர்கள் சத்தமின்றிச் செயலாற்றிக் கொண்டே இருக்கிறார்கள். தண்ணீர், காற்று, நிலம் என எல்லாவற்றையும் சுய லாபங்களுக்காக மாசு படுத்தி வருகிற நம் காலத்தில், மரங்களைக் காக்கவும் வளர்க்கவும், அதுகுறித்து அறிந்துகொள்ளவும் வேண்டியது நம் அனைவரின் கடமையாகும்.

இயற்கை ஆர்வலரான மேனகா காந்தி மரங்களின் சிறப்புகள் பற்றி எழுதிய 'பிரம்மாஸ் ஹேர்' என்ற ஆங்கிலப் புத்தகத்தை, புதுச்சேரியின் 'சண்டே பஜார்' பழைய புத்தகக் கடையில் வாங்கினேன். ஒவ்வொரு ஞாயிற்றுக்கிழமையும் புதுவை — நேரு வீதியில் இந்தச் சாலையோரப் புத்தகக் கடைகள் போடப்படுகின்றன. தமிழ், ஆங்கிலம், இந்தி, பிரெஞ்சு எனப் பல்வேறு மொழிகளின் புத்தகங்கள் இங்கே கொட்டிக் கிடக்கின்றன. மலிவு விலையில் அரிய புத்தகங்களை இங்கே வாங்க முடியும். இதற்காகவே சில ஞாயிற்றுக்கிழமைகளில் புதுச்சேரி போயிருக்கிறேன்.

'பிரம்மாவின் தலைமுடிக் கற்றைகள்தான் பூமியில் மரங்களாக உருக்கொண்டுள்ளன' என்றொரு ஐதீகம் உண்டு. அதையே மேனகா காந்தி தனது புத்தகத்துக்குத் தலைப்பாகக் கொடுத்திருக்கிறார். பாரிஜாதம் இரவில் பூக்கும் மலர். இதன் பூக்களைக் கொண்டு சாயம் தயாரித்து, புத்தத் துறவிகள் ஆரஞ்சு வண்ண உடைகளைப் பயன்படுத்தினார்கள் என்கிறார்கள். பாரிஜாதம் ஏன் இரவில்

மலர்கிறது? என்பதற்கு ஒரு கதையே இருக்கிறது. இது விஷ்ணு புராணத்தில் சொல்லப்பட்ட கதை.

பாரிஜாதா என்றோர் அழகான இளவரசி இருந்தாள். அவள் சூரியன் மீது காதல் கொண்டாள். 'பூமியை விட்டு என்னோடு வந்து விடு' எனச் சூரியன் அழைத்த காரணத்தால், அவள் சூரியனைப் பின்தொடர்ந்து போக ஆரம்பித்தாள். ஆனால், சூரியனைப் பின்தொடர முடியவில்லை. சூரியன் அவளைக் கைவிட்டு வானில் மறைந்துவிட்டது. பாரிஜாதா இந்த வேதனையைத் தாங்க முடியாமல் இறந்து போனாள். அவளது சாம்பலில் இருந்து உருவானதே பாரிஜாதம். ஆகவே, அது சூரியனைக் காண விரும்பாமல் இரவில் பூக்கிறது. சூரியனின் முதல் கிரணம் வந்தவுடன் பூ உதிர்ந்துவிடுகிறதாம்.

இப்படி மரங்களைப் பற்றிய புராண, தொன்மைக் கதைகளை எளிய மொழியில் இந்தப் புத்தகத்தில் எடுத்துச் சொல்கிறார் மேனகா காந்தி. இவை அறிவியல் பூர்வமானவை இல்லை என்றபோதும், கற்பனையைத் தூண்டும் கதைகள் என்பதில் சந்தேகமில்லை.

புளிய மரத்தைப் பற்றி விவரிக்கும் போது, அதன் அடியில் யாரும் படுத்து உறங்கக் கூடாது எனக் கூறுவதோடு, அக்பரின் சபையில் இருந்த பிரபல இசைக் கலைஞர் தான்சேனுடைய கல்லறை அருகில் உள்ள புளியமரத்தின் இலைகளைப் பறித்துத் தின்றால், நல்ல குரல்வளம் கிடைக்கும் எனச் சங்கீதம் படிப்பவர்கள் நம்புகிறார்கள் என்ற சுவாரஸ்யமான விஷயத்தையும் சுட்டிக் காட்டுகிறார்.

புளிய மரத்தின் இலைகள் ஏன் இவ்வளவு சிறியதாக உள்ளன? என்பதற்கு ஒரு கதை சொல்கிறார். முன்னொரு காலத்தில் சிவனுக்கும் பதுமாசூரனுக்கும் சண்டை நடந்தது. அப்போது அசுரன் புளிய மரத்தில் ஏறி ஒளிந்துகொண்டு விட்டான். அடர்ந்த இலைகளுக்குள் எங்கே ஒளிந்திருக்கிறான் எனச் சிவனால் கண்டுபிடிக்க முடியவில்லை. ஆகவே, அவர் தனது முக்கண்ணைத் திறந்து காட்டி, மரத்தின் இலைகளைத் துண்டு துண்டாக வெட்டி எறிந்தார். பதுமாசூரன் பிடிப்பட்டு இறந்து போனான். அதன் பிறகே புளிய மரத்தின் இலைகள் சிறியதாக மாறின எனக் கூறுகிறார் மேனகா காந்தி.

இப்படி ஆலமரம், வில்வம், தேக்கு, வாழை, அரசு, நாவல் என 30 வகையான மரங்கள் குறித்தும், பல்வகை மலர்ச் செடிகள் பற்றியுமான செய்திகள், கதைகள், சித்திரங்கள் இந்த நூலில் இடம் பெற்றுள்ளன. அத்துடன் மரங்களின் அறிவியல் பெயருடன், இந்தியாவின் பல்வேறு மொழிகளில் வழங்கும் பெயர்களும் குறிப்பிடப் பட்டுள்ளன.

மரங்கள் குறித்து மாணவர்களும் இளையத் தலை முறையினரும் அக்கறை செலுத்த இதுபோன்ற புத்தகங்கள் அவசியம் தேவைப்படுகின்றன. 'மரம் வைப்பவனுக்குக் கூலி கிடையாது. அதை வெட்டுபவனுக்கும் விற்பவனுக்கும் மட்டுமே பணம் கிடைக்கிறது' என்றொரு வாசகத்தை இணையத்தில் படித்தேன். இதுதான் சமூகநிலை என்பது வருத்தமாகவே இருக்கிறது.

20. கற்றவை கற்றபின்

உலகெங்கும் பொது நூலகங்கள் பண்பாட்டு மையங்களைப் போலச் செயல்படுகின்றன. அங்கே புத்தக வெளியீடுகள், கதை சொல்லும் முகாம். விமர்சனக் கூட்டம், ஆவணப் படங்கள் திரையிடுவது, விருது பெற்ற எழுத்தாளர்களைக் கொண்டாடுதல், புகைப்படக் கண்காட்சி எனப் பல்வேறு வகையான நிகழ்ச்சிகள் தொடர்ச்சியாக நடை பெறுகின்றன.

ஆனால், தமிழ்நாட்டில் இதுவரை எந்தப் பொது நூலகத்திலும் இப்படியான கலை இலக்கிய நடவடிக்கைகள் நடைபெறுவதாகத் தெரியவில்லை.

சில நூலகங்களில் 'வாசகர் வட்டம்' சார்பில் புத்தக அறிமுகக் கூட்டம், அல்லது வார விழா அரிதாக நடைபெறுகின்றன. அதைத் தவிர நூலகம் என்பது புத்தகம் படிக்கவும், இரவல் பெறுவதற்கான இடம் மட்டுமே.

'அண்ணா நூலகம்' போன்ற மிகப்பெரிய நூலகங்களும் இப்படித்தான் செயல்படுகின்றன. குறிப்பாக, அண்ணா நூலகத்தில் குளிர்சாதன வசதி செய்யப்பட்ட, மிக அழகான அரங்கம் ஒன்றிருக்கிறது. அதில், இதுவரை புத்தக வெளியீட்டு விழாவோ, இலக்கியக் கூட்டங்களோ நடந்ததே இல்லை.

பல மாதங்களாக அது மூடப்பட்டே இருக்கிறது. முன்பு தனியார்கள் நடத்தும் நிகழ்ச்சிக்கு வாடகைக்குக் கொடுத்து வந்தார்கள். அதுவும் தற்போது அனுமதிக்கப்படவில்லை. நீதிமன்றத் தடை உள்ளது என்கிறார்கள்.

'தேவநேயப் பாவாணர்' நூலக மாடியில் இயங்கிய அரங்கில் பல ஆண்டுகளாகப் புத்தக வெளியீடுகள், விமர்சனக் கூட்டங்கள் நடைபெற்று வந்தன. கடந்த இரண்டு ஆண்டுகளாக அதுவும் மூடப்பட்டுவிட்டது.

சென்னை போன்ற பெருநகரத்தில் கூட புத்தகம் படிப்பவர்கள் ஒன்று கூடுவதற்கு என இடமே இல்லை. பூங்காவில் உள்ள திறந்தவெளி அரங்குகளில் ஆடல் பாடல் நிகழ்ச்சிக்கு அனுமதி தருகிறார்கள். புத்தக வெளியீடுகள் அனுமதிக்கப்படுவது இல்லை.

சிங்கப்பூரில் உள்ள 'தேசிய நூலகம்' ஆசிய அளவில் மிகப் பெரியது. தமிழ்நாட்டில் கிடைக்காத தமிழ்ப் புத்தகங்கள் கூட அங்கே வாசிக்கக் கிடைக்கின்றன. புத்தக வாசிப்பை மேம்படுத்துவதிலும், எழுத்தையும் எழுத்தாளர்களையும் கௌவுரவித்துக் கொண்டாடுவதிலும் சிங்கப்பூர் 'தேசிய நூலகம்' முன்னோடியாகச் செயல்படுகிறது.

ஆண்டு முழுவதும் ஏதாவது சிறப்பு நிகழ்ச்சிகள், முகாம்கள், வெளியீட்டு அரங்குகள் நடந்துகொண்டே இருக்கின்றன. எழுத்தாளர்களின் கையெழுத்துப் பிரதிகள், அவர்களின் குரல் பதிவு, ஆவணப்படம் எனச் சகலமும் அங்கே பாதுகாக்கப்படுகின்றன.

தமிழ்நாட்டிலோ இன்னமும் நூலகங்கள் இணையவழி ஒன்றிணைக்கப்படவில்லை. பொது நூலகங்களில் வாசகர் பயன்படுத்தும்படியான இணைய வசதியும் கிடையாது. எங்கிருந்தும் ஆன்லைனில் புத்தகங்கள் தேடவோ, படிக்கவோ வசதியில்லை.

நூலகங்களை நவீனப்படுத்த போதுமான நிதி ஒதுக்கப் படுவதில்லை. ஆள் பற்றாக்குறை, இடம் போதவில்லை, நிர்வாகச் சிக்கல்கள் எனப் பல காரணங்களைக் கூறுகிறார்கள்.

இந்தியா முழுவதும் உள்ள நூலகங்களுக்குக் கொல்கத்தாவில் உள்ள 'ராஜாராம் மோகன்ராய் அறக் கட்டளை' நிதியுதவி செய்கிறது. அதில் தான் கணிசமான ஆங்கில நூல்கள் வாங்கப்படுகின்றன. அத்தோடு 'குழந்தைகள் நூலகம்' அமைக்கவும் அவர்கள் நிதி வழங்குகிறார்கள். அதைப் பயன்படுத்தி நிதி பெற்ற சில நூலகங்களில் குழந்தைகள் பிரிவு என்பது வெறும் பெயர்ப் பலகையாக மட்டுமே தொங்கிக் கொண்டிருக்கிறது.

தமிழகத்தில் 4,042 பொது நூலகங்கள் இயங்குகின்றன. இரண்டு மாநில மைய நூலகங்கள், மாவட்டத்துக்கு ஒன்று என்ற விகிதத்தில் 32 மாவட்ட மைய நூலகங்கள், 1,664 கிளை நூலகங்கள், 1,795 கிராமப்புற நூலகங்கள், 539 பகுதி நேர நூலகங்கள், 10 நடமாடும் நூலகங்கள் இதில் அடங்கும்.

நூலகங்களுக்குப் போய்ப் படிக்கிற பழக்கம் இளம் தலைமுறையிடம் வெகுவாகக் குறைந்துவிட்டிருக்கிறது. மத்திய, மாநிலப் பணிகளுக்கான போட்டித் தேர்வு களுக்காகப் படிப்பவர்களே அதிகம் நூலகங்களைப் பயன் படுத்துகிறார்கள்.

இன்று பொது நூலகத்தை பெண்கள் மிகக்குறைவாகவே பயன்படுத்துகின்றனர். மாவட்டந்தோறும் பெண்கள் மற்றும்

குழந்தைகளுக்கு எனத் தனி நூலகம் அல்லது தனிப் பிரிவுகள் தொடங்கப்பட வேண்டும். அது போலவே மாற்றுத்திறனாளிகள் நூலகங்களைப் பயன்படுத்த சிறப்பு வசதிகள் செய்து தரப்பட வேண்டும்

நூலகத்தைப் பண்பாட்டுக் களமாக மாற்றுவதற்கு ஒருங்கிணைந்த ஒத்துழைப்பு தேவை. குறிப்பாக நூலகம் சார்பாக வாரம் ஒருமுறை எழுத்தாளர் சந்திப்பு, நூல் அறிமுகக் கூட்டம், ஆவணப்படங்கள், குறும்படங்கள் திரையிடல், கிராமியக் கலைநிகழ்ச்சிகள் ஏற்பாடு போன்ற வற்றைச் செய்யலாம். மாணவர்களுக்கான சிறப்பு வாசிப்பு முகாம்கள், கதை, கவிதைப் பயிலரங்குகள் எனப் பன் முகமான நடவடிக்கைகளை மேற்கொள்ளலாம்.

இதற்குத் தேவையான நிதி உதவிகளைத் தனியார் நிறுவனங்கள் மற்றும் பல்வகைக் கல்வி நிறுவனங்கள், புரவலர் வழியாகக் கோரலாம். இப்படியான பண்பாட்டு நிகழ்வுகள் நடைபெறாமல் போனால் நூலக இயக்கம் தேக்கம் அடைந்து முடங்கிவிடும் என்பதே உண்மை.

தமிழக நூலக இயக்கத்துக்கு முன்னோடியாக இருந்தவர் டாக்டர் எஸ்.ஆர். ரங்கநாதன். அவர் உருவாக்கிய ஐந்து விதிகளே நூலக மறுமலர்ச்சிக்கு வித்திட்டன. 1948இல் கல்வி அமைச்சர் அவினாசிலிங்கம் செட்டியார் கொண்டுவந்த பொது நூலகச் சட்டம்தான் இந்தியாவில் இயற்றப்பட்ட முதல் பொது நூலகச் சட்டமாகும்.

நூலகம் குறித்து ஆதங்கப்படும் போதெல்லாம் நான் எடுத்துப் படிக்கும் புத்தகம் டாக்டர். நெ.து.சுந்தரவடிவேலு எழுதிய 'நினைவு அலைகள்' புத்தகம் தான்.

மூன்று தொகுதிகளாக வெளிவந்துள்ள இந்தத் தொகுதிகளைச் சில ஆண்டுகளுக்கு முன்பாகக் கோடம் பாக்கம் சாலையோரப் புத்தகக் கடையில் வாங்கினேன், அற்புதமான வாழ்க்கை வரலாற்றுப் புத்தகம் இது.

'கல்வி வள்ளல்' காமராஜர் அவர்களுடன் இணைந்து ஏழை எளிய மக்களுக்கு இலவசக் கல்வியும் மதிய உணவும் தந்ததில் டாக்டர் நெ.து.சுந்தரவடிவேலுவுக்கு முக்கியப் பங்கு இருக்கிறது.

நெய்யாடுபாக்கம் துரைசாமி சுந்தரவடிவேலு 1951ஆம் ஆண்டு பொதுக்கல்வி இயக்குநராகப் பதவி ஏற்றார். அப்போது திட்டமிடப்பட்டுச் செயல்படுத்தப்பட்டவை களே இலவசக் கல்வி,

மதியஉணவு, சீருடைத் திட்டங் களாகும். அவற்றைச் செயல்படுத்த வேண்டிய நிதி ஒதுக்கீடு, நிர்வாகச் சிக்கல் போன்றவற்றை எப்படிச் சமாளித்தார்கள்? எவ்வளவு சிக்கலான சவாலாக இருந்தது என்பதை சுந்தர வடிவேலு துல்லியமாக இந்தப்புத்தகத் தில் விவரிக்கிறார்.

கல்வித்துறையோடு சேர்த்து பொது நூலக இயக்குந ராகவும் டாக்டர் நெ.து.சுந்தரவடிவேலு பதவி வகித்தார். அந்தக் காலத்தில் மாவட்ட அளவில் மட்டுமே நூலகங்கள் செயல்பட்டுவந்தன. கிராமப்புறத்தில் கல்வி வளர்ச்சி பெற நூலகம் அமைக்கப்பட வேண்டும் என்று முடிவு செய்த இவர், தமிழகம் முழுவதும் 400—க்கும் மேற்பட்ட கிளை நூலகங்களை ஏற்படுத்தினார்.

பொதுமக்கள் செலுத்தும் சொத்து வரியில் 10 சதவீதம் நூலக வரியாகப் பெறப்படுகிற திட்டம் இவரால்தான் நடைமுறைப்படுத்தப்பட்டது.

'நினைவு அலைகள்' நூலில் பல அரிய தகவல்கள் இடம்பெற்றுள்ளன. அண்ணாப் பல்கலைக்கழகத்தை மத்திய அரசு ஐ.ஐ.டி—க்காகக் கேட்டபோது காமராஜர் அனுமதிக்க மறுத்தது, கிராமப்புறங்களில் அரசுப் பள்ளி உருவாக எவ்வாறு போராடினார்கள்?

இலவச மதிய உணவு திட்டத்துக்கு எப்படி எல்லாம் எதிர்ப்பு உருவானது? காமராஜரின் நிர்வாகத் திறன் எப்படி யானது? எனப் பல்வேறு உண்மைகளை நேரடி சாட்சியமாகப் பதிவு செய்திருக்கிறார். நாட்டுடமையாக்கப்பட்ட இவரது நூல்கள் இணையத்திலும் தரவிறக்கம் செய்ய எளிதாகக் கிடைக்கின்றன.

கல்வி முற்றிலும் வணிக மயமாகி விட்ட இன்றைய சூழலில் ஆசிரியர்கள் மற்றும் பெற்றோர்கள் ஒருமுறை யாவது இந்த மூன்று தொகுதிகளையும் வாசிக்க வேண்டும். அப்போதுதான் இலவசக் கல்வியின் முக்கியத்துவத்தையும் முன்னோடிகளின் அர்ப்பணிப்பையும் நாம் உணர்ந்து கொள்ள முடியும்.

21. எழுத்தாளனின் சமையலறை

மதுரை செல்லும் வைகை எக்ஸ்பிரஸில் அவர்கள் ஐந்து பேரையும் பார்த்தேன். தாத்தா, பாட்டி, அப்பா, அம்மா, ஒரு மகள். ஐந்து பேரும் ஆளுக்கு ஒரு புத்தகம் வைத்துப் படித்துக் கொண்டுவந்தார்கள். நீண்ட நாட்களுக்குப் பிறகு ஒரு குடும்பமே ரயிலில் புத்தகம் படித்துக் கொண்டு வருவதைப் பார்த்தபோது சந்தோஷமாக இருந்தது.

ஜப்பானில் ரயில் பயணம் செய்தபோது ஏதோ ஓடும் நூலகம் ஒன்றினுள் உட்கார்ந்திருப்பது போலவே இருந்தது. அத்தனை பேர் கையிலும் புத்தகங்கள். சிலர் காதில் ஹெட்போன் மாட்டிக் கொண்டு இசை கேட்டபடியே படித்தார்கள்.

ரயில் பயணத்தில் படிப்பது ஒரு சுகம். அதுவும் பகல்நேர ரயில் பயணத்தில் படிப்பது மகிழ்வூட்டும் அனுபவம். இரவில் படிப்பது, விழித்தபடியே கனவு காணும் அனுபவம். இரண்டையும் நிறைய அனுபவித்திருக்கிறேன்.

இன்றைய ரயில் பயணங்களில் மாத, வார இதழ்கள், நாளிதழ்கள் படிப்பவர்களே அதிகம் இருக்கிறார்கள். பெரும்பான்மையினர் காதில் ஹெட்போன் மாட்டிக் கொண்டு பாட்டு கேட்பது, செல்போன் பேசிக்கொண்டே வருவது, வீடியோ கேம் ஆடுவது, அல்லது உறங்கிவிடுவது என நேரத்தைக் கொல்கிறார்கள். இந்தச் சூழலில் குடும்பமே புத்தகத்தில் மூழ்கியிருப்பதைக் கண்டது உற்சாகமாக இருந்தது.

என்ன புத்தகம் படிக்கிறார்கள்? எனக் கூர்ந்து கவனித்தேன். தாத்தா படித்துக் கொண்டிருந்த புத்தகம் 'ராபர்ட் கனிகல்' எழுதிய 'அனந்தத்தை அறிந்தவன்' என்ற கணிதமேதை ராமானுஜம் பற்றிய புத்தகம். பாட்டி படித்துக் கொண்டிருந்த புத்தகம் பைண்டிங் செய்யப் பட்டிருந்தது. அதனால், என்ன புத்தகம் எனத் தெரிய வில்லை.

அப்பா படித்துக் கொண்டிருந்தது 'அமிஷ் திரிபாதி' எழுதிய 'மெலுஹா'. அம்மா படித்துக் கொண்டிருந்த புத்தகம் 'வாழ்விலே

ஒரு முறை' என்ற அசோகமித்திரன் சிறுகதைகள். ஐந்து பேரில் கல்லூரி மாணவி போன்ற தோற்றத்தில் இருந்த மகளின் கையில் இருந்த ஆங்கிலப் புத்தகம் 'பால்சாக்ஸ் ஆம்லேட்'.

ரயில் நிலையங்களில் தரமான புத்தகக் கடைகள் அரிதாக உள்ளன. பெரும்பான்மையான புத்தகக் கடைகளில் வார, மாத இதழ்கள், பொழுதுபோக்குப் புத்தகங்களைத் தவிர வேறு புத்தகங்கள் கிடைப்பதில்லை. பயணத்தில் படிப்பதற்கு எளிதாக 'கிண்டில் பேப்பர் வொயிட்' போன்ற மின் புத்தகப் படிப்பான்கள் வந்துவிட்டன. ஆனால், அதைப் பலரும் அறிந்திருக்கவில்லை.

'பால்சாக்ஸ் ஆம்லேட்' புத்தகத்தை நான் வாசித்திருக் கிறேன். ஆழ்வார்பேட்டை சங்கரா ஹாலில் நடைபெற்ற மலிவு விலை புத்தகக் காட்சியில் கிடைத்த சுவாரஸ்யமான புத்தகம் அது.

புகழ்பெற்ற பிரெஞ்சு எழுத்தாளர் 'பால்சாக்' தனது படைப்புகளில் என்ன உணவு வகைகளைப் பற்றி யெல்லாம் எழுதியிருக்கிறார்? அன்று இருந்த புகழ்பெற்ற உணவகங்கள் எவை? இலக்கியவாதிகளின் உணவுப் பழக்க வழக்கங்கள் எப்படி இருந்தன? என்பதைப் பற்றிச் சுவைபட எழுதியிருக்கிறார் ஆன்கா.

நீங்கள் என்ன விரும்பி சாப்பிடுகிறீர்கள்? எங்கே போய்ச் சாப்பிடுகிறீர்கள்? எந்த நேரம் சாப்பிடுகிறீர்கள்? என்பதைச் சொல்லுங்கள், நீங்கள் யார்? என்பதைச் சொல்லிவிடுவேன் என்கிறார் ஆன்கா. அப்படித்தான் பால்சாக்கையும் ஆராய்ந்து எழுதியிருக்கிறார்.

இரண்டு விதங்களில் இந்தப் புத்தகம் முக்கியமானது. ஒன்று, பால்சாக்கின் கதாபாத்திரங்கள் எதை விரும்பி சாப்பிடுகிறார்கள்? ஏன் சாப்பிடுகிறார்கள்? இதன் ஊடாக அவர்களின் வசதி அல்லது வறுமை எப்படிச் சுட்டிக் காட்டப்படுகிறது? என்பதை நுட்பமாக ஆராய்ந்து எழுதி யிருக்கிறார். இப்படி ஆய்வு செய்வது எளிதான விஷய மில்லை. பால்சாக்கின் அத்தனை படைப்புகளையும் எழுத்து எண்ணிப் படித்திருந்தால் மட்டுமே, இது சாத்தியம்.

இரண்டாவது, பால்சாக் காலத்தில் பாரீஸின் இலக்கியச் சூழல் எப்படியிருந்தது? எங்கே விருந்துகள் நடைபெற்றன? பால்சாக்கின் அன்றாட உணவுப் பழக்கம் எப்படியிருந்தது என அறியப்படாத, சுவையான தகவல்கள், நிகழ்வுகளை வெளிப்படுத்தியிருக்கிறார்.

பால்சாக்கைப் படித்தவர்களுக்குத் தெரியும், அவர் கதைகளில் வரும் கதாபாத்திரங்கள் விதவிதமான உணவு வகைகளைச் சாப்பிடுவார்கள். அதை ரசித்து ரசித்துப் பால்சாக் எழுதியிருப்பார். படிக்கும்போதே நமக்கு நாக்கில் எச்சில் ஊறும்.

பால்சாக் தன் வாழ்நாள் முழுவதும் எழுதிக் குவித்தவர். ஒரு நாளில் 15 மணி நேரம் எழுதினார் என்கிறார்கள். இரவில் நெடுநேரம் எழுதக் கூடியவர் என்பதால், அவரது காலை உணவு எளிமையானது. ஒரு துண்டு மீனும், அவித்த முட்டையும், ரொட்டியும் மட்டுமே சாப்பிடுவார். அதிகம் பசியிருந்தால் கோழி இறைச்சியோ, ஆட்டு இறைச்சியோ உடன் சேர்த்துக்கொள்வது உண்டு.

மதிய உணவை அவர் 4 அல்லது 5 மணிக்குச் சாப்பிடுவார். அதன் பிறகு உறங்கிவிடுவார். நள்ளிரவில் எழுந்துகொண்டு மீண்டும் எழுத ஆரம்பிப்பார்.

கோப்பைக் கோப்பையாக, சூடான பிளாக் காபி குடித்தபடியே விடியும் வரை எழுதுவார். அதுவும் சக்கரை இல்லாத காபி.

வாரத்தில் சில நாட்கள் அவரது பசி அதிகமாகிவிடும். அது போன்ற நாட்களில் பிரபலமான உணவகத்துக்குச் சென்று விதவிதமாகச் சாப்பிடுவார். சாப்பாட்டுப் பிரியர் என்பதால் விதவிதமான உணவு வகைகளை ஆர்டர் செய்வார்.

அதாவது சூடான சூப், வேகவைத்து சுவையூட்டிய நூறு சிப்பிகள், வெங்காயம், தக்காளி போட்டு வெண்ணெயில் வதக்கிய மாட்டு நாக்கு, இரண்டு முழுக் கோழிகள், 12 ஆட்டு இறைச்சித் துண்டுகள். ஒரு முழு வாத்து. பொரித்த காடை. பொரித்த நாக்கு மீன். 10 ரொட்டித் துண்டுகள், உடன் இனிப்பு வகைகள், பழ வகைகள், நான்கு பாட்டில் ஒயிட் வொயின். இத்தனையும் ஒருவேளையில் சாப்பிட்டு முடித்துவிடுவார்.

பால்சாக் சாப்பிடும் அழகு, வயிறு எனும் பெரிய குகையில் கொண்டுபோய் உணவுகளை ஒளித்து வைப்பது போலி ருக்கும். ஒரு கையில் கத்தி, மறு கையில் முள் கரண்டியுடன் போர்முனையில் சண்டையிடுவதைப் போல ஆவேசமாக உணவைக் கொத்திப் பிடுங்கி, வேக வேகமாகச் சாப்பிடுவார். வாயில் இருந்து ஆவி வருமளவு சூடாகச் சாப்பிடுவார். பழத் துண்டுகளில் ஒன்றை கூட மிச்சம் வைக்க மாட்டார். சாப்பாட்டின் சுவையை அனுபவிப்பது போல இடையிடையே தலையை ஆட்டி சிரித்துக்கொள்வார்.

வயிற்றில் இடமில்லாமல் போய்விடுமோ என அவ்வப் போது குலுக்கிக் கொள்வது நடனமாடுவது போலிருக்கும்.

சிறுவயதில் வறுமையில் போதுமான உணவு கிடைக்காமல் அவதிப்பட்டதற்குப் பழி தீர்த்துக் கொள்வதைப் போல, உணவை அள்ளி திணித்துக் கொள்வார். எவ்வளவு முடியுமோ அவ்வளவு சாப்பிட்டு விட வேண்டும் என்பதே அவரது கொள்கை. சாப்பிட்ட பில்லுக்குப் பதிப்பாளர்தான் பணம் தர வேண்டும். ஆகவே, பில்லை பதிப்பாளருக்கு அனுப்பி வைக்கச் சொல்லிவிடுவார்.

காபி பிரியரான பால்சாக், இனிப்புச் சேர்க்காத கறுப்பு காப்பியை விரும்பிக் குடிப்பார். தனது எழுத்துக் கான தூண்டுதலைத் தருவது காபியே எனக் கூறும் பால்சாக், ஒரு நாளைக்கு 30 முதல் 50 கோப்பை காபி குடித்திருக்கிறார்.

இப்படிப் பால்சாக் மற்றும் அவரது சமகால இலக்கிய வாதிகளின் உணவுப் பழக்கங்களைப் பிரெஞ்சு தேசத்தின் உணவுப் பண்பாட்டு வரலாற்றுடன் ஒன்றுகலந்து எழுதி யிருப்பது இந்தப் புத்தகத்தின் தனித்துவம்.

இலக்கியத்திலும், உணவிலும் ருசி கொண்ட யாராவது ஒருவர் 'தமிழகத்தின் உணவுப் பண்பாடு எப்படி இலக்கியத்தில் பதிவு செய்யப்பட்டுள்ளது?' என ஆராய்ந்து எழுதினால், நிச்சயம் இது போன்ற புத்தகம் கிடைக்கும் என்பதில் ஐயமில்லை.

22. கற்றலின் இனிமை

தெரிந்த ஆசிரியர் ஒருவர் சமீபத்தில் பணி ஓய்வு பெற்றார். அப்போது, 30 ஆண்டுகளாகத் தான் சேகரித்து வைத்திருந்த 4 ஆயிரம் புத்தகங்களையும் பள்ளி நூலகத்துக்குப் பரிசாக அளித்துவிட்டார்.

தனது பணிக் காலத்தில் மூன்று கொள்கைகளைத் தொடர்ந்து கடைப்பிடித்து வந்ததாக அவர் கூறினார். ஒன்று, பிரைவேட் டியூசன் எடுத்து காசு சம்பாதிக்கக் கூடாது. இரண்டாவது, தன்னால் முடிந்த அளவு வசதியில்லாத மாணவர்களுக்குத் தேவையான உதவிகளை செய்வது.

மூன்றாவது, வகுப்பறையில் மாணவர்களுக்கு, தான் படித்த புத்தகங்களை அறிமுகம் செய்து வைப்பது. இந்த மூன்றையும் உறுதியாக, தான் கடைப்பிடித்ததாகக் கூறினார்

'உங்கள் ஆசிரியர் அனுபவத்தில் எதைப் பெருமையாகக் கருதுகிறீர்கள்' எனக் கேட்டேன். அதற்கு அவர் பெரு மிதமான குரலில் சொன்னார்:

"மாணவர்களை ஒருமுறை கூட நான் அடித்ததே இல்லை. அப்படி நடந்துகொள்ள வேண்டும் என்று எனக்குக் கற்றுத் தந்தவர் ஏ.எஸ்.மகரன்கோ. 30 ஆண்டு களுக்கு முன்பு அவருடைய 'தி ரோடு டு லைஃப்' (The Road to Life) என்ற புத்தகத்தைப் படித்தேன். அதுதான் எனது வாழ்க்கையை மாற்றியமைத்தது " என்றார்.

'புத்தகங்களால் என்ன செய்துவிட முடியும்' என அறியாமையில் பலர் கேலி பேசுவதைக் கேட்டிருக்கிறேன். ஆனால், இப்படி எத்தனையோ மனிதர்களுக்கு அவர்களின் வாழ்க்கை வழிகாட்டியாகப் புத்தகங்களே இருந்திருக்கின்றன என்பதே உண்மை

ஏ.எஸ்.மகரன்கோ எனப்படும் ஆன்டன் செமினோவிச் மகரன்கோ, ரஷ்யாவின் மிகச் சிறந்த கல்வியாளர். புதிய கல்விமுறையை உருவாக்கிய சிந்தனையாளர்.

அநாதைச் சிறார்களை ஒன்றுதிரட்டி, அவர்களுக்குக் கல்வி புகட்டியவர். 'கார்க்கி காலனி' என்ற இவரது 'கல்வியகம்' ரஷ்யாவின் முன் மாதிரி கல்வி நிறுவனமாகக் கருதப்பட்டது.

மகரன்கோவின் புத்தகங்கள் எதுவும் தமிழில் வெளியாகி யிருப்பதாகத் தெரியவில்லை. 20 ஆண்டுகளுக்கு முன்பாகக் கல்விகுறித்த கட்டுரைத் தொகுப்பில், மகரன்கோ ஆற்றிய சொற்பொழிவு ஒன்றினைப் படித்தேன்.

அது பெற்றோர்களின் பொறுப்புணர்வு பற்றியது.

"பிள்ளைகளைப் பள்ளிக்கூடத்தில் விட்டுவிட்டதோடு பொறுப்பு முடிந்து விட்டதாகப் பெரும்பான்மையான பெற்றோர்கள் கருதுகிறார்கள். மாணவனுக்கு அறிவை மட்டுமே பள்ளிக்கூடம் புகட்டும். பண்பாட்டினை குடும்பம்தான் உருவாக்க வேண்டும்

குறிப்பாக, பெற்றோரின் உணவுப் பழக்கம், உடை அணியும் விதம், நடத்தை, பேச்சு, சண்டை, கோபம் போன்றவை குழந்தைகளை மிகவும் பாதிக்கும். இவ்வளவு ஏன்? பெற்றோர்கள் எதைக் கேலி செய்து சிரிக்கிறார் களோ, அதைப் பிள்ளைகளும் காரணம் இல்லாமல் கேலி செய்து சிரிப்பார்கள்.

ஆகவே, பெற்றோர்கள் வீட்டில் நடந்துகொள்ளும் விதமே பிள்ளைகள் வளர்வதில் முக்கியப் பங்கு வகிக்கிறது.

பெரும்பான்மையான பெற்றோர்கள், தாங்கள் சொல்வதை பிள்ளைகள் கேட்க மறுக்கிறார்கள், அடிபணிவதே இல்லை எனக் குறை கூறுகிறார்கள். இதில் தவறு பிள்ளைகளிடம் இல்லை. பெற்றோர்களிடமே இருக்கிறது.

காரணம், அவர்கள் தங்கள் பிள்ளைகளையும் வேலை யாள்போல, அடிமைகள்போல, சர்க்கஸ் மிருகங்களைப் போல அதிகாரத்தால் அச்சுறுத்துவதாலும், ஆத்திரப்பட்டுக் கத்துவதாலும் அடிபணிய வைத்துவிடப் பார்க்கிறார்கள்.

ஒருபோதும் அது சாத்தியமாகாது. முடிவாக, 'நீ என் பேச்சைக் கேட்பதாக இருந்தால் நீ கேட்பதை எல்லாம் வாங்கித் தருகிறேன்' என ஆசை காட்டுகிறார்கள். அது ஒரு வகையான லஞ்சம். மோசமான வழிமுறை. பெற்றோர்களின் அலட்சியமே பிள்ளைகளை மோசமான நடத்தை உள்ளவர்களாக மாற்றுகிறது" என அந்தச் சொற்பொழிவில் குறிப்பிடுகிறார் மகரன்கோ.

இந்தக் கட்டுரையை வாசித்த பிறகு, மகரன்கோவின் நூல்களைத் தேடித் தேடிப் படித்தேன். அதில் ஒன்றுதான் 'மகரன்கோ: ஹிஸ் லைஃப் அண்ட் வொர்க்' (Makarenko: His Life and Work) என்ற புத்தகம். ஐதராபாத்தில் உள்ள நடைபாதைப் புத்தகக் கடையில் தற்செயலாகக் கிடைத்தது.

மகரன்கோவின் வாழ்க்கை மற்றும் அவர் உருவாக்கிய கல்வி முறை, அவரிடம் படித்த மாணவர்களின் நினைவுக் குறிப்புகள், கட்டுரைகள் ஆகியவற்றை உள்ளடக்கியது.

புரட்சிக்குப் பிறகான ரஷ்யாவில் பெற்றோர்களை இழந்த சிறுவர்கள் படிப்பைக் கைவிட்டு, பசிக்காக எந்தக் குற்றத்திலும் ஈடுபடும் நிலைக்குத் தள்ளப்பட்டிருந்தார்கள். அத்துடன் சீர்திருத்தப் பள்ளியில் படித்த மாணவர்கள் பலர், பள்ளியை விட்டுத் தப்பியோடி இளம் குற்றவாளி களாக அலைந்து கொண்டிருந்தார்கள். அவர்களுக்கு மறுவாழ்வு அளிப்பதற்கான பொறுப்பு மகரன்கோவிடம் ஒப்படைக்கப்பட்டது.

மகரன்கோ 'கார்க்கி காலனி' என்ற கல்வி நிலையம் ஒன்றை உருவாக்கினார். அதில் 14 முதல் 18 வயது வரையுள்ள கைவிடப்பட்ட, அநாதைச் சிறார்கள் 30 மாணவர்களாகச் சேர்க்கப்பட்டார்கள்.

கல்வியும் உழைப்பும் ஒருங்கிணைந்த முறை ஒன்றினை மகரன்கோ உருவாக்கினார். அதாவது, படிப்போடு வாழ்க்கைக்குத் தேவையான தொழில்நுட்பப் பயிற்சிகள், அடிப்படை வேலைகள் அத்தனையும் மாணவர்கள் கற்றுக் கொள்ள வேண்டும். ஆகவே, உடல் உழைப்பும் அறிவு வளர்ச்சியும் ஒன்றிணைந்த கல்விமுறை உருவாக்கப்பட்டது.

உக்ரைனில் உள்ள ஏழைத் தொழிலாளியின் மகனாகப் பிறந்த மகரன்கோ, 1905ஆம் ஆண்டு ஆசிரியர் பயிற்சி முடித்து ரயில்வே பள்ளி ஒன்றில் ஆசிரியராகப் பணி யாற்றத் தொடங்கினார்.

'கார்க்கி காலனி' என்கிற கல்வி நிலையத்தை உருவாக்குவது மகரன்கோவுக்குப் பெரிய சவாலாக இருந்தது. காலனி அமைக்கப்பட்ட இடத்தில் இடிந்து போன கட்டிடம் ஒன்று மட்டுமே இருந்தது. அது, முன்பு சிறுவர் ஜெயிலாக இருந்த கட்டிடம். சுற்றிலும் 100 ஏக்கர் பரப்பளவு நிலம் செடிகளும் புதர்களுமாக இருந்தது. அதைச் சுத்தப்படுத்தி கதவு இல்லாத அந்தக் கட்டிடத்தை ஓர் உறைவிடப் பள்ளியாக மாற்றினார்.

இரண்டு ஆண்டுகளில் அந்தப் பள்ளிக்கூடம் பெரும் வளர்ச்சி பெற்று உயர்ந்தோங்கியது. 124 மாணவர்களுடன் 16 பசுக்கள், எட்டுக் குதிரைகள், 50 பன்றிகளைக் கொண்ட கூட்டுப்பண்ணையைப் போல மாறியது. ஒரு பக்கம் பழத்தோட்டம், மறுபக்கம் காய்கறித் தோட்டம்.

அவற்றை மாணவர்களே உழைத்து உருவாக்கினார்கள். தங்கள் தேவைகளுக்குப் போக மீதமுள்ளவற்றைச் சந்தையில் விற்று பள்ளிக்குத் தேவையான பொருட்களை வாங்கினார்கள்.

இளம் குற்றவாளிகளாகக் கருதப்பட்ட அந்த மாணவர்களை, கல்வியிலும் உழைப்பிலும் சிறந்தவர்களாக மேம்படுத்தினார் மகரன்கோ. அதை எப்படிச் சாத்திய மாக்கினார் என்பதை இந்நூல் விவரிக்கிறது.

மகரன்கோ தனது மாணவர்களின் துஷ்டத்தனங்களைக் கண்டு அவர்களை வெறுக்கவில்லை, தண்டிக்கவில்லை. மாறாக, அவர்களுக்குக் கல்வியின் முக்கியத்துவத்தைப் புரியவைத்தார்.

ஒரு மாணவனைப் பள்ளியைவிட்டு துரத்திவிடுவதைப் போல மோசமான செயல் வேறு எதுவுமே இல்லை. கல்வியின் வழியே தனிமனிதன் மேம்படுவதுடன், தனது சமூகத்தையும் அவன் மேம்படுத்த வேண்டும். அதற்குக் கல்விமுறையில் நிறைய மாற்றங்கள் தேவைப்படுகின்றன.

குறிப்பாக, பாடம் நடத்தி மாணவனை மதிப்பெண் பெற வைப்பதுடன் தனது வேலை முடிந்துவிட்டதாக ஓர் ஆசிரியர் நினைக்கக் கூடாது.

ஆசிரியர்கள் எவ்வளவு கற்றுக் கொள்கிறார்களோ, அந்த அளவே அவர்கள் சிறப்பாகக் கற்றுத் தருவார்கள். ஆகவே, ஆசிரியர்கள் நிறையப் படிக்க வேண்டும். தங்களுக்குள் கூடி விவாதிக்க வேண்டும். முன்மாதிரி மனிதர்களாக நடந்து கொள்ள வேண்டும் என்கிறார் மகரன்கோ.

கல்வி வணிகமயமாகிவிட்ட இன்றைய சூழலில் நாம் விரும்புவதும் அதைத்தானே.

23. வாழ்க்கைத் துணை

ஓர் எழுத்தாளன் உருவாவதற்கு அவனது குடும்பச் சூழல் மிக முக்கியப் பங்கு வகிக்கிறது. வீட்டில் எழுது வதற்கான சூழல் கிடைக்காத எழுத்தாளர்களே அதிகம். படிப்பையும் எழுத்தையும் அவ்வளவு சீக்கிரமாக வீடு அங்கீகரித்துவிடுவது இல்லை.

குடும்பப் பிரச்சினைகளின் காரணமாக இலக்கியம் படிப்பதைக் கைவிட்டவர்கள், எழுதுவதை நிறுத்திக்கொண்டவர்கள் பலரை நான் அறிவேன். பல எழுத்தாளர்கள் குடும்பத்தின் கோபம், சண்டைகளை மீறியே தனது எழுத்துச் செயல்பாடுகளைத் தொடர்ந்து வருகிறார்கள். அரிதாகச் சிலருக்கே நல்ல துணையும் எழுதுவதற்கான இலக்கியச் சூழல்கொண்ட வீடும் அமைகிறது.

ரஷ்ய எழுத்தாளர் டால்ஸ்டாய் தனது மனைவியோடு சண்டையிட்டுக் கொண்டு, வீட்டை விட்டு வெளியேறிய போது அவருடைய வயது 82.

கவிஞர் டி.எஸ். எலியட் கருத்துவேறு பாட்டால் மனைவி விவியனை விவாகரத்துச் செய்துவிட்டார். ஆனால், எலியட் எந்த இலக்கியக் கூட்டத்தில் கலந்து கொண்டாலும் விவியன் அங்கே தேடிவந்து முன்னிருக்கையில் அமர்ந்தபடியே, "நீ ஒரு பொய்யன்" என்ற அட்டையைத் தூக்கிப் பிடித்து கலாட்டா செய்வார்.

'இழந்த சொர்க்கம்' (பேரடைஸ் லாஸ்ட்) என்கிற காவியம் படைத்த மகாகவி மில்டன், தனது 35ஆவது வயதில் மேரி பாவல் என்ற அரசக் குடும்பத்துப் பெண்ணைத் திருமணம் செய்துகொண்டார். மனைவியின் கடுமையான நடத்தையால் அவதிப்பட்ட மில்டன், தனது இறப்புவரை தான் இழந்த சொர்க்கத்தை மீண்டும் பெறவே இல்லை என்கிறார்கள் இலக்கிய விமர்சகர்கள்.

சார்லஸ் டிக்கன்ஸ் தன் மனைவி கேதரின் கண்ணிலேயே படக்கூடாது என்று படுக்கை அறை நடுவில் தடுப்புச் சுவர் ஒன்றைக் கட்டியிருந்தாராம்.

சிந்தனையாளர் சாக்ரடீஸின் மனைவி ஜாந்திபி, ஒருநாள் தனது பேச்சைக் கேட்காத சாக்ரடீஸின் தலையில் கோபத்தில்

ஒரு வாளி தண்ணீரைத் தூக்கி ஊற்றினாள். அதற்கு ‘முன்பு இடி இடித்தது, இப்போது மழை பெய்கிறது’ என்று சாக்ரடீஸ் சொன்னதாக ஒரு கட்டுக்கதை நெடுங்காலமாகவே இருந்து வருகிறது.

இப்படி எழுத்தாளர்களின் மோசமான மனைவி குறித்து நிறையச் சம்பவங்கள் திரும்பத் திரும்பச் சொல்லப்படுகின்றன. அவை எல்லாம் உண்மை கலந்த பொய்கள்.

சாக்ரடீஸ் ஜாந்திபியைத் திருமணம் செய்து கொள்ளும் போது அவருடைய வயது 50. ஜாந்திபிக்கோ 20 வயது. ஜாந்திபி வறுமையின் காரணமாகவே சாக்ரடீஸைத் திருமணம் செய்து கொண்டார் என்கிறார்கள். குடியும், கூத்தும், பெண் தொடர்பும் கொண்ட கிரீஸ் நாட்டு ஆண்களைப் போலவே சாக்ரடீஸ் நடந்துகொண்டார் என்பதால்தான் அவர்களுக்குள் சண்டை என்றும் ஒரு தரப்பு வாதிடுகிறது.

ஜாந்திபி சாக்ரடீஸோடு வாழ்ந்து மூன்று குழந்தைகளைப் பெற்றிருக்கிறாள். மரணத் தண்டனை விதிக்கப்பட்ட சாக்ரடீஸைப் பார்க்க சிறைக்கு வரும்போது மூன்றாவது கைக்குழந்தையோடு ஜாந்திபி வந்திருந்தாள் என்றும் குறிப்பிடப்படுகிறது. சாக்ரடீஸ் சாகும்போது அவருக்கு 71 வயது.

சாக்ரடீஸீன் மரணத்துக்குப் பிறகு ஜாந்திபி என்ன ஆனாள்? எப்படி வாழ்ந்தாள்? பிள்ளைகளை எப்படி வளர்த்தாள் என்கிற கேள்விகளுக்குப் பதில் இல்லை.

மோசமான மனைவிகள் ஒருபுறம் என்றால், மறுபக்கம் தன் வாழ்க்கையைக் கணவரின் வெற்றிக்காக அர்ப் பணித்துக்கொண்ட பெண்கள் பலரும் வரலாற்றில் நினைவு கூரப்படுகிறார்கள்.

ஜென்னியின் ஆதவுரவுதான் காரல் மார்க்ஸை மாபெரும் சிந்தனையாளராக உருவாக்கியது. பார்வையற்ற போர்ஹெ ஸுக்குத் துணையாக இருந்தவர் அவரது தாய். வர்ஜீனியா வுல்ப் என்ற பெண் எழுத்தாளரின் கணவர் லியோனார்டு, தன் மனைவி எழுத்தாளராகச் செயல்படச் சகல விதங்களிலும் உறுதுணையாக இருந்தார்.

இவ்வளவு ஏன்? டால்ஸ்டாயின் மனைவி சோபியா, ஒவ்வோர் இரவும் கணவர் எழுதிப் போட்ட நாவலின் பக்கங்களை முதுகு ஒடிய பிரதி எடுத்து உதவி செய்திருக் கிறார்.

இப்படி ஒருவரையொருவர் புரிந்து கொண்ட துணை கிடைத்த எழுத்தாளர்கள் பாக்கியவான்கள்.

அப்படியான ஒரு மனிதர் கரிசல் இலக்கியத்தின் தந்தை, எழுத்தாளர் கி.ராஜநாராயணன், அவரது துணைவி யார் கணவதி, அற்புதமான பெண்மணி. அன்பிலும் உப சரிப்பிலும் அவருக்கு இணையே கிடையாது. கி.ராவின் எழுத்துப் பணிக்கும் குடும்ப வாழ்வுக்கும் அவரே அச்சாணி.

கணவதி அம்மாள் குறித்து 'கி.ரா இணைநலம்' என்ற பெயரில் ஒரு புத்தகம் வெளியாகியிருக்கிறது. எழுதியவர் எஸ்.பி.சாந்தி. வெளியிட்டது 'அகரம்' பதிப்பகம். ஓர் எழுத்தாளரின் மனைவிகுறித்து, தமிழில் எழுதப்பட்ட முதல் நூல் இதுதான் என நினைக்கிறேன். கணவதி அம்மாளின் நினைவுகளை வாசிக்கும்போது நெகிழ்வாக இருக்கிறது.

கி.ரா பிறந்த இடைசெவல் கிராமம்தான் கணவதி அம்மாளின் ஊரும். ஜில்லா போர்டு தொடக்கப் பள்ளியில் படித்த தனது பள்ளி நாட்கள் பற்றியும், உடன் படித்த தோழிகள் குறித்தும் நினைவுகூரும் கணவதி அம்மாள், பொதுவாக 'திருமணத்துக்குப் பிறகு பெண்கள் தன்னோடு படித்த பெண் தோழிகளை, விருப்பமான மனிதர்களைப் பிரிந்து சென்றுவிடுகிறார்கள். பிள்ளை பெற்றதோடு அவளது சகல தனித்தன்மைகளும் புதையுண்டு போய் விடுகின்றன' என ஆதங்கத்துடன் குறிப்பிடுகிறார்.

காசநோயாளியாக இருந்த கி.ராவை நம்பிக்கையுடன் தைரியமாகத் தான் திருமணம் செய்ய ஒப்புக்கொண்டதையும், தங்களுடைய கல்யாணத்துக்குப் போட்டோ கிடையாது, மேளதாளம் கிடையாது, சடங்குகள் எதுவும் கிடையாது, விருந்து சாப்பாடு கூடக் கிடையாது. முகூர்த்தப் பட்டுப்புடவைகூட நூல் புடவைதான். கல்யாணத்துக்கு ஆன மொத்த செலவு 200 ரூபாய் மட்டுமே என நினைவு கூர்கிறார்.

விவசாயப் பணிகளுக்கு ஓடியோடி உதவிகள் செய்தது, நோயாளியான கணவரைக் கவனித்துக்கொண்டது, பிள்ளைகளை நோய் நொடியில் இருந்து காத்து வளர்க்கப் பாடுபட்டது, வீடு தேடிவரும் இலக்கியவாதிகளுக்கு விருந்து உபசாரம் செய்தது,

விவசாயச் சங்கப் போராட்டத்தில் கலந்துகொண்டு கி.ரா சிறைப்பட்டபோது ஒற்றை ஆளாகக் குடும்பத்தைக்

கவனித்துக்கொண்டது என நீளும் கணவதி அம்மா ளின் பல்வேறு நினைவுகளின் ஊடாக, ஒரு பெண்ணின் அர்ப்பணிப்புமிக்க மனதும் போராட்டமான வாழ்க்கையும் வெளிப்படுகிறது.

'ஆனந்த விகடன்' இதழில் முத்திரைக் கதை எழுதி கிடைத்த 100 ரூபாயில், கி.ரா தனக்குக் காஞ்சிபுரம் பட்டுப் புடவை எடுத்துத் தந்தது, எங்கே சென்றாலும் தன்னை உடன் அழைத்துப் போனது, ஹிந்திப் படங்களுக்குக் கூடத் தன்னை அழைத்துப் போனது,

கடிந்து பேசாமல், முகம் சுளித்துத் திட்டாமல், தன்னைக் கௌரவமாக, மரியாதையாக நடத்தியது. திருமணமானது முதல் இன்று வரை தனது விருப்பங்களை மதித்து நடந்துகொள்ளும் அன்பான கணவராகக் கி.ரா திகழ்வதை மகிழ்ச்சியுடன் நினைவுகூர்கிறார் கணவதி அம்மாள்.

தண்ணீர் மாதிரி தன் வழித் தடமெங்கும் ஈரப் படுத்திக்கொண்டு, புல்முளைக்கச் செய்யும் காதலே உயர்வானது. அத்தகைய ஓர் ஆதர்ச தம்பதி என்கிறார் இந்தப் புத்தகத்தை எழுதியுள்ள சாந்தி.

எழுத்தையும் எழுத்தாளனையும் கொண்டாடும் நாம், அந்த எழுத்தாளனுக்குத் துணை நிற்கும் குடும்பத்தினரையும் நன்றியோடு நினைவுகொள்ள வேண்டும். அதுவே சிறந்த பண்பாடு.

24. வாழ்க்கைப் பாடங்கள்

சில தினங்களுக்கு முன்பாகச் சென்னையில் உள்ள பிரபலப் பள்ளி ஒன்றில் நடைபெற்ற ஆண்டுவிழாவில் கலந்து கொண்டு மாணவர்களுக்குப் பரிசு அளித்தேன். இரண்டு மாணவிகள் தமிழ்த்தாய் வாழ்த்துப் பாடினார்கள். பாடி முடிந்த பிறகு, அவர்கள் கையில் இருந்த காகிதத்தைப் பார்த்தேன், ஆங்கிலத்தில் எழுதி வைத்துப் பாடியிருக் கிறார்கள். 'உங்களுக்குத் தமிழ் தெரியாதா?' எனக் கேட்டேன். பேசத் தெரியும், படிக்கத் தெரியாது என்றார்கள். இத்தனைக்கும் அவர்கள் வெளிநாட்டு மாணவிகள் இல்லை. தமிழ்க் குடும்பத்தில் இருந்து வந்தவர்கள்தாம்.

'எத்தனை மாணவர்களுக்குப் புத்தகம் படிக்கிற பழக்கம் இருக்கிறது' எனக் கேட்டதற்கு, விரல்விட்டு எண்ணும் அளவே கையைத் தூக்கினார்கள். 'மற்றவர்கள் ஏன் புத்தகங்கள் படிப்பது இல்லை?' எனக் கேட்டேன்.

'பாடப் புத்தகங்களைத் தவிர வேறு எதையும் படிக்கக் கூடாது. புரிந்தோ, புரியாமலோ மனப்பாடம் செய்தால் மட்டும் போதும் என ஆசிரியரும், பெற்றோரும் கூறுகிறார்கள்' என மாணவர்கள் பதில் சொன்னார்கள்.

ஒரு மாணவன் குரலை உயர்த்தி, 'எனக்குப் பரிசாகக் கிடைத்த பாரதியார் கவிதைகள் புத்தகத்தைக் கூட வீட்டில் படிக்க அனுமதிப்பது இல்லை. காலேஜ் போனதுக்கு அப்புறம் படித்துக் கொள்ளலாம்' என அப்பா திட்டுகிறார் என்றான்.

'ஏன் இந்தச் சூழல்?' என ஆசிரியர்களிடம் கேட்டதற்கு, நிறைய மார்க் வாங்காவிட்டால் காலேஜ் சீட் கிடைக் காது. புத்தகம் படித்தால் மாணவர்கள் கவனம் சிதறிப் பேய்விடும், கெட்டுப் போய்விடுவார்கள். பெற்றோர்கள் எங்களைத் திட்டுவார்கள் என ஒருமித்த குரலில் சொன்னார்கள்.

'பத்தாம் வகுப்பு, பன்னிரண்டாம் வகுப்பு மாணவர் களைப் பொறுத்தவரை இதை ஏற்றுக் கொள்வேன். ஆனால், ஆறு முதல் ஒன்பது வரை உள்ள மாணவர்கள் பல்வேறு துறையைச் சார்ந்த புத்தகங்கள், கதை கட்டுரைகள் படிக்கலாம்தானே? விளையாட்டு,

இசை, யோகா, ஓவியம், கராத்தே போன்ற எல்லாவற்றுக்கும் நேரம் ஒதுக்கிக் கற்றுத் தருகிறீர்கள். ஆனால், புத்தகம் வாசிப்பதில் மட்டும் ஏன் கவனம் செலுத்துவது இல்லை?' எனக் கேட்டேன்.

'அதற்கு எல்லாம் டைம் கிடையாது சார். நிறைய ஹோம்வொர்க் இருக்கிறது' என்றார்கள்.

'ஆசிரியர்களில் எத்தனை பேருக்குப் படிக்கிற பழக்கம் இருக்கிறது?. சமீபமாக என்ன புத்தகம் படித்தீர்கள்?' எனக் கேட்டேன். 80 ஆசிரியர்களில் 7 பேர் மட்டுமே புத்தகம் படிக்கிறவர்களாக இருந்தார்கள். அவர்களும் 'பணிச்சுமை காரணமாகப் படிக்க நேரம் கிடைக்கவில்லை' என அலுத்துக் கொண்டார்கள். இது ஒரு பள்ளியின் பிரச்சினை மட்டுமில்லை. தமிழகம் முழுவதும் கல்விச் சூழல் இப்படித்தான் இருக்கிறது.

பாடப் புத்தகங்களைத் தவிர வேறு எதையும் படிக்காதே எனப் பிள்ளைகளுக்கு அறிவுரை கூறும் சராசரி பெற்றோர்களைப் போலின்றி, கல்விக் கூடத்தில் படித்தால் மட்டும் போதாது, வெளியே போய்ச் சுற்றி யலைந்து வாழ்க்கை அனுபவங்களைக் கற்றுக் கொள் என வழிகாட்டும் பெற்றோராகத் திகழ்ந்தவர் சுற்றுச்சூழல் அறிஞர் கிளாட் அல்வாரீஸ்.

இவரது பையன் ராகுல் தனது பள்ளிப் படிப்பை முடித்தவுடன், ஒரு வருஷம் அவன் விரும்பியபடி மீன் வளர்ப்பு, பாம்புப் பண்ணை, முதலைப் பண்ணை, இயற்கை விவசாயம் என மாறுபட்ட அனுபவங்களை நேரடியாகப் பெற்று வரச் செய்திருக்கிறார். ஓர் ஆண்டுக் காலம் தனக்குக் கிடைத்த அனுபவங்களை, ராகுல் அல்வாரீஸ் தொகுத்து 'ப்ரீ ஃப்ரம் ஸ்கூல்' (Free from School) என்ற புத்தகத்தை எழுதியிருக்கிறார். இதை எழுதிய போது அவரது வயது 16.

கோவாவைச் சேர்ந்த கிளாட் அல்வாரீஸ் இந்தியாவின் முக்கியமான சுற்றுசூழல் அறிஞர். வளர்ச்சித் திட்டங்களின் பேரால் நடத்தப்படும் அழித்தொழிப்புகளையும், சுற்றுச் சூழல் சீர்கேடுகளையும் பற்றித் தொடர்ந்து எழுதி வரும் சிந்தனையாளர்.

ராகுலின் முதல் அனுபவம் அலங்கார மீன் வளர்ப்பில் தொடங்குகிறது. அப்பாவின் நண்பரும் அலங்கார மீன்கள் விற்பனை செய்பவருமான அசோக்கிடம் ராகுல் உதவி யாளராகச் சேர்கிறார். அங்கே மீன் தொட்டிகள் அமைப்பது, அதைச் சுத்தப்படுத்துவது,

அலங்கார மீன்களை வளர்க்கும் விதம், மீன் ரகங்கள் என யாவும் கற்றுக்கொள்கிறார்.

இதற்காக மீன்களைப் பற்றி நிறையப் படிக்கிறார். வாடிக்கையாளர்களை நேரடியாகச் சென்று சந்தித்து, மீன் வளர்ப்பு நுட்பங்களை அறிந்து கொள்கிறார். இதன் அடுத்தக் கட்டத்தில் தானே வண்ண மீன்களை விற்பனை செய்கிறார். தனது ஆசிரியர் ஜூலியட் வீட்டுக்கு அலங்கார மீன் தொட்டி அமைத்துத் தருகிறார்.

அடுத்ததாக, இயற்கை விவசாயம் குறித்துக் கற்றுக்கொள்ளத் தனது கிராமத்துக்குப் போகிறார். விதை விதைத்தல், நடவு செய்வது போன்றவற்றை அறிந்து கொள்கிறார். காளான் வளர்ப்பது எப்படி? என்பது குறித்த குறுகிய காலப் பயிற்சிமுகாமில் கலந்து கொண்டு, காளான் வளர்ப்பதற்குக் கற்றுக்கொள்கிறார்.

அப்பாவின் உதவியோடு புனேயில் உள்ள பாம்புப் பண்ணைக்குச் சென்று, இந்தியாவில் உள்ள 238 வகைப் பாம்புகள் குறித்தும், அதில் எவை விஷமானவை? எவை விஷமற்றவை? என்பதையும் கற்றுக்கொள்கிறார். இதனை அடுத்து சென்னையில் உள்ள தனது அப்பாவின் நண்பரும், எழுத்தாளருமான எஸ்.வி. ராஜதுரை வீட்டில் தங்கிக்கொண்டு, மண்புழு உரம் தயாரிப்பது பற்றியும் மண்புழுக்களின் முக்கியத்துவம் பற்றியும் கற்றுக்கொள்ள நியூ காலேஜுக்குச் சென்று வருகிறார்.

ஒரு மாத காலம் சென்னையில் உள்ள முதலைப் பண்ணையில் தங்கி முதலைகள் குறித்து நேரடியாக அறிந்துகொள்வதுடன், இருளர்களுடன் சேர்ந்து பாம்பு பிடிக்கவும் கற்றுக்கொள்கிறார். ஒருநாள் பேருந்தில் மகாபலிபுரம் போக ஏறியபோது, போலி கண்டக்டர் ஒருவரால் ஏமாற்றப்படுகிறார். இப்படியாக ஓர் ஆண்டு முழுவதும் தான் கற்றுக் கொண்ட **பாடங்கள் மற்றும் அனுபவங்கள்** குறித்து, பெல்காமில் நடைபெற்ற, சுற்றுச் சூழல் விழாவில் ராகுல் உரையாற்றுவதுடன் புத்தகம் நிறைவுபெறுகிறது.

15 வயது பையன் தனக்குக் **கிடைத்த வாழ்வியல் அனுபவங்களை** நேரடியாக, எளிமையாக, எழுதியிருப்பதே **இந்த நூலின் தனித்துவம்.** வீட்டுக்குள்ளே பிள்ளைகளைப் **பிரிஜ்ஜில் வைத்த ஆப்பிள் பழம்** போலப் பொத்திப் பொத்தி வளர்ப்பதைவிடவும், இப்படிப் பல்வேறு அனுபவங்களைக் கற்று வரவும், தனியாகப் பயணம் செய்யவும், எதிர்பாராத பிரச்சினைகளைச் சமாளித்து நம்பிக்கையுடன்

வாழ கற்றுக் கொள்ளவும் செய்ய வேண்டியதே பெற்றோர்களின் உண்மையான கடமை.

ராகுல் தனது பள்ளிப் பாடங்களில் இருந்து கற்றுக்கொண்டதை விட அதிகமாக வாழ்க்கையில் இருந்து கற்றுக்கொண்டிருக்கிறான். அதற்கு அத்தாட்சியே இந்தப் புத்தகம். இரண்டு விதங்களில் இந்தப் புத்தகம் முக்கியமானது. ஒன்று, மாணவர்கள் வெறும் மனப்பாடக் கல்வியைத் தாண்டி வெளியே நிறையக் கற்றுக்கொள்ள வேண்டும் என்பதற்கான நேரடி ஆவணம் இது.

இரண்டாவது, தனியே பயணம் செய்யவும், நண்பர்கள், உறவினர்களுடன் தங்கிப் பழகி புதியன கற்றுக்கொள்ள பெற்றோர்கள் ஊக்கப்படுத்த வேண்டும் என்பதற்குத் தூண்டுகோலாகவும் உள்ளது. ராகுல் கற்றுக்கொண்ட வாழ்க்கைப் பாடங்களுக்குப் பரீட்சைகள் கிடையாது. மதிப்பெண்களும் கிடையாது. ஆனால், இந்த ஒரு வருடம் அவர் கற்றுக் கொண்டது அவரது ஆளுமையை மாற்றியமைத்திருக்கிறது. இயற்கையைப் புரிந்துகொள்ளவும் நேசிக்கவும் வைத்திருக்கிறது. கூடவே ராகுலை ஓர் எழுத்தாளனாகவும் உருவாக்கி இருக்கிறது. பொறுப்பான பெற்றோர்களும் ஆசிரியர்களும் அவசியம் வாசிக்க வேண்டிய புத்தகமிது.

25. வேளாண்மை ஆவணம்

"விவசாயம் குறித்துத் தமிழில் எழுதப்பட்ட முக்கியமான புத்தகம் எது?" என ஓர் அமெரிக்க ஆய்வாளர் என்னிடம் கேட்டார். அவர் சமூகவியல் மாற்றங்கள் குறித்து ஆய்வு செய்வதற்காகத் தமிழகம் வந்தவர்.

உடனடியாக எந்தப் புத்தகத்தைச் சொல்வது? எனத் தெரியவில்லை.

"ஓர் ஆண்டில் விவசாயம் சார்ந்து எத்தனை புத்தகங்கள் வெளியாகின்றன? யாராவது ஒரு விவசாயி, தனது விவசாய அனுபவத்தை முழுமையாக எழுதியிருக்கிறாரா?" எனக் கேள்விகளை அடுக்கிக்கொண்டே போனார்.

"இயற்கை வேளாண்மையைப் பற்றித் தமிழில் சில புத்தகங்கள் வெளியாகி உள்ளன. குறிப்பாக, நம்மாழ்வார் எழுதிய 'வயிற்றுக்குச் சோறிடல் வேண்டும்', 'மரபை அழிக்கும் மரபணு மாற்று விதைகள்', 'தாய் மண்ணே வணக்கம்', 'இனி விதைகளே போராயுதம்' போன்றவை.

பாமயன் எழுதியுள்ள 'வேளாண் இறையாண்மை', பூவுலகின் நண்பர்கள் வெளியிட்டுள்ள 'மண்ணுக்கு உயிருண்டு' ஆகியவை முக்கியமான புத்தகங்கள். நவீன வேளாண்மை முறைகளைப் பற்றியும் சில நூல்கள் வெளியாகியுள்ளன" என்றேன்

"தமிழர்களின் பராம்பரிய விவசாய முறைகள், நீர்ப் பங்கீடு, உணவுப் பண்பாடு பற்றி முழுமையாகத் தெரிந்துகொள்ள ஏதாவது ஒரு புத்தகம் இருந்தால் சொல்லுங்கள்" எனக் கேட்டார்.

"அப்படி ஒரு நூலை நானும் தேடிக் கொண்டிருக்கிறேன். இதுவரை எழுதப்பட்டதாகத் தெரியவில்லை" என்றேன்.

"இந்திய விவசாயியின் மரபு அறிவு ஏன் தொகுக்கப் படவில்லை? இந்திய விவசாயம் நவீனப்படுத்தப்படாமல் போனதற்குக் காரணம், விவசாயிகள் படிப்பறிவு அற்றவர் களாக இருப்பது தானா?" எனவும் அவர் கேட்டார்.

"விவசாயி என்றவுடன் படிக்காதவர் என்ற பிம்பம் நமக்குள் ஆழமாக ஊடுருவியிருக்கிறது. இது ஒரு தவறான எண்ணம்.

இன்று இயற்கை விவசாயம் மேற்கொள்ளும் பலரும் படித்தவர்கள். கிராமப்புறங்களிலும் இந்தத் தலைமுறை விவசாயிகளில் பெரும்பான்மையினர் அடிப்படைக் கல்வி கற்றவர்களே.

இரண்டு தலைமுறைகளுக்கு முன்புவரை பெரும்பான்மை இந்திய விவசாயிகள் கல்வி பெறாமலே இருந்தார்கள். இன்று அப்படியில்லை. இன்றைய விவசாயிகள் மண் பரிசோதனை முதல் ரசாயனப் பொருட்கள், உரங்கள், பூச்சிக் கொல்லிகள் வரை அறிந்தவர்களாக இருக்கிறார்கள். மாற்று விவசாய முறைகளையும் அதன் முக்கியத்துவத்தையும் கற்றுக்கொள்வதுடன், இதற்கான சிறப்புப் பயிலரங்குகள், களப் பயிற்சிகளிலும் ஈடுபடுகிறார்கள்.

'விவசாயம் என்பது ஒரு தொழில் அல்ல; அது வாழ்க்கை முறை. உற்பத்தியை அதிகப்படுத்துவதைப் பற்றி சிந்தனை செய்யும் அதே நேரம், மக்களின் ஆரோக்கியம் குறித்தும் விவசாயி சிந்திக்கக் கடமைப்பட்டவன்' என்கிறார் மசானபு ஃபுகோகா.

அதிக உற்பத்தி, அதிகத் தரம் என நவீன விவசாயம் புதிய பாதையைக் காட்டியபோது, இந்திய விவசாயத்தில் பெரிய மாற்றம் உருவானது. வணிகப் பயிர்கள் அதிகரிக்கத் தொடங்கின. புதிய வேளாண் கருவிகள் அறிமுகமாயின. இந்த மாற்றத்தின் சாதக, பாதகங்கள் குறித்து இன்றைய விவசாயி நிறைய யோசிக்கிறான். 'டிராக்டர் நல்லாத்தான் உழும்; ஆனால் சாணி போடாதே' என்று ஜே.சி.குமரப்பா சொன்னது அவன் நினைவில் வந்து போகிறது.

விவசாயம் கைவிடப்பட்ட துறையாகப் புறமொதுக்கப் படுவதை வேதனையோடு எதிர்கொள்கிறான். தனது விளைச்சலைக் கொண்டு இடைத்தரகர்கள், வணிகர்கள் அதிகம் சம்பாதிப்பதையும், தனக்கு அடிப்படை ஊதியம் கூடக் கிடைக்காத நிலை இருப்பதையும் கண்டு வருத்தப் படுகிறான். வேறு எந்தத் துறையிலும் இத்தனை பேர் கடன் தொல்லை காரணமாகத் தற்கொலை செய்துகொள்ள வில்லை. விவசாயத்தில் தான் நடந்திருக்கிறது. இதுதான் நம் காலத்தின் விவசாயச் சூழல்" என்றேன்.

அவர் சென்ற பிறகு உடனடியாக ஜப்பானியரான மசானபு ஃபுகோகா எழுதிய 'ஒற்றை வைக்கோல் புரட்சி' புத்தகத்தைத் தேடி எடுத்துப் படித்தேன். 1978இல் இந்தப் புத்தகம் வெளியான பிறகே, உலகம் முழுவதும் இயற்கை விவசாயம் தொடர்பான கவனம் குவிய ஆரம்பித்தது.

இது வேளாண்மையைப் பற்றி மட்டும் பேசும் புத்தகம் மட்டுமில்லை; இயற்கையைப் புரிந்துகொண்டு இணைந்து வாழும் வாழ்க்கை முறையைப் பற்றியும் பேசும் புத்தகம். வேளாண்மை ஒரு மனிதனின் உடலையும் ஆன்மாவையும் முழுமையாகச் செழுமைப்படுத்தும் வழி என்கிறார் ஃபுகோகா.

‘ஒற்றைவைக்கோல் புரட்சி’ புத்தகத்தைப் போலவே இயற்கை விவசாயத்தின் ஆதாரப் புத்தகங்களில் ஒன்று எனக் கொண்டாடப்படுகிறது ’ஒரு வேளாண்மை ஆவணம்’ (An Agricultural Testament) என்ற புத்தகம். எழுதியவர் ‘சர் ஆல்பிரட் ஹோவர்ட்’.

கேம்ப்ரிட்ஜ் பல்கலைக்கழகத்தில் விவசாயம் படித்த சர் ஆல்பிரட் ஹோவர்ட் இந்தியா, இங்கிலாந்து, மேற்கிந்தியத் தீவுகள் ஆகிய நாடுகளில் தனது விவசாய ஆய்வுகளை மேற்கொண்டிருக்கிறார். உலகெங்கும் உள்ள விவசாய வரலாற்றையும், பயிரிடும் முறைகளையும், மண் வளம் குறித்தும் ஆராய்ந்த இவர், தனது கள அனுபவத்தில் கண்ட உண்மைகளைத் தொகுத்து எழுதியதே இந்தப் புத்தகம்.

தொழில்புரட்சிக்குப் பிறகு புதிய வேளாண்கருவிகள் அறிமுகமாயின. ஆகவே உற்பத்தியை அதிகப்படுத்த நவீன அறிவியல் தொழில்நுட்பம் பயன்படுத்தப்பட்டது. இதன் தொடர்ச்சியாக வணிகப் பயிர்களின் எழுச்சியும், உணவுப் பதப்படுத்துதல், ஒட்டு ரகங்களை உருவாக்குவது என விவசாய முறைகளில் நிறைய மாற்றங்கள் உருவாயின. இதனால், விளைச்சல் அதிகமானதுடன் அதிக லாபம் கிடைக்கும் தொழிலாகவும் விவசாயம் முன்னிறுத்தப்பட்டது.

இன்னொரு பக்கம் ரசயான உரங்களைப் பயன் படுத்துவதன் காரணமாக மண் வளம் பாதிக்கப்படுகிறது, பூச்சிக்கொல்லி மருந்துகளால் பின்விளைவுகள் ஏற்படு கின்றன எனப் புதுப் பிரச்சனை களும் எழுந்தன.

உரங்கள், பூச்சி மருந்துகளைப் பயன்படுத்தாமல் இயற்கையான மரபு விவசாய முறைகளைப் பின்பற்ற வேண்டும் என்ற வேட்கை உண்டானது. இதன் தொடர்ச்சியாக உலகின் பல்வேறு நாடுகளிலும் இயற்கை வேளாண்மை மீது தனிக் கவனம் உருவானது.

தனது விவசாய அனுபவத்தைக் கொண்டு ஆல்பிரட் ஹோவர்ட் மண்வளம் சார்ந்தும், இயற்கை உரங்கள் சார்ந்தும் எழுதிய குறிப்புகள் மிக மிக முக்கியமானவை.

அதிக அளவில் ரசாயன உரங் களைப் பயன்படுத்து வதன் காரணமாக மண்ணில் உள்ள நுண்ணுயிர்கள் அழிந்து, மண்

வளம் பாதிக்கப்படுகிறது. மண் வளத்தை அதிகரிக்க, இயற்கை இடுபொருட்களை இடவேண்டும். உயிரூட்டப்பட்ட மண்ணில்தான் அதிக விளைச்சல் பெற முடியும். அதற்குத் தொழு உரம், பசுந்தாள் உரம் போன்றவற்றைப் பயன்படுத்த வேண்டும். இதனால் மண் ணில் உள்ள நுண்ணுயிர்களின் பெருக்கம் அதிகரித்து அந்த மண் உயிரோட்டம் உள்ளதாக மாறும் எனச் செயல்முறை விளக்கம் அளிக்கிறார்.

நைட்ரஜன் சத்துக் குறைவுக்காக யூரியா போன்ற உரங்கள் மண்ணுக்குத் தேவை என்று பலரும் வாதிட்ட போது, பாரம்பரிய உழவுமுறையான பயிர் சுழற்சி உழவே போதுமானது என நிரூபித்துக் காட்டியவர் நம்மாழ்வார். இதைத்தான் ஆல்பிரட் ஹோவர்ட் அறிவியல்பூர்வமாக விளக்குகிறார்.

இன்று சிக்கிம் மாநிலம் முழுவதும் இயற்கை விவசாயம் நடைபெறுவதற்கு அரசே முன்முயற்சி எடுத்துள்ளது. இது போன்ற அரசின் வெளிப்படையான ஆதரவே இயற்கை விவசாயம் பரவலாக நடைபெறுவதற்குப் பெருந் துணையாக அமையும்.

இயற்கை விவசாயிகள் தங்களுக்கு யார் துணை? எனக் கேட்டதற்கு, 'நீ தனியாக இல்லை; இயற்கை உனக்கு ஆதரவாக இருக்கிறது' என்றார் நம்மாழ்வார். இதே குரலைத்தான் ஹோவர்ட்டும் எதிரொலிக்கிறார் இந்தப் புத்தகத்தில்.

26. நோய் அறிதல்

நம் காலத்தின் முக்கிய வணிகப் பொருள் உடல்நலம் சார்ந்த பயம்தான். இதைப் பயன்படுத்தி பெரும்வணிகச் சந்தை உருவாகி வளர்ந்துள்ளது. முந்தைய காலங்களில் மானுடச் சேவையாகவும் அறமாகவும் கருதப்பட்ட மருத்துவம், இன்று முழுமையானதொரு வணிகம். அதிலும் போலி மருத்துவர்கள், போலி மருந்துகள், மோசடியான சோதனைகள் எனச் சாமானிய மனிதன் நோயை விடவும் மருத்துவமனைக்குப் போவதற்கே அதிகம் அஞ்சுகிறான்.

மருத்துவம் ஏன் இத்தனை மலினமாகிவிட்டிருக்கிறது? ஐந்து முக்கியக் காரணங்களைக் கூறுகிறார்கள். முதலாவது, ஆரோக்கியம் மற்றும் மருத்துவம் குறித்த விழிப்புணர்வு பொதுமக்களிடம் இல்லாமல் போனது. இரண்டாவது, வாழ்க்கை முறையில் ஏற்பட்ட அதிரடியான மாற்றங்கள்.

மூன்றாவது, முறையான பொதுமருத்துவமனைகள், அடிப்படைச் சுகாதார வசதிகள் இல்லாமல் போனது. நான்காவது, விலை கொடுத்துப் படிக்கும் மருத்துவப் படிப்பும் தனியார் மருத்துவமனைகளின் பெருக்கமும். ஐந்தாவது, புதிது புதிதாகப் பெருகிவரும் நோய்களும் அதற்குப் பெரிதும் காரணமாக உள்ள உணவுச் சீர்கேடு களும்.

ஒருமுறை பழைய புத்தகக்கடைக்காரரிடம், 'எது போன்ற புத்தகங்கள் அதிகம் விற்பனையாகின்றன?' எனக் கேட்டேன்.

'அதிகம் மருத்துவம் சார்ந்த புத்தகங்களைத்தான் வாங்குகிறார்கள். குறிப்பாக, உணவுப் பழக்கம் மற்றும் நாட்டுவைத்தியம் தொடர்பான புத்தகங்களை விரும்பி வாங்கிப் போகிறார்கள். அரிய மூலிகைகள், மருத்துவக் குறிப்புகள் கொண்ட பழைய தமிழ்ப் புத்தகங்கள் என்றால் மருத்துவர்களே தேடி வந்து வாங்கிப் போவதும் உண்டு' என்றார்.

மருத்துவ நூல்களை வாசிப்பதற்கு எனத் தனியே ஒரு வாசக வட்டம் இருக்கிறது. வயது வேறுபாடு இன்றி இந்தப் புத்தகங்களை வாங்கிப் படிக்கிறார்கள். ஹோமியோபதி, சித்த வைத்தியம், ஆயுர்வேதம், அக்குபஞ்சர், மலர் மருத்துவம், அலோபதி எனப் பல்வேறு மருத்துவ முறைகள் சார்ந்து நூற்றுக்கும் மேற்பட்ட புதிய

நூல்கள் ஆண்டுதோறும் வெளியாகின்றன. இத்துடன் மாற்று மருத்துவம், உணவுப் பழக்கம், இயற்கை உணவு வகைகளைப் பற்றிய நூல்களும் அதிகம் வாசிக்கப்படுகின்றன.

ஜெரோம் கே ஜேரோம் என்ற ஆங்கில எழுத்தாளர் தனது 'த்ரி மென் இன் போட்' புத்தகத்தில் ஒரு நிகழ்வினை குறிப்பிடுகிறார். ஒருமுறை பிரிட்டிஷ் மியூசியத்துக்குச் சென்று மருத்துவம் தொடர்பான ஒரு புத்தகத்தைத் தற்செயலாகக் கையில் எடுத்துப் படித்தபோது அதில் குறிப்பிடப்பட்டுள்ள எல்லா நோய்களும் தனக்கு இருப்பதைப் போல தான் உணர்ந்ததாகவும், இத்தனை நோய்களை வைத்துக்கொண்டுத் தான் எப்படி உயிரோடு இருக்கிறோம்? என உடனே இதயம் படபடக்க ஆரம்பித்து விட்டதாகவும் வேடிக்கையாகக் கூறுகிறார்.

இந்த அனுபவம் பலருக்கும் ஏற்பட்ட ஒன்றே. குறிப்பாக, மருத்துவம் சார்ந்த நூல்களை வாசிக்கும்போது அந்த நோய்கள் தனக்கும் இருப்பதாகப் பெரும்பான்மையினர் பயங்கொள்ளவே செய்கிறார்கள். உடனே அவசர அவசரமாகத் தனது உணவுப் பழக்கத்தை மாற்றிக் கொள்கிறார்கள். உடற்பயிற்சிக் கருவிகளை வாங்கி வைத்து நாலைந்து நாட்கள் பயிற்சி செய்கிறார்கள். எங்கே நோய் வந்துவிடுமோ! என மனக் கவலை கொள்கிறார்கள்.

சரிவிகித உணவும், முறையான உடற்பயிற்சியும், போதுமான உறக்கமும், சந்தோஷமான மனநிலையை உருவாக்கும் படிப்பும், பேச்சும், இசை யும், கலைகளும் கொண்ட வாழ்க்கை முறையை அமைத்துக் கொள்வதே இதற்கான ஒரே தீர்வு

இந்திய மருத்துவ முறைகளும், ஆங்கில மருத்துவ முறையும் ஒன்றை ஒன்று எப்போதுமே எதிராகவே கருதுகின்றன. இந்த மருத்துவமுறைகளுக்குள் ஏற்பட்ட மோதலையும் இரண்டு மருத்துவர்களின் அணுகுமுறை யினையும் விவரிக்கிறது 'ஆரோக்கிய நிகேதனம்' என்ற வங்காள நாவல்.

மிகச் சிறந்த இந்திய நாவல்களில் ஒன்று 'ஆரோக்கிய நிகேதனம்'. இதை எழுதியவர் தாராசங்கர் பந்யோபாத்யாய. இந்த நாவலைத் தமிழில் மொழியாக்கம் செய்திருப்பவர் த. நா. குமாரசாமி.

தலைமுறை தலைமுறையாக மருத்துவம் செய்துவரும் ஜீவன் மஷாயின் மருத்துவ நிலையமே 'ஆரோக்கிய நிகேதனம்'. ஜீவன் மஷாய் ஓர் ஆயுர்வேத வைத்தியர். இவரது தனிச் சிறப்பு, நோயாளியின் நாடி பிடித்தவுடன் ஆயுளைச் சொல்லிவிடுவார்.

இதனால், நோயாளிகள் பலரும் அவரிடம் மருத்துவம் பார்க்க வருவதற்கே பயப் பட்டார்கள். 'மருத்துவத்தால் மரணத்தைத் தடுத்து நிறுத்த முடியும், வெல்ல முடியாது' என்பதே ஜீவன் மஷாயின் எண்ணம்.

நோயாளிகளிடம் அவர்கள் ஆயுளைச் சொல்லி பயமுறுத்தக் கூடாது. அது தவறான அணுகுமுறை என்கிறார் ஆங்கில மருத்துவரான டாக்டர் பிரத்யோத். புதிய மருத்துவமுறையாக ஆங்கில மருத்துவம் வங்கத்தில் அறிமுகமான நிலையில் அது குறித்து எழுந்த சந்தேகங்கள், பயம், அறியாமையைப் பற்றி இந்த நாவல் தெளிவாக விவரிக்கிறது.

ஒரு பக்கம் டாக்டர் பிரத்யோத். மறுபக்கம் ஜீவன் மஷாய். இந்த இரண்டு மருத்துவர்களுக்கு இடையில் உருவாகும் மோதல்களைப் போலத் தோன்றினாலும், கதை இரண்டு மருத்துவ முறைகளின் செயல்பாடுகளையும் அதனால் உருவாகும் விளைவுகளையுமே விவரித்துக் கூறுகிறது. மரணத்தை முன்வைத்து வாழ்க்கையின் மகத்துவத்தைப் புரிந்துகொள்ள முயற்சிப்பதே இந்த நாவலின் தனித்துவம்

டாக்டர் பிரத்யோத் ஆயுர்வேத வைத்தியத்தை ஏளனமாக நினைக்கிறார். காட்டுமிராண்டித்தனமான சிகிச்சை முறை என இதனைக் கடுமையாக விமர்சிக்கிறார். இது போலவே ஆங்கில மருத்துவம், 'நோயாளிகளிடம் பணம் வாங்கு வதையே குறிக்கோளாகக் கொண்டுள்ளது. ஏழை, எளிய மக்களுக்கு அது உதவி செய்வது இல்லை' எனக் குற்றம் சாட்டுகிறார் ஜீவன் மஷாய்.

இருவேறு மருத்துவ நோக்குகளுக்கு இடையேயான போராட்டத்தையும், அதன் வழியே ஊடாடும் வாழ்க்கைச் சம்பவங்களையும் 'ஆரோக்கிய நிகேதனம்' முழுமையாக விவரிக்கிறது.

உண்மையில் ஜீவன் மஷாய் ஆங்கில மருத்துவம் படிக்க ஆசைப்பட்டு, காதலில் விழுந்து தோல்வியடைந்து, படிப்பைத் தொடர முடியாமல் தந்தையைப் போலவே ஆயுர்வேத மருத்துவத்தைத் தொடர்ந்தவர். கடந்த காலம் தீர்க்கமுடியாத நோயைப் போல அவரைப் பற்றியிருக்கிறது.

ஒருமுறை தாந்து கோஷால் என்ற நோயாளி வயிற்றுப் புண் காரணமாகச் சிகிச்சை பெற ஜீவன் மஷாயிடம் வருகிறான். அவனது உணவுப் பழக்கம் மாறாத வரை நோய் தீரவே தீராது எனச் சொல்லி அவனுடைய சாவுக்குக் கெடு வைக்கிறார். இதனால்,

ஆத்திரமடைந்த தாந்து ஆங்கில மருத்துவரான பிரத்யோத்திடம் சென்று சிகிச்சை பெறுகிறான்.

தனது மருத்துவமனையிலேயே பிரத்யோத் அவனைத் தங்க வைத்து வைத்தியம் பார்க்கிறார். ஆனால், நாக்குக்கு அடிமையான தாந்து மருத்துவமனையில் தனக்குப் பிடித்த உணவைத் திருடி சாப்பிட்டு இறந்து போகிறான். இப்போது ஜீவன் மஷாய் சொல்லிய வார்த்தைகளின் உண்மை பிரத்யோத்துக்குப் புரிகிறது.

இது போலவே பிரத்யோத்தின் மனைவி நோயுற்ற போது, அவர் ஜீவன் மஷாயிடம் உதவி கேட்டுப் போகிறார். ரத்தப் பரிசோதனை முடிவுகள் வருவதற்கு முன்பாக அவரால் நாடிபிடித்து நோய்குறிகளைத் துல்லியமாகச் சொல்லமுடிவதைக் கண்ட பிரத்யோத், ஆச்சரியப்பட்டுப் போகிறார். இப்படிப் பழமையும், புதுமையும் ஒன்றை யொன்று அறிந்து கொள்ளும் அரிய வாசிப்பு அனுபவத்தைத் தருவதே இந்த நாவலின் சிறப்பு.

மருத்துவமுறைகள் வேறு வேறாக இருக்கலாம். ஆனால் மருத்துவர்களின் அக்கறையும், அன்பும், பொறுப்புணர்வும், சமூகக் கடமையும் முக்கியமானது. அந்த வகையில் ஐம்பதுகளில் எழுதப்பட்ட இந்த நாவல் இன்றும் முக்கிய மானதாக உள்ளது.

27. தொடரும் கனவு

புத்தகத்தால் என்ன பயன்? நேரம்தான் விரயம் ஆகிறது என அதன் அருமை தெரியாதவர்கள் புலம்புகிறார்கள். ஆனால், சரியான ஒரு புத்தகம் ஒருவரின் வாழ்க்கையையே புரட்டிப் போட்டுவிடும். அதிலும் குறிப்பாக, ஆசிரியர் ஒருவர் கைக்குச் செல்லும் புத்தகம் அவருக்குப் பிடித்த மானதாக இருந்துவிட்டால், எத்தனையோ மாணவர் களுக்கு அது தூண்டுகோலாக அமைந்துவிடும்.

இப்படியோர் அனுபவத்தை நான் நேரடியாகவே அறிந்திருக்கிறேன். நான்கு ஆண்டுகளுக்கு முன்பாக எனது நண்பரான அரசுப் பள்ளி ஆசிரியர் ஒருவருக்குப் பிறந்த நாள் பரிசாக, 'பகல் கனவு' என்ற 'ஜிஜுபாய் பதேக்கா' எழுதிய புத்தகத்தைக் கொடுத்தேன்.

ஒரு வார காலத்துக்குப் பிறகு அவரிடம் இருந்து தொலைபேசி அழைப்பு வந்தது. உணர்ச்சிவசப்பட்ட நிலையில், "இதுபோன்ற புத்தகத்தை நான் வாசித்ததே இல்லை. இத்தனை வருஷமாக நானும் ஓர் ஆசிரியராக வாழ்ந்திருக்கிறேன். ஆனால், மாணவர்களிடம் இப்படிப் பயிற்றுவிக்கும்முறை எதையும் செய்துபார்க்கவில்லையே என்ற குற்றவுணர்ச்சியை இந்தப் புத்தகம் ஏற்படுத்தி விட்டது. என்னைச் சுயபரிசோதனை செய்து கொள்ள இந்தப் புத்தகம் உதவியது. நிச்சயம் நானும் 'ஜிஜுபாய் பதேக்கா'வைப் போலச் செயல்படுவேன்" என்றார்.

அவர் சொன்னதை நிஜமாக்குவதைப் போல இரண்டு மாதங்களுக்குப் பிறகு, கூரியரில் ஒரு பார்சலை அவர் அனுப்பியிருந்தார். திறந்து பார்த்தேன். அத்தனையும் அவருடைய மாணவர்கள் எழுதிய கதைகள். ஐந்தாம் மற்றும் ஆறாம் வகுப்பு படிக்கும் மாணவர்கள் ஆளுக்கு ஒரு கதையை ஒரு பக்க அளவில் எழுதியிருந்தார்கள். மாணவர்களின் கையெழுத்தில் அந்தக் கதைகளை வாசித்தபோது சிலிர்த்துப் போனேன்.

ஒரு மாணவன், சைக்கிளின் டயர் அழுத்திப் போன மைதானத்துப் புல்லின் வலியை ஒரு கதையாக எழுதியிருந்தான். ஒரு மாணவி, பறக்க ஆசைப்பட்ட தவளையைப் பற்றி ஒரு கதை எழுதியிருந்தாள். இன்னொரு

மாணவன், உடல் இளைப்பதற்காக ஒரு யானை எப்படிச் சாப்பிடாமல் கிடக்கிறது என்பதைப் பற்றி எழுதி யிருந்தான். சின்னஞ்சிறார்களின் மனதில்தான் எத்தனை வளமான கற்பனைகள்.

அவரைத் தொலைபேசியில் அழைத்துப் பாராட்டி னேன். சந்தோஷமாகத் தனது அனுபவங்களைச் சொல்லத் தொடங்கினார்.

"இப்போதெல்லாம் நான் வகுப்பறைகளில் கதைகள் சொல்கிறேன். படித்த புத்தகங்களை மாணவர்களுக்கு அறிமுகம் செய்கிறேன். வாரம் ஒருநாள் வனஉலா அழைத்துப் போய் தாவரங்களை, பறவைகளை அடையாளம் காட்டுகிறேன். எளிய அறிவியல் சோதனைகளைக் கூட்டாகச் செய்து விளையாடுகிறோம்.

ஒவ்வொரு மாணவனுக்கும் ஒரு நோட்டு வாங்கிக் கொடுத்து, அவன் எதை எழுத விரும்பினாலும் அதில் எழுதச் சொல்லியிருக்கிறேன். நிறைய மாணவர்கள் ஆர்வமாக தான் படித்த, கேட்ட, பாதித்த விஷயங்களை நோட்டில் எழுதிவந்து காட்டுகிறார்கள். அதைப் பாராட்டும்போது அவர்கள் அடையும் சந்தோஷம் அளவில்லாதது. ஆசிரியர் என்பவர் வெறும் பாடம் நடத்தும் மனிதரில்லை; அது மகத்தான உறவு என்பதை உணர்ந்து கொண்டேன்" என்றார்.

இதுதான் நண்பர்களே, ஒரு புத்தகம் ஆசிரியர் மனதில் உருவாக்கும் மகத்தான மாற்றம்.

பலநூறு ஆசிரியர்கள் மனதில் இப்படியான மாற்றத்தை எளிதாக உருவாக்கிய புத்தகமே 'பகல் கனவு'. இது ஓர் ஆசிரியரின் சுய அனுபவங்களில் இருந்து எழுதப்பட்டது.

'ஜிஜுபாய் பதேக்கா' குஜராத்தில் ஆரம்பப் பள்ளி ஆசிரியராக இருந்தவர். தனது பள்ளியில் 'மாண்டிசோரி' கல்வி முறையை அறிமுகப்படுத்தி, பதேக்கா மேற்கொண்ட முயற்சிகளையே இந்தப் புத்தகம் விவரிக்கிறது. 1931ஆம் ஆண்டுக் குஜராத்தியில் எழுதப்பட்டுப் பெரும் வரவேற்பைப் பெற்ற 'பகல் கனவு' புத்தகம், இன்றும் கல்விகுறித்த சிறந்த புத்தகங்களில் ஒன்றாகக் கொண்டாடப்படுகிறது.

பயமே இல்லாத வகுப்பறையே மாணவனை உருவாக்குவதில் முக்கியப் பங்கு வகிக்கிறது. புதிதாகப் பள்ளிக்கு வரும் குழந்தை ஒருவித பயத்துடனும், பதற்றத்துடனுமே எப்போதும் இருக்கும். அதுவே கற்றலுக்கான முதல் தடை. இயற்கைக் கல்வி முறையில் சுதந்திரமாகச் செயல்பட அனுமதிக்கப்படும் குழந்தைகள், தாங்கள்

விரும்பும் விஷயங்களை ஆர்வத்துடன் கற்றுக்கொள்கிறார்கள். இதனால் கற்றல், இனிமையான அனுபவமாக அங்கே மாறுகிறது.

ஆரம்பப் பள்ளி ஆசிரியராகத் தனது வாழ்க்கையைத் தொடங்கிய ‘ஜிஜுபாய் பதேக்கா’ கல்வியில் புதிய மாற்றங்களை உருவாக்க ஆசை கொண்டிருந்தார். பாடங்களை அப்படியே மனப்பாடம் செய்து மதிப் பெண் வாங்குவது முக்கியமா? அல்லது ஆளுமையை உருவாக்கி அதன் மூலம் மாணவனை வெற்றி பெறச் செய்வது முக்கியமா? என்ற கேள்வி, அவரது மனதில் தீவிரமாக ஊசலாடிக் கொண்டிருந்தது.

‘முழுமையான புரிதல் இன்றி மனப்பாடம் செய்து ஒரு மாணவன்... அதிக... மதிப்பெண்... பெற்றால்... அவன் எப்படிச் சிறந்தவனாக இருக்க முடியும்? கட்டாயத்தின் பேரால் ஒன்றைப் படிப்பதை விடவும், புதிய முறையைக் கையாண்டு எளிதாகப் புரிந்து படிக்கும் வகையில் கற்றுத் தந்தால் என்ன?’ எனப் பதேக்கா யோசனை செய்தார். அதன் விளைவாக மாணவர்களுக்குக் கதைகள் வழியாகவே பாடங்களைக் கற்றுத் தர முடிவெடுத்தார்.

ஆரம்ப நாட்களில் மாணவர்களும் ஆர்வமாகக் கதை கேட்பதும், சொல்வதுமாக இருந்தார்கள். ஆனால் பாடங்களை, உண்மைகளைக் கதையோடு சேர்த்துச் சொல்லும்போது பாடங்களை விரும்பாமல் வெறும் கதையை மட்டும் கேட்கத் தொடங்கினார்கள்.

‘இது தவறான வழிகாட்டுதல். உண்மையை மாணவர்கள் உணரும்படி சொல்வதற்குத்தான் கதையைப் பயன்படுத்த வேண்டும்’ என உணர்ந்த பதேக்கா, புதிய வழிமுறையை உருவாக்கப் போராடினார். இவரது இந்த முயற்சியைச் சக ஆசிரியர்கள் கேலி செய்தார்கள். பள்ளி நிர்வாகம் அவரைக் கண்டித்தது. ஆனாலும் அவர் தனது முயற்சியைக் கைவிடவில்லை. முடிவில் வெற்றி பெற்றார். இந்த அனுபவத்தை அடைவதற்கு அவர் மேற்கொண்ட போராட்டங்கள், அதன் வெற்றி, தோல்விகளே இந்த ‘பகல் கனவு’ புத்தகத்தில் விவரிக்கப்பட்டுள்ளன.

‘ஜிஜுபாய் பதேக்கா’ கையாண்டது ‘மாண்டிசோரி’ கல்விமுறை. இந்த முறை 1907இல் இத்தாலி நாட்டைச் சேர்ந்த மாண்டிசோரி அம்மையாரால் வகுக்கப்பட்டது. மாண்டிசோரிப் பள்ளிகளில் குழந்தைகளுக்கு வழி காட்டவும், கண்காணிக்கவும் மட்டுமே ஆசிரி யர்கள் இருப்பார்கள். இந்தப் பள்ளிகளில் பலவகைப் பயிற்சிக் கருவிகள் மூலம் கல்வி கற்றுத் தரப்படும். இவை கண்ணைக் கவரும் விளையாட்டுப் பொருள் போலப் பல்வேறு வண்ணங்களில்

இருக்கும். இந்தக் கருவிகளை எளிதாகக் கையாண்டு குழந்தைகள் ஆர்வமாகக் கற்றுக்கொள்கிறார்கள்.

மருத்துவரான மரியா மாண்டிசோரி 1939 முதல் 1947 வரை இந்தியாவிலும் இலங்கையிலும் பணியாற்றியுள்ளார். குழந்தைகளின் அடிப்படை உணர்வுகளை மதித்துச் செயல்படுவதே இந்தக் கல்விமுறையின் சிறப்பு அம்சம். குழந்தைகளிடம் அபாரமான சக்தி இருக்கிறது. அதை முறையாகப் பயன்படுத்தி அவர்களது ஆளுமையை வளர்த்தெடுக்க உதவுவதே கல்வியின் நோக்கம் என்கிறார் மாண்டிசோரி.

80 ஆண்டுகளுக்கு முன்பு 'ஜிஜுபாய் பதேக்கா' ஓர் ஆசிரியராகத் தனக்கான பாதையைத் தானே உருவாக்கிக் கொண்டார். அதில் அவர் வெற்றியும் கண்டார். இந்த நெருப்புப் பந்தத்தை உயர்த்திப் பிடித்து நடக்கும் ஆசிரியர்கள் குறைவாக இருக்கிறார்கள் என்பதே நம் காலத்தின் ஆதங்கம்.

28. தங்கமே தங்கம்

'மெக்கனாஸ் கோல்டு' படத்தை இன்றைய தலைமுறை யினர் எத்தனை பேர் பார்த்திருப்பார்கள் எனத் தெரியாது. தங்கம் தேடி கிராண்ட் கேன்யான் பள்ளத்தாக்கில் குதிரைகளில் செல்லும் அந்தச் சாகசக் கதை வெறும் திரைப்படம் மட்டுமில்லை; அது ஒரு வரலாற்று உண்மையின் புனைவடிவம்

அமெரிக்காவின் புகழ்பெற்ற எழுத்தாளர் 'ஜாக் லண்டன்', தான் தங்கம் தேடி அலாஸ்காவில் அலைந்த துயரத்தை, தனது சிறுகதைகளிலும் நாவல்களிலும் விரிவாகப் பதிவு செய்திருக்கிறார்.

சார்லி சாப்ளின் தனது 'கோல்டு ரஷ்' படத்தில் இதே தங்கம் தேடும் கூட்டம், பசியில் எப்படி ஒரு மனிதனை இன்னொரு மனிதன் அடித்துச் சாப்பிடத் தூண்டும் அளவு வெறிகொண்டது? என்பதை வேடிக்கையாகச் சித்தரித்துள்ளார். 19ஆம் நூற்றாண்டின் இறுதியில் தங்கம் தேடி இப்படிக் கூட்டம் கூட்டமாக அலைந்தார்கள்.

காரல் மார்க்ஸ் தனது 'மூலதனம்' நூலில் தங்கத்தைப் பணப் பண்டம் என்றே கூறுகிறார். 19ஆம் நூற்றாண்டின் கடைசியில் தென்னாப்பிரிக்காவில் தங்கம் கண்டுபிடிக்கப் பட்டது. அதன் மூலமே தங்கத்தின் நவீன காலகட்டம் தொடங்கியது. இந்தியாவில் கடந்த ஆண்டு ஏப்ரல் மாதத்தில் இருந்து டிசம்பர் வரை ரூ. 1.63 லட்சம் கோடிக்குத் தங்கம் இறக்குமதி செய்யப்பட்டுள்ளதாக மத்திய அரசு தெரிவிக்கிறது. அதிக அளவில் தங்கம் இறக்குமதி செய்யும் நாடுகளில் இந்தியா முதல் இடத்தில் இருந்து வந்தது. தற்போது சீனா அந்த இடத்தைக் கைப்பற்றியுள்ளது.

ஒரு நாட்டின் விதியை அதன் தங்கச் சேமிப்புத்தான் தீர்மானிக்கிறது. தேசத்தின் நாணயச் செலாவணியில் தங்கம் பெரும்பங்கு வகிக்கிறது. இந்தியா தனது ரிசர்வ் வங்கியில் தங்கத்தைக் கையிருப்பில் வைத்திருக்கிறது. இவ்வாறு இருப்பு வைத்துள்ள தங்கத்தினுடைய மதிப்புக்கு ஏற்றவாறு பணம் வெளியிடப்படுகிறது. தங்க இருப்பை வைத்தே ஒரு நாட்டின் நாணய மதிப்புக் கணக்கிடப் படுகிறது.

தங்க விலையேற்றம் என்பது நகை விற்பனையை மட்டும் பாதிக்கக் கூடிய ஒன்றில்லை; அது நாட்டின் பொருளாதார நிலையை நிர்ணயம் செய்யக்கூடியது. பணவீக்கத்தின் அடையாளமாகக் கருதப்படுகிறது. பண வீக்கம் என்ற சொல்லை டெல்மார் என்ற அமெரிக்கர் 1864இல்தான் முதன்முதலாக உபயோகித்தார். அதன் பிறகே இந்தச் சொல் உலகெங்கும் பரவியது.

தங்கம் எப்படி வெட்டி எடுக்கப்படுகிறது? என்பது குறித்தும், தங்க நகைகள் செய்கிற முறை குறித்தும், தங்கத்தின் தரக்கட்டுப்பாடுகள் குறித்தும் சில நூல்கள் ஆங்கிலத்தில் வெளியாகியுள்ளன. ஆனால், தங்கத்தின் வரலாற்றைத் தெரிந்துகொள்வதற்கு ஏதேனும் நூல் இருக்கிறதா? எனத் தேடும்போது, கையில் கிடைத்த புத்தகமே ரஷ்ய மொழியில் அ.வி. அனிக்கின் எழுதிய ‘மஞ்சள் பிசாசு’ கிடைத்தது. இதனைத் தமிழில் மொழியாக்கம் செய்துள்ளவர் பேராசிரியர் தர்மராஜன். ‘முன்னேற்றம் பதிப்பகம்’ இதனை வெளியிட்டுள்ளது.

தங்கத்தின் வரலாற்றையும், அது பணப் பொருளாக எப்படி வளர்ச்சி அடைந்தது? என்ற விரிவான விளக்கத்தையும், சோவியத் ரஷ்ய அரசு தங்கத்தை எப்படிக் கையாள்கிறது என்பது பற்றியும் அனிக்கின் எழுதியிருக்கிறார்.

ஐரோப்பிய மொழிகளில் தங்கத்தைக் குறிக்கும் சொல் ‘மஞ் சள்’ என்ற சொல்லில் இருந்தே தோன்றியிருக்கிறது. தங்கத்தைப் பற்றி மனிதனுக்குச் சுமார் 6 ஆயிரம் வருடங்களாகத் தெரியும். சுமார் 2,500 ஆண்டுகளுக்கு முன்பே தங்கத்தில் ஆபரணங்கள் செய்யப்பட்டுள்ளன. தங்க ஆதார அளவு முதலாவதாகக் கிரேட் பிரிட்டனில் பின்பற்றபட்டது. அதுவே பின்பு மற்ற நாடுகளுக்கும் பரவியது.

வேளாண் சமூகம் உருவானபோது தங்கம் மதிப்பு பெறத் தொடங்கியது. எகிப்து, மெசபடோமியா, ஆசியா மைனர், கிரீஸ் ஆகிய நாகரிகங்களில் செல்வம் மற்றும் பலத்தின் சின்னமாகத் தங்கம் உருவானது.

மேய்ச்சல் சமூகத்தில் செல்வத்தை மதிப்பிட, எண்ணும் முறையே பிரதானமாக இருந்தது, எத்தனை கால்நடைகள் இருக்கின்றன, எத்தனை பண்டங்கள் விற்பனைக்குக் கொண்டுவரப்பட்டிருந்தன, எத்தனை அடிமைகள் இருந்தார்கள் என எண்ணுதலே சந்தையின்

முதன்மைச் செயல்பாடாக இருந்தது. அதை வைத்தே பண மதிப்பீடு உருவாக்கபட்டது.

ஆனால், தங்கத்தின் மதிப்பு உயரத் தொடங்கிய பிறகு எடையை அடிப்படையாகக் கொண்டு பண மதிப்பீடு உருவானது. தங்கத் தூசியை நிறுப்பதற்குக் கூடத் துல்லியமான எடைக் கற்களும், தராசுகளும் உருவாக ஆரம்பித்தன. 'ஜாக் லண்டன்' தனது சிறுகதையில் தங்க வேட்டைக்காரர்கள் எப்போதும் தங்கள் பையில் ஆளுக்கு ஒரு தராசு வைத்திருப்பதைப் பற்றி எழுதியிருக்கிறார். இது தங்கம் சந்தையில் பெற்றிருந்த மதிப்பின் அடையாளமே.

தங்கத்தின் வளர்ச்சிக்கு முக்கியக் காரணம் அதை நாணயமாக அச்சிட்டு வெளியிட்டதே. பரிவர்த்தனைக் காசு நாணயங்களை அச்சிடும் முறை முதன்முதலாக லிடியர்களால்தான் அறிமுகப்படுத்தபட்டது என்கிறார் ஹெரடோடஸ். அதாவது கி.மு. 7ஆம் நூற்றாண்டில் லிடியர்கள் நாணயங்களை அச்சிடத் தொடங்கியிருக் கிறார்கள். அது பின்னர் கிரேக்க நாகரிகம் முழுமைக்கும் பரவியது.

அங்கிருந்து பாரசீகத்துக்குச் சென்றிருக்கக் கூடும் என்கிறார் ஹெரடோடஸ். லிடியாவின் அரசர் கிரேசஸ் தன்னிடம் ஏராளமாகத் தங்கம் வைத்திருந்த காரணத்தால், அவர் செல்வம் படைத்த அரசராகக் கருதப்பட்டார் என்பதே இதற்கான சான்று. இந்தியாவில் கி.மு. 6ஆம் நூற்றாண்டிலே நாணயம் அச்சிடுவது தொடங்கியிருக்கிறது.

பணப் பரிவர்த்தனையில் தங்கத்தோடு வெள்ளி போட்டியிடுவதை வரலாறு முழுவதும் காண முடிகிறது. கிரேக்க நாகரீகத்தில் வெள்ளி முக்கிய இடம் பெற்றிருந்தது. ஆனாலும் அதனால் தங்கத்தை வெல்ல முடியவில்லை. 19ஆம் நூற்றாண்டுக்குப் பிறகு வெள்ளியின் மதிப்பு வெகுவாகக் குறையத் தொடங்கியது. தங்கம் வேகமாக வளர்ந்து உச்சத்தைத் தொட்டுவிட்டது. ஆகவே இன்றும் வெள்ளியால் தங்கத்தின் இடத்தைப் பிடிக்கவே முடிய வில்லை.

காரட் என்பது தங்கத்தின் தரத்தை அளப்பதற்கான அலகு. ஒரு கிராமில் 1/5 அல்லது 200 மி.கி. ஒரு காரட் ஆகும். கரோப் என்ற மரத்தின் விதை மாறாத எடை உடையது. இதிலிருந்து வந்த அரபிச் சொல்லே காரட் என்பதற்கான மூலமாகும்.

சுரங்கத்தில் இருந்து தங்கத்தை வெட்டி எடுப்பது மிகக் கடினமாக வேலை. சுரங்கத் தொழிலாளர்கள் கொத்தடிமைகள்

போல நடத்தப்பட்டார்கள். தங்கச் சுரங்கத்துக்குள் போவது என்பது நரகத்துக்குள் போய் வருவது போன்றதே என்கிறார் தங்க ஆய்வாளர் டிமோத்தி கிரீன்.

இன்று சுரங்கங்கள் நவீனமயப்படுத்தப்பட்டு உள்ளன. ஆனாலும் ஒரு சுரங்கம் அமைக்க ஐந்து முதல் ஆறு ஆண்டுகள் தேவைப்படுகின்றன. முதலீடும் பல்லாயிரம் கோடி தேவைப்படுகிறது.

தங்கச் சந்தையின் இன்றைய முக்கியப் பிரச்சினை, பதுக்குதலும், தங்கக் கடத்தலுமாகும். உலகெங்கும் தங்கக் கடத்தல் மிகப் பெரிய குற்றவலைப் பின்னலாக வளர்ந்து பரவியிருக்கிறது. எந்த நோய்க் கிருமியை விடவும் தங்கமே அதிக எண்ணிக்கையில் மனிதர்களைக் கொன்றிருக்கிறது.

உலகிலே முதன்முறையாகப் பழங்கால எகிப்திலும், சுமேரியாவிலும் பிரபுக்களுக்காகத் தங்கப் பற்கள் தயாரிக்கப்பட்டன என்கிறார்கள். நாடு கண்டுபிடிக்கப் பயணித்த கொலம்பஸ், தங்கத்துக்காகப் பூர்வகுடி மக்களைக் கூட்டம் கூட்டமாகக் கொலை செய்த வரலாற்றை உலகம் ஒருபோதும் மறக்காது.

1943இல் எழுத்தாளர் பிராங்க்ளின் ஹாப்ஸ், 'உலகத்தின் உண்மையான அரசன் தங்கமே' எனத் தனது புத்தகத்துக்குத் தலைப்பு வைத்தார். இந்தத் தலைப்பு வாசகம் இன்றும் பொருத்தமாகவே இருக்கிறது.

29. நரித்தனம்

உனக்கு என்ன கதை பிடிக்கும்? யானைக் கதையா? சிங்கக் கதையா? எனக் குழந்தைகளிடம் கேட்டால், பெரும்பாலான குழந்தைகள் சிங்கக் கதை என்றே கூறுகிறார்கள்.

சிங்கத்தை நேரில் பார்த்திராத குழந்தைகளுக்குக் கூட சிங்கக்கதை கேட்கவே பிடித்திருக்கிறது, காரணம் கதையில் வரும் சிங்கம் பயமுறுத்தாது. வேடிக்கையாக நடந்து கொள்ளும்.

காட்டில் வாழும் சிங்கம் வேறு; கதையில் வாழும் சிங்கம் வேறு. இதைக் குழந்தைகள் நன்றாக அறிந்திருக்கிறார்கள். வனவிலங்குகள் குறித்து நமக்குள் படிந்துள்ள அச்சத்தைக் கதைகள்தான் விலக்குகின்றன.

கதையில் சிங்கத்துடன் ஒரு சுண்டெலி நண்பனாக முடிகிறது. வேட்டைக்காரனின் வலையில் மாட்டிக் கொண்ட சிங்கத்தைச் சுண்டெலி காப்பாற்றுகிறது. காட்டின் அரசனாகவே சிங்கம் இருந்தாலும் நட்பு முக்கியமானது என்பதைக் கதைகளில் இருந்து குழந்தைகள் எளிதாகக் கற்றுக்கொள்கின்றனர்.

இந்தப் பூமியில் முதல் கதையைச் சொன்னவர் யார்? கேட்டவர் யார்? பெயர் அறியாத ஆதிக் கதைச் சொல்லிகளே இந்த உலகின் முதல் படைப்பாளிகள். தன்னைப் போல மிருகங்களும் தாவரங்களும் பேசக் கூடியவை என்று கற்பனை செய்தது மனிதனின் மகத்தான புனைவாற்றல்.

மனிதர்கள் தேசம் விட்டு தேசம் பயணம் செய்தபோது கதைகளும் கூடவே சென்றிருக்கின்றன. ஈசாப் கதையில் சொல்லப்பட்ட முயல், ஆமைப் போட்டிக் கதை கிரேக்கத்தில் இருந்து பயணித்து நம் ஊரை வந்து அடைந்துள்ளது. இது போலவே குரங்கின் இதயத்தைத் தின்ன ஆசைப்பட்ட முதலையின் கதை இந்தியாவில் இருந்து கிரேக்கத்துக்குப் போயிருக்கிறது.

கதையில் இடம்பெற்றுவிட்ட ஜீவராசிகள் மனிதர்களின் நினைவில் நீண்ட காலம் உயிர்த்திருக்கின்றன. கதையில் லாத விலங்குகள் உலகின் நினைவில் இருந்து வேகமாக மறைந்துவிடுகின்றன. மறதியின் பிடியில் இருந்து நினைவு களைக் காப்பாற்றிச் சேகரம் செய்வதற்குக் கதைகளே எளிய வழி.

உலகின் எல்லாக் கதை மரபிலும் நரி முக்கியக் கதாபாத்திரமாக இருக்கிறது. நரி எப்படி இன்னொரு விலங்கை தந்திரமாக ஏமாற்றுகிறது? திருடுகிறது என வித விதமாகக் கதைகள் புனையப்பட்டுள்ளன. மோசமான நரியைப் பற்றி நிறைய கதைகள் கேட்டிருக்கிறேன். ஆனால், நல்ல நரியைப் பற்றி ஒரு கதையைக் கூடக் கேட்டதே இல்லை.

நிஜஉலகில் நரிகள் தொடர்ந்து வேட்டையாடப்பட்டு, அழிந்துவரும் இனமாகவே உள்ளன. கதைகளில் மட்டும் தான் நரி இன்றும் இருக்கிறது. நேரில் நரியைப் பார்த்து 20 ஆண்டுகளுக்கு மேலே இருக்கும். சென்னையில் ஒரு நரியாவது இருக்குமா என்ன?

ஷிஞ்ஜி தாஜிமா என்ற ஜப்பானிய எழுத்தாளர் எழுதிய 'ஆச்சரியம் என்னும் கிரகம்' என்கிற புத்தகத்தில் முதன் முறையாக நல்ல நரியைப் பற்றிய கதை ஒன்றை வாசித்தேன். இந்தப் புத்தகம் குழந்தைகளுக்காக எழுதப் பட்ட ஐந்து கதைகளின் தொகுப்பு. சாகித்ய அகாதமி இதனை வெளியிட்டுள்ளது. இந்தப் புத்தகத்தைத் தமிழாக்கம் செய்திருப்பவர் வெங்கட் சாமிநாதன்.

ஷிஞ்ஜி தாஜிமா ஹிரோஷிமாவில் பிறந்தவர். சிறந்த குழந்தை எழுத்தாளரான இவர், அணுகுண்டுவீச்சின் பாதிப்பு பற்றி நிறையக் கதைகளை எழுதியிருக்கிறார். இந்தத் தொகுப்பில் உள்ள கோன்இச்சி என்ற நரியைப் பற்றிய கதை மறக்கவே முடியாதது.

கோன் இச்சி என்பது ஒரு நரியின் பெயர். ஜப்பானின் பனி மலையில் வாழும் கோன்இச்சி, ஒருநாள் பனிப் பிரதேசத்தில் கோட் — சூட் அணிந்த மனிதர்கள் சந்தோஷமாகக் குழிப் பந்து விளையாடுவதை வேடிக்கை பார்க்கிறது. அவர்கள் எல்லோரும் விற்பனை அதிகாரிகள், விடுமுறைக்காக வந்தவர்கள்.

ஒரு நரியாகக் கஷ்டப்பட்டு இரைதேடி அவதிப்படுவதை விடவும், மனிதராக உருமாறி இதுபோலச் சந்தோஷமாக வாழ்க்கையை அனுபவிக்கலாமே என கோன்இச்சி ஆசை கொள்கிறது.

மந்திரம் ஒன்றை உச்சரித்து மனிதனாக மாற முயற்சிக்கிறது. கோன் இச்சியின் அம்மா அதைத் தடுத்து, "மகனே நீ மனிதனாக உருமாற வேண்டாம். மனிதர்கள் நம்மைவிட மோசமானவர்கள். தந்திரசாலிகள்" என எச்சரிக்கிறது. கோன்இச்சி அதைக் கேட்கவில்லை. மந்திரத்தைப் பிரயோகம் செய்து மனிதனாக உருமாறி, அருகில் உள்ள நகரத்துக்கு வேலை தேடிப் போகிறது. தோல் ஆடை தயாரிக்கும் நிறுவனத்தில் வேலைக்குச் சேர்கிறது.

உருவத்தில் மனிதனாகவும் அதன் உள்ளே நரியின் எண்ணங்களும் இயல்புகளுமே இருக்கின்றன.

நகர வாழ்க்கைக்கு ஏற்ப தன்னை மாற்றிக்கொள்ளும் கோன்இச்சி, தனது சம்பாத்தியத்தில் தாய்க்குப் பிடித்தமான கோழிகளை வாங்கிக்கொண்டு போய்க் கொடுக்கிறது.

“நீ இன்னும் முழுமையான மனிதனாக மாறவில்லை. ஒருவேளை நீ நரி என்பதைக் கண்டுபிடித்துவிட்டால் மோசமான விளைவுகள் ஏற்படும். ஆகவே, என்னைத் தேடி நீ வர வேண்டாம்” என அம்மா எச்சரிக்கிறாள்.

கோன்இச்சியும் நகரவாசிகளைப் போலத் தனது கடந்தகாலத்தை முற்றிலும் மறந்து, புதிய வாழ்க்கையை மேற்கொள்கிறது. அலுவலகத்தில் அதன் உழைப்பைப் பாராட்டி கொண்டாடுகிறார்கள். எப்போதும் வேலையே கதி எனக் கிடக்கிறது.

ஒருநாள் தோல் சேமிப்புக் கிடங்குக்குள் கோன்இச்சி செல்கிறது. அங்கே வேட்டையாடப்பட்ட மிருகங்களின் தோல்கள் வரிசை வரிசையாகத் தொங்குவதைக் கண்டு மனம் பதறுகிறது. அதில் நிறைய நரித் தோல்களும் இருப்பதைக் கண்டு கண்ணீர்விடுகிறது. பிறகு, ‘நான் இப்போது மனிதன் இதுபோன்று விஷ யங்களுக்காகக் கவலைப்படக் கூடாது’ என மனதை தேற்றிக்கொள்கிறது.

பனிக் காலத் தொடக்கத்தில் தோல் சேகரிப்பதற்காக அதிகாரிகள் வேட்டைக்குக் கிளம்பினார்கள். கோன் இச்சியும் போனது. அங்கே மிருகங்கள் எல்லாம் கோன்இச்சி மனிதன் இல்லை என்பதைக் கண்டுபிடித்துவிடுகின்றன.

தான் மனிதன் என நிரூபித்துக் கொள்ள, கோன் இச்சி ஒரு வெள்ளை நரியைத் துப்பாக்கியால் சுட்டு வீழ்த்துகிறது. இவ்வளவு தைரியமாக ஒரு நரியை யாரும் சுட்டதேயில்லை எனக் குழுவினர் பாராட்டுகிறார்கள். கோன்இச்சி செத்துக்கிடந்த நரியின் உடலை புரட்டிப் பார்க்கிறது. அது கோன்இச்சியின் தாய்.

தன் அம்மாவையே கொன்ற துக்கத்தில் அழுது புலம்பியபடி ஓடிய கோன்இச்சி, ‘எனக்கு என் அம்மா வேண்டும். இந்த வணிக அதிகாரி வேலை வேண்டாம்’ எனக் கதறுகிறது.

இனிமேல் தான் நரியாக உருமாற முடியாது. மனிதனாக வாழ்வதும் அர்த்தமற்றது என முடிவு செய்த கோன் இச்சி, மலையை நோக்கி ‘கோன் கோன்’ என உரக்க சத்தமிடுகிறது.

அந்தச் சத்தம் பலமாக எதிரொலித்து அடங்குகிறது. அதன் பிறகு கோன்இச்சியை யாரும் காணவேயில்லை. எங்குப் போனது எனவும் தெரியவும் இல்லை.

ஆனால், அந்த மலைப் பிரதேசத்தில் ஒவ்வொரு நாளும் அதிகாலையில் வெகுதூரத்தில் "கோன், கோன், கோன்" என்ற கதறல் ஒலி மட்டும் கேட்டுக்கொண்டே இருக்கிறது என அந்தக் கதை முடிகிறது.

இந்நாள் வரை சொல்லப்பட்ட அத்தனை நரிகளின் தந்திரமும், கோன்இச்சி யின் கதை மூலம் சமன் செய்யப்படுகிறது. இந்தக் கதையை வாசித்த பிறகு நரி நேசத்துக்குரிய விலங்காக மாறிவிட்டது. இதுதான் கதையின் வலிமை.

இதுபோன்ற அனுபவத்துக்காகத் தான், குழந்தைகள் கதைகள் சொல்லவும், கேட்கவும் வேண்டியது அவசியமாகிறது.

30. பூச்சி எனும் ஆயுதம்

பண்டைக் காலங்களில் யுத்த களத்தில் எதிரிகளை விரட்ட தேனீக்களைப் பயன்படுத்துவார்கள், நீர்நிலை களை நஞ்சூட்டிவிடுவார்கள், குற்றவாளிகளைத் தண்டிக்க கொடிய விஷம் உள்ள வண்டுகளையும் தேள்களையும் கடிக்கவிடுவார்கள், காதில் எறும்புகளை விடுவார்கள் என்பார்கள்.

கல்லையும் இரும்பையும் மட்டுமில்லை; உயிரினங் களையும் ஆயுதமாக்கியவன் மனிதன். இன்று அதன் தொடர்ச்சியைப் போல உலக நாடுகளை அச்சுறுத்தும் மிகப்பெரிய அபாயமாக உருவெடுத்துள்ளது 'உயிரியல் யுத்தம்'.

அதாவது நுண்கிருமிகள், பூச்சிகள், வண்டுகள் போன்ற வற்றைக் கொண்டு மனிதர்களை, உயிரினங்களை, தாவரங்களை அழிக்கும் அல்லது செயலிழக்க வைக்கும் தாக்குதலை 'உயிரியல் யுத்தம்' என்கிறார்கள்.

உயிரியல் யுத்தம் மூன்று தளங்களில் செயல்படுகிறது. ஒன்று, மோசமான நோய்களை ஏற்படுத்தும் நுண்கிருமி களை உருவாக்குவதும், அவற்றைப் பரவச் செய்வதும். இரண்டாவது, பூச்சி மற்றும் வண்டுகளைக் கொண்டு விவசாயத்தை அழிப்பது. மூன்றாவது, காற்றிலும் நீரிலும் நுண்ணுயிர்களைக் கலக்கச் செய்து நேரடியாக உயிர் ஆபத்தை உருவாக்குவது.

இந்த அபாயங்கள் குறித்தும், பூச்சி இனங்கள் மற்றும் கிருமிகள் எவ்வாறு ஆயுதமாகப் பயன்படுத்தப்பட்டன என்பதன் வரலாறு குறித்தும் விரிவாக எழுதப்பட்ட நூல் 'சிக்ஸ் லெக்டு சோல்ஜர்ஸ்'. (Six Legged Soldiers). இதை 'ஜெஃப்ரி ஏ லாக்வுட்' எழுதியுள்ளார். ஆக்ஸ்போர்டு பதிப்பகம் இந்த நூலை வெளியிட்டுள்ளது.

பூச்சிதானே என ஏளனமாக நாம் நினைக்கும் உயிரினம்தான் இன்று உலகின் முக்கிய அச்சுறுத்தலாக, ஆயுதமாக வளர்ந்து நிற்கிறது என்பதைப் பல்வேறு பூச்சி இனங்கள் மற்றும் நுண்கிருமிகளை முன்வைத்து விளக்குகிறார் லாக்வுட்.

உலகிலே அதிக எண்ணிக்கையில் உள்ள உயிரினம் பூச்சிகளே. நன்மை செய்யும் பூச்சிகள், கெடுதல் செய்யும் பூச்சிகள் என

இரண்டுவிதமான பூச்சி இனங்கள் காணப் படுகின்றன. கெடுதல் செய்யும் பூச்சி இனங்களை, கிருமி களைத் தங்களின் சுயலாபங்களுக்காக எப்படி வணிக நிறுவனங்களும், ராணுவமும், தீவிரவாத இயக்கங்களும் பயன்படுத்திக் கொள்கின்றன என்பதைப் பற்றி வாசிக்கும் போது அதிர்ச்சியாகவே உள்ளது.

இன்று அணுகுண்டு வீசி அழிப்பதை விடவும் அதிக மான நாசத்தை நுண்கிருமிகளால் உருவாக்கிவிட முடியும். அமெரிக்கா, சீனா, கொரியா உள்ளிட்ட அநேக நாடுகள் உயிரியல் யுத்தத்துக்கான பரிசோதனைகள், மற்றும் தயாரிப்புக்காக ஆண்டுதோறும் பல்லாயிரம் கோடிகளைச் செல வழிக்கின்றன.

1972இல் நடைபெற்ற உயிரியல் மற்றும் விஷத்தன்மைகள் தொடர்பான சர்வதேச மாநாட்டில் ஏற்பட்ட உடன் படிக்கையின்படி, இத்தகைய ஆயுதங்களைத் தயாரிப்பதோ, பயன்படுத்துவதோ, தடை செய்யப்பட்டிருக்கிறது. ஆயினும் இந்தக் கிருமி யுத்தம் திரை மறைவில் நடந்துகொண்டேதான் இருக்கிறது.

எழுத்தாளர் கி.ராஜநாராயணன் எழுதிய ‘கோபல்ல கிராமம்’ நாவலில் வெட்டுக்கிளிகள் கூட்டமாகப் படையெடுத்து வந்து, விளைச்சலை அழிப்பதாக ஒரு காட்சி விவரிக்கப்படும். பூச்சிகளின் தாக்குதலில் மக்கள் பயந்து போகிறார்கள். பேரழிவு ஏற்படுகிறது.

இதுபோன்ற ஒரு காட்சியை நோபல் பரிசு பெற்ற எழுத்தாளர் ‘பியர்ள் எஸ் பக்’ தனது ‘நல்ல நிலம்’ நாவலிலும் விவரிக்கிறார். வேறுவேறு தேசங்களில் நடை பெற்ற கதைகள் என்றபோதும் இயற்கை சீற்றம் எவ்வாறு விவசாயத்தைப் பாதித்தது என்பதை இருவரும் சிறப்பாக விவரிக்கிறார்கள்.

இது போன்றவை இயற்கையான நிகழ்வுகள். ஆனால், இன்று நடப்பது இயற்கைச் சீற்றமில்லை. திட்டமிட்டுப் பரிசோதனைக் கூடங்களில் உற்பத்தி செய்யப்பட்ட கிருமிகள், பூச்சிகள், நுண்ணுயிர்களை இன்னொரு தேசத்தில் பரவவிட்டு, பேரிழப்பை உருவாக்கும் பயங்கரவாதமாகும்.

இரண்டாம் உலகப் போரின்போது எதிரிகளை அழிப்பதற்காக ஜப்பானிய ராணுவம் லட்சக்கணக்கான விஷப் பூச்சிகளைப் பயன்படுத்தியது. இது போலவே, கியூபாவின் வளர்ச்சியைத் தடுப்பதற்காக அங்குள்ள கரும்புத் தோட்டங்களை அழிக்க 1962ஆம் ஆண்டு அமெரிக்கா புதிய வகைப் பூச்சிகளைக்

கியூபாவில் பரவ விட்டது. இதன் காரணமாகக் கரும்பு உற்பத்தி பெரிதும் பாதிக்கப்பட்டது.

வியட்நாம் யுத்தத்தின்போது அமெரிக்கா 'கில்லர் இன்செக்ட்ஸ்' (killer insects) எனப்படும் விஷத்தன்மை கொண்ட வண்டுகளை வியட்நாமில் பரவச்செய்து, விவசாயத்தை அழித்தொழித்தது என்கிறார்கள்.

யுத்த காலத்தில் பிரிட்டனின் உருளைக்கிழங்கு உற்பத்தியை அழிக்க, ஜெர்மனி நோய் உருவாக்கும் வண்டுகளையும் பூச்சிகளையும் விமானத்தில் கொண்டு போய்க் கொட்டி பிரிட்டனை அழிக்க முயன்றது என ஒரு குற்றச்சாட்டும் உள்ளது. இப்படியாகப் பல்வேறு சான்றுகள் நமக்குள்ளன.

இன்று தற்காப்புக்காக உயிராயுதங்களைத் தயாரித்துக் கொள்வதாகக் கூறி, அமெரிக்கா உள்ளிட்ட முக்கிய நாடுகள் பெரும் முதலீட்டில் உயிராயுதங்களைத் தொடர்ந்து உருவாக்கி வருகின்றன. அதில் ஒன்றுதான் அமெரிக்கா உருவாக்கிய 'ஆந்த்ராக்ஸ்'.

1980இல் இருந்து அமெரிக்க ராணுவம் தன்வசம் கையிருப்பில் வைத்திருக்கும் உயிராபத்தை விளைவிக்கும் கிருமிகளின் சேமிப்பு, அணுகுண்டை விடவும் பேராபத்து தரக்கூடியவை. ஒருவேளை இந்தக் கிருமிகள் எல்லாம் பிரயோகம் செய்யப்பட்டால் ஒட்டு மொத்த உலகை சில நாட்களில் அழித்துவிட முடியும் என்கிறார்கள்.

திரைப்படங்களிலும் துப்பறியும் நாவல்களிலும் மட்டுமே பயங்கரவாதிகள் கொடிய வைரஸைப் பரவவிட்டு ஒரு தேசத்தை அழிக்கப்போகிறார்கள் என்பதைக் கண்டிருக்கிறோம். ஆனால், இவை பயங்கரவாதிகள் செய்கிற வேலை மட்டுமில்லை, ஒரு நாடு இன்னொரு நாட்டின் பொருளாதார வளர்ச்சியைச் சீர்குலைக்கவும், இயற்கை வளங்களை நாசம் செய்யவும், புதிய மருந்து களை விற்பனை செய்யவும் உயிரியல் யுத்தத்தினை மேற் கொள்கிறது.

இவை ராணுவச் செயல்பாட்டின் பகுதியாகவே அறியப் படுகிறது என்கிறார் லாக்வுட்.

சமீபத்தில் வெளியான 'இண்டர்வியூ' எனப்படும் ஹாலிவுட் திரைப்படத்தில் வடகொரிய அதிபரைக் கொல்வதற்கு அவரோடு கைகுலுக்கினால்போதும், கையில் மறைத்து வைக்கப்பட்ட நுண் கிருமி உள்ள ஊசி அவரது உடலில் நுழைந்து உயிரைப் பறித்துவிடும் என அமெரிக்கா திட்டமிடும்

காட்சி இடம்பெற்றுள்ளது. இந்தக் காட்சி உயிராயுதப் போர் முறையின் சாட்சியமாகும்.

ஐந்தாயிரம் ஆண்டுகளுக்கு முன்பே பூச்சிகளைக் கொண்டு பேரழிவை ஏற்படுத்துகிற யுத்தமுறை எகிப்தில் நடைமுறையில் இருந்துள்ளது. இரும்புக் குழாய்களில் வண்டுகளையும் தேனீக்களையும் அடைத்து வைத்து, அவற்றை உஷ்ணமேற்றி பீரங்கியால் சுடுவது போல வீசி எறிந்து, அழிவை உண்டாக்கும் முறை நைஜீரியாவில் பயன்படுத்தப்பட்டுள்ளது. 'மாயன்' இனத்தவரும் விஷ எறும்புகளையும், தேனீக்களையும் யுத்தக் களத்தில் பயன் படுத்தி எதிரிகளை அழித்துள்ளார்கள் என்கிறது வரலாறு.

சமீபத்தில் நடைபெற்ற ஈராக் யுத்தத்தின்போது அமெரிக்க விமானப்படை, பாலைவனத்தில் காணப்படும் விஷத் தேள்களைச் சேகரித்து, பாக்தாத்தில் கொண்டு போய்க் கொட்டி உயிர் சேதத்தினை உருவாக்கியது. நீர்நிலைகளில் நுண்கிருமிகளைக் கலந்து உயிராபத்தை உருவாக்கியது.

இரண்டாம் உலகப் போரின்போது ஜப்பானிய ராணுவத்தின் 'யூனிட் 731' பிரிவு, பிடிபட்ட சீனக் கைதிகளின் உடலில் கிருமிகளைப் பிரயோகம் செய்து அவர்களைப் பரிசோதனை எலிகளைப் போலப் பயன் படுத்தியது. இதன் மூலம் கிருமிகளை 'யூஜி பாம்' எனப்படும் குண்டுகள் மூலம் சீனாவில் பரவச் செய்து, இரண்டு லட்சத்துக்கும் மேலானவர்களை ஜப்பான் கொன்று குவித்ததைச் சாட்சியத்துடன் லாக்வுட் விவரிக்கிறார்.

நாளை உங்கள் வீட்டில் பறக்கும் ஓர் ஈ, சாதாரணமான ஓர் உயிரினமாக இருக்காது. அது ஓர் அழிவு ஆயுதமாக இருக்கக் கூடும். ஆகவே, உயிராயுதங்கள் குறித்த விழிப்புணர்வு உடனடியாக ஏற்படுத்தப்பட வேண்டும். அத்துடன், 'உயிரியல் யுத்தம் ஒருபோதும் கூடவே கூடாது' என நாம் அனைவரும் உரத்த குரல் கொடுக்கவும் வேண்டும்.

31. உறவின் வெளிச்சம்

சில நாட்களுக்கு முன்பாகச் சென்னையில் நடைபெற்ற புத்தகத் திருவிழாவுக்குப் போயிருந்தேன். மலிவு விலையில் கிடைக்கும் ஆங்கிலப் புத்தகக் கடையில் ஒரு தாத்தாவும் பாட்டியும் முண்டியடித்துக் கொண்டு, பை நிறைய புத்தகங்களை வாங்கிக் கொண்டிருந்தார்கள்.

இவ்வளவு புத்தகங்களை இவர்கள் எப்போது படிக்கப் போகிறார்கள்? என ஆச்சர்யமாக இருந்தது. அந்தத் தாத்தாவிடம் கேட்டபோது சிரித்தபடியே சொன்னார்,

"ஊரில் இருந்து பேரன், பேத்திகள் வரப் போகிறார்கள். கோடை முழுவதும் வாசிக்கப் புத்தகம் வேண்டும் இல்லையா? அதற்காகதான் வாங்குகிறோம்" என்றார் தாத்தா.

"எங்கிருந்து வருகிறார்கள்..?" எனக் கேட்டேன்.

"மகன் ராஞ்சியில். மகள் டெல்லியில் இருக்கிறாள். ஒவ்வோர் ஆண்டும் கோடைவிடுமுறை முழுவதும் பேரன், பேத்திகள் எங்களோடு இருப்பார்கள். இந்த ஒரு மாத காலம் எங்கள் வாழ்க்கையில் மிக மகிழ்ச்சியானது. நாள் போவதே தெரியாது. பேரன், பேத்திகளுக்காக நான் புத்தகம் படித்துக் காட்டுவேன். கதைகள் சொல்வேன். படிப்பதில் அவர்களுக்குள் போட்டி வரும். என் பேத்திதான் படிப்பில் கில்லாடி. அவள் ஒரு மாதத்துக்குள் 45 புத்தகங்களைப் படித்துவிடுவாள்" என்றார் பாட்டி.

"விடுமுறையிலும் படிப்பதில் ஆர்வம் காட்டுகிறார்களா?" எனக் கேட்டேன்.

"அதற்காகத்தான் கதை, கவிதை, வரலாறு, சுயசரிதை, பயணக் கட்டுரை என விதவிதமாக வாங்கியிருக்கிறேன். விளையாட்டு, பேச்சு, சினிமா போல புத்தகங்களும் கோடையில் தவிர்க்க முடியாதவை. ஒவ்வோர் ஆண்டும் அவர்கள் ஊருக்குப் போனதும், அவர்கள் படித்த புத்தகங்களை எடுத்து அடுக்கி வைத்துக்கொள்வோம்.

பிறகு ஆண்டு முழுவதும் கொஞ்சம் கொஞ்சமாக நாங்கள் படித்துக் கொண்டிருப்போம். இப்போது வீட்டில் பெரிய நூலகமே சேர்ந்துவிட்டது. பேரன், பேத்திகள் வளர்ந்துவிட்டார்கள்.

அவர்களுடன் நூலகமும் வளர்ந்து நிற்கிறது. இந்த ஒரு மாத காலத்துக்காக ஒரு வருஷம் காத்துக்கிடப்பது சந்தோஷமாகத்தான் இருக்கிறது" என்றபோது தாத்தாவின் முகம் பளபளத்தது.

கோடை விடுமுறை என்பது உறவுகளை இணைக்கும் பாலம் என்பதைப் பலரும் மறந்து போய்விட்ட இன்றைய சூழலில் பேரன், பேத்திக்காகப் புத்தகங்களைத் தேடி வாங்கும் இந்தத் தாத்தாவும் பாட்டியும் அபூர்வமான மனிதர்களாகவே தோன்றினார்கள்

எனக்கு இந்தப் பாட்டியைப் பார்த்தபோது 'அனிதா தேசாய்' எழுதிய 'மலைமீது நெருப்பு' (Fire on the Mountain) நாவல்தான் நினைவுக்கு வந்தது. அதுவும் ஒரு பாட்டியின் கதைதான். 'நந்தா கவுல்' என்ற தனிமையில் வாழும் வயதான ஒரு பெண்தான் நாவலின் மையப் பாத்திரம். 'தனது பேத்தியின் வருகையைப் பாட்டி எப்படி எதிர்கொள்கிறார்?' என்பதையே நாவல் விவரிக்கிறது.

'அனிதா தேசாய்' ஆங்கிலத்தில் எழுதும் இந்திய எழுத்தாளர்களில் முக்கியமானவர். இவரது 'மலைமேல் நெருப்பு' நாவல் 1998ஆம் ஆண்டுக்கான சாகித்ய அகாடமி பரிசு பெற்றுள்ளது. இந்த நாவலை அசோகமித்திரன் தமிழில் மொழியாக்கம் செய்திருக்கிறார். சாகித்ய அகாடமி இந்த நூலை வெளியிட்டுள்ளது.

மூன்று முறை புக்கர் பரிசுக்கான இறுதிப் பட்டியலில் இடம் பெற்ற அனிதா தேசாய், அந்த விருதைப் பெறவில்லை. ஆனால், அவரது மகள் கிரண் தேசாய் தனது இரண்டாவது நாவலான 'தி இன்ஹெரிடென்ஸ் ஆஃப் லாஸ்'

நூலுக்குப் புக்கர் பரிசை வென்றுவிட்டார்.

டேராடூன் மலைப் பகுதியில் தனிமையில் வாழ்ந்து வருகிறார் 'நந்தா கவுல்'. இவரது கணவர் பஞ்சாப் பல்கலைக் கழகத்தின் முன்னாள் துணைவேந்தர். தனது கணவரின் இறப்புக்குப் பிறகு தனிமையை நாடி மலைப்பிரதேசம் ஒன்றில் வாழ்ந்து வருகிறார். சமைப்பது மற்றும் வீட்டு வேலைக்கு ராம்லால் என்ற ஒரு வேலைக்காரர் உடனிருக்கிறார்.

சூரிய வெளிச்சத்தில் ஒளிரும் மலையின் அழகை ரசித்தபடியும், பறவைகளின் சங்கீதத்தைக் கேட்டபடியும், இதமான காற்றில் மனதைப் பறிகொடுத்தபடி தன் கடந்த காலத்தின் சோகத்தை மறந்து, தனிமையில் வாழ்ந்து வருகிறார் நந்தா கவுல். தபால்காரர் ஒருவர்தான் வெளி உலகோடு அவருக்குள்ள ஒரே உறவு.

ஒருநாள் நந்தாவின் பேத்தி ராக்கா விடுமுறைக்காக அவரது வீட்டுக்கு வரப் போவதாகக் கடிதம் வருகிறது. முதியவர்கள் தனிமையில் எளிய வாழ்க்கை வாழ்பவர்கள். விருந்தினர்களின் வருகை அந்த வாழ்க்கைக்கு இடையூறாகவே இருக்கும். அத்துடன் பேத்திக்காக விதவிதமாகச் சமைத்து விருந்தளிக்கவும், உபசரிக்கவும் வேண்டும் எனச் சலித்துக் கொள்கிறார் நந்தா கவுல். ஆனால், வரப் போகிறவள் சொந்தப் பேத்தி. சில நாட்கள் மட்டுமே தங்கப் போகிறாள் என்பதால் அவளை ஏற்றுக்கொள்கிறார்.

ஐ.ஏ.எஸ் அதிகாரியின் மகளான ராக்கா, தனது பெற்றோர்கள் ஓயாமல் சண்டையிட்டுக் கொண்டே இருக்கிறார்கள் என்பதால், எங்காவது நிம்மதியான இடத்தில் போய் சில நாட்கள் இருக்கலாம் எனப் பாட்டியைத் தேடி வருகிறாள்.

எங்கே ராக்கா வந்தவுடன் தனது அன்றாட வாழ்க்கை நிலைகுலைந்து போய்விடுமோ எனப் பாட்டி பயப்படுகிறார். ஆனால், ராக்கா அவள் நினைத்ததைவிட அமைதியான பெண்ணாகவே இருக்கிறாள். தன்னைப் போலவே அவளும் தனிமை விரும்பியாக இருப்பதைக் கண்டு பாட்டி ஆச்சர்யம் அடைகிறாள்.

பாட்டிக்கும் பேத்திக்குமான உரையாடல், ஒன்றாகச் சேர்ந்து நடப்பது, மலையை வேடிக்கை பார்ப்பது, வீட்டுப் பணிகளைச் சேர்ந்து செய்வது என அற்புதமாகக் காட்சிப்படுத்தப்பட்டுள்ளது.

ராக்காவின் மூலம் தனது இளமைக் காலத்தை நினைவுகொள்கிறார் நந்தா. இந்தச் சிறிய வயதிலேயே ராக்கா எவ்வளவு பண்போடும், சுயக்கட்டுப்பாட்டோடும் வளர்ந்திருக்கிறாள் என வியக்கிறார்.

ஒருநாள் நந்தாவின் தோழி இலாதாஸ் அவரைப் பார்க்க வீடு தேடி வருகிறார். சமூகச் சேவகியான இலாவோடு பேசிக் கொண்டிருக்கும்போது, தனது கடந்த கால நினைவுகளில் சஞ்சரிக்கிறார் நந்தா. அப்போது, அவரது கணவர், தன் மேல் அக்கறையின்றி நடந்து கொண்டது, வேறொரு பெண்ணுடன் தொடர்புகொண்டிருந்தது போன்ற விவரங்கள் வெளிப்படுகின்றன. அர்ப்பணிப்பு மிக்க மனைவியாக வாழ்ந்த போதும், புறக்கணிப்பும் வேதனையும் மட்டுமே தனக்கு மிஞ்சியதை உணர்கிறார். மீதமிருக்கும் வாழ்க்கை தனது விருப்பப்படி அமைய அவள் தனிமையை நாடி கரிக்னானோவுக்கு வந்ததை நினைத்துக் கொள்கிறார்.

நாவலின் இறுதியில் பாட்டியும் பேத்தியும் ஒருவரையொருவர் புரிந்துகொள்கிறார்கள். அன்பு செலுத்துகிறார்கள். இயற்கை

அவர்களுக்குள் பிணைப்பை ஏற்படுத்துகிறது. நாவலின் முடிவில் நந்தாவை பார்த்துவிட்டுத் திரும்பிச் செல்லும் வழியில் இலாதாஸ் எதிர்பாராமல் தாக்கப்பட்டு இறந்து போகிறார். இலாதாஸை அடையாளம் காட்ட நந்தா அழைக்கப்படுவதுடன் நாவல் நிறைவுபெறுகிறது.

நந்தா கவுல், ராக்கா, இலா மூவரும் மாறுபட்ட வாழ்க்கையின் பிரதிநிதிகள். வேறு வேறு காலத்தைச் சேர்ந்தவர்கள். ஆனால், இவர்கள் ஒன்று போலவே கசப்பான நினைவுகளைக் கொண்டிருக்கிறார்கள். குடும்பம் ஏற்படுத்திய சுமையால் அவதிப்படுகிறார்கள். அடையாளங்களை இழக்கிறார்கள். அதிலிருந்து விலகத் தனிமையை நாடுகிறார்கள்.

அனிதா தேசாயின் கவித்துவமான விவரணைகளும், துல்லியமான உணர்ச்சி வெளிப்பாடும், நுட்பமான கதை சொல்லும் முறையும் நாவலை மிகச் சிறந்த இலக்கியப் படைப்பாக மாற்றுகிறது.

32. சினிமா எனும் கனவு

புத்தகங்களைப் பரிசாகக் கொடுப்பது நல்ல பழக்கம். ஆனால் யாருக்கு, என்ன புத்தகம் பரிசாகக் கொடுக்க வேண்டும்? என்பதைப் பற்றி பலநேரம் விழா நடத்துபவர்கள் யோசனை செய்வதே இல்லை.

திருக்குறள், காந்தியின் சத்திய சோதனை, பாரதியார் கவிதைகள் அல்லது அர்த்தமுள்ள இந்துமதம் போன்றவைதான் பெருமளவு பரிசாகத் தரப்படும் புத்தகங்கள். இதுவரை 100 திருக்குறள் புத்தகங்களையும், 50 பாரதியார் கவிதைகளையும் பரிசாகப் பெற்றிருப்பேன்.

சமீபத்தில் ஒரு நிகழ்ச்சியில் தூக்க முடியாத அளவுக்குப் பெரிய பார்சலாக, புத்தகங்களைக் கட்டிப் பரிசாகக் கொடுத்தார்கள். வீட்டுக்கு வந்து பார்த்தால் 'கணிதத்தில் நூற்றுக்கு நூறு பெறுவது எப்படி? அடுத்து என்ன படிக்கலாம்?, ஸ்போக்கன் இங்கிலீஷ், ஒரு மார்க் வினா— விடை என அத்தனையும் பள்ளி மாணவர்களுக்கான கையேடுகள்.

இதை எதற்கு எனக்குக் கொடுத்தார்கள்? எனப் புரியாமல் தொலைபேசியில் அழைத்து 'புத்தகப் பார்சலை மாற்றிக் கொடுத்துவிட்டீர்களா? எனக் கேட்டேன்.

"இல்லை சார், இந்தப் புக்ஸ் எல்லாம் எங்கள் பதிப்பக வெளியீடுகள். எல்லா விருந்தினர்களுக்கும் இதைத்தான் எப்பவும் கொடுப்பது வழக்கம்" என்றார்கள். இந்தக் கொடுமையை எங்கே போய்ச் சொல்வது?

இதற்கு மாறாக, சமயபுரம் எஸ்ஆர்வி பள்ளியின் நிகழ்ச்சிக்குச் சென்றபோது, 'உங்களுக்கு என்ன புத்தகம் தேவை என்பதைத் தெரியப்படுத்தினால், அதைப் பரிசாக வாங்கித் தருகிறோம்' எனப் பள்ளி முதல்வர் மெயில் அனுப்பியிருந்தார். அது போலவே கேட்ட புத்தகத்தை வாங்கியும் தந்தார்கள். இப்படி ஒரு பண்பாட்டினை வேறு எங்கேயும் நான் கண்டதே இல்லை.

டெல்லியில், ஓர் இலக்கிய நிகழ்ச்சியில் கலந்துகொண்டபோது, 5 ஆயிரம் ரூபாய்க்கான பரிசுக் கூப்பனைத் தந்து, பிரபலமான

புத்தகக் கடை ஒன்றில் தேவையான புத்தகங்களை வாங்கிக் கொள்ளச் செய்தார்கள். இப்படி ஒரு முறையைத் தமிழகத்திலும் புத்தகக் காட்சி நடத்துபவர்கள், நிகழ்ச்சி அமைப்பாளர்கள் பின்பற்றலாம்தானே.

பரிசாகக் கிடைக்கும் மோசமான 100 புத்தகங்களுக்கு நடுவே, சிலவேளை அபூர்வமாக ஒரு நல்ல புத்தகம் கிடைத்துவிடுவதும் உண்டு. அப்படிக் கிடைத்த புத்தகம் 'மிருணாள் சென்' எழுதிய 'இன்று புதிதாய்ப் பிறந்தேன்'. கண்ணதாசன் பதிப்பகம் வெளியிட்டுள்ள வாழ்க்கை வரலாற்று நூல் இது.

'தாதா சாகே பால்கே' விருது பெற்ற இயக்குநரான மிருணாள் சென்னின் திரைப்படங்கள் எனக்கு மிகவும் பிடிக்கும். அரசியல், சினிமா என்ற வகைமையை முன்னெடுத்து வெற்றிகரமான மாற்று சினிமாவை உரு வாக்கியவர் மிருணாள் சென்.

மிருணாள் சென்னிடம் ஒரு நேர் காணலின்போது ஒரு பத்திரிகையாளர் "உங்கள் 'ஏக்தின் பிரதின்' படத்தின் கதாநாயகி ஒருநாள் இரவு வீட்டுக்கு வரவில்லை. குடும்பமே அவளைத் தேடுகிறது. சந்தேகம் கொள்கிறது. முடிவில் மறுநாள் அவளாக வீடு வந்து சேர்வதுடன் படம் முடிவடைந்துவிடுகிறது. உண்மையில் அவள் எங்கேதான் போயிருந்தாள்?" என்று ஒரு கேள்வி கேட்டார்.

அதற்கு மிருணாள் சென் சொன்ன பதில், "யாருக்குத் தெரியும்? அது அவள்து சுதந்திரம் "

இந்தப் பதில் சரியான சவுக்கடி. இதுவே கலைஞனின் அடையாளம். நாம் எப்போதுமே அடுத்தவரின் அந்தரங்கத் தைப் பற்றி அறிந்துகொள்ளத் துடிக்கிறோம். கற்பனையாக வம்பு பேசுகிறோம். அவதூறுகளைப் பரப்புகிறோம். நான்கு பேர் ஒன்று கூடிப் பேசிச் சிரிக்கும் இடத்தில், யாரோ ஒரு பெண்ணின் அந்தரங்கம் கேலிக்குள்ளாக்கப்படுகிறது என்பதே நிஜம்.

வங்க இலக்கியத்தின் புகழ்பெற்ற எழுத்தாளர்களான தாகூர், பிமல் மித்ரா, தாராசங்கர், சீர்சேந்து முங்கோபாத்யாய, சுனில் கங்கோ பாத்யாய, ஆஷா பூரணாதேவி எனப் பலரது சிறுகதைகள் திரைப்படமாக்கப் பட்டுள்ளன. தமிழில் நான் அறிந்தவரை மகேந்திரன் மட்டுமே புதுமைப்பித்தனின் 'சிற்றன்னை' கதையை 'உதிரிப்பூக்கள்' திரைப்படமாகவும், கந்தர்வனின் 'சாசனம்' கதையை அதே பெயரிலும் படமாக்கியிருக்கிறார். தமிழில் பலநூறு நல்ல

சிறுகதைகள் உள்ளன. ஆனால், அதில் விருப்பமானதைத் தேர்வு செய்து படமாக்க யாரும் முன்வரவில்லை என்பதே ஆதங்கம்.

மிருணாள் சென்னின் வாழ்க்கை வரலாறு படிக்கச் சுவாரஸ்யமாக உள்ளது. சென்னின் அப்பா ஒரு வழக்கறிஞர். சுதந்திரப் போராட்டத்தில் பங்கேற்றவர். மிருணாள் சென்னின் குடும்பப் பின்னணி, பள்ளிப் பருவ நாட்கள், நாடகங்கள் மீதான ஈடுபாடு, கல்லூரி நாட்களில் கொல்கத்தாவுக்குப் படிக்க வந்தபோது விடுதியில் கிடைத்த அனுபவங்கள், தாகூரின் இறுதி அஞ்சலியை நேரில் கண்டது, சில காலம் மருந்து விற்பனைப் பிரதிநிதியாக வேலை செய்தது, அந்த நாட்களில் தான் சந்தித்த மருத்துவர்கள், பார்த்த நாடகங்கள், இலக்கிய நிகழ்வுகள், இடதுசாரிச் சிந்தனையின் அறிமுகம், மற்றும் கம்யூனிஸ்ட் கட்சியோடு தனக்கு ஏற்பட்ட உறவு எனத் தனது பசுமையான நினைவுகளைத் துல்லியமாகப் பதிவு செய்திருக்கிறார் மிருணாள் சென்.

சார்லி சாப்ளின்தான் மிருணாள் சென்னின் ஆதர்சம். சாப்ளினுடைய வாழ்க்கை வரலாறும், ருடால்ப் ஆர்ன்ஹெமின் 'ஃபிலிம் அஸ் ஆர்ட்' என்ற புத்தகமுமே தன்னைத் திரைப்படத்துறைக்குக் கொண்டுவந்தன எனக் கூறுகிறார் சென்.

கொல்கத்தாவில் எப்படி ஒரு ஃபிலிம் கிளப்பை அவரும் நண்பர்களும் ஒன்றிணைந்து போராடி உருவாக்கினார்கள்? அதில் புதோவ்கின், ஐசன்ஸ்டீன், பெலினி, பெர்க்மென் போன்றவர்களின் படங்களைத் திரையிட்டு எப்படி விவாதம் செய்தார்கள் என்பதையும், தான் ஒரு திரை விமர்சகராகச் செயல்பட்ட விதம் குறித்தும் சென் இந்தப் புத்தகத்தில் விவரிக்கிறார்.

மிருணாள் சென்னின் முதல் படம் 'ராத் போர்' (Raat Bhore). இதில், உத்தம் குமார் நாயகன். சலீல் சவுத்ரி இசை. படம் படுதோல்வியைச் சந்தித்தது. தோல்வியால் சோர்ந்து போய்விடாமல் போராடித் தொடர்ந்து சினிமா இயக்கினார் சென்.

1961இல் லண்டன் திரைப்பட விழாவுக்கு அவரது 'பைசே சிராவன்' திரைப்படம் தேர்வாகியது. அந்த விழாவின் மூலம் சர்வதேச திரைப்பட அரங்கில், தான் கவனம் பெற்றதை நெகிழ்வுடன் நினைவுகூருகிறார் மிருணாள் சென்.

இந்த நூலில் பல ஆச்சர்யமான தகவல்கள் உள்ளன. 1969இல் மிருணாள் சென் ஹிந்தியில் எடுத்த 'புவன்ஷோம்' படத்தின் ஒரு சில காட்சிகளுக்கு ஓர் இளைஞர் பின்னணிக் குரல் கொடுத்தார்.

அப்போது அவருக்குச் சம்பளமாக 300 ரூபாய் கொடுக்கப்பட்டது. அந்தக் குரல் மிருணாள் சென்னுக்குப் பிடித்திருந்தது. அந்த இளைஞர்தான் இன்று ஹிந்தி சினிமாவின் உச்ச நட்சத்திரமாக உள்ள அமிதாப் பச்சன். அதுதான் அமிதாப் சினிமாவில் பெற்ற முதல் ஊதியம் என நினைக்கிறேன் என மிருணாள் சென் குறிப்பிடுகிறார். இதை விட ஆச்சர்யம் 'புவன்ஷோம்' படம் எடுக்க ஆன செலவு வெறும் இரண்டு லட்சம் ரூபாய் மட்டுமே என்பது.

ஒரு இயக்குநரே தனது வாழ்க்கை மற்றும் கலையுலக அனுபவங்களைப் பகிர்ந்து கொள்வது என்பது அவரையும், அவரது சினிமாவையும் புரிந்துகொள்வதற்கு மிகவும் உதவி செய்யக்கூடியது. அந்த வகையில் இந்த நூல் நல்ல சினிமாவை நேசிக்கிற அத்தனை பேரும் அவசியம் வாசிக்க வேண்டிய புத்தகம்.

33. அறிவின் வரைபடம்

நூலகங்களுக்குச் செல்லும் போதெல்லாம் என்சைக்ளோபீடியா பிரிட்டானிக்கா தொகுதிகளை வியந்து பார்த்துக் கொண்டிருப்பேன். மேற்கோள் நூற்பகுதியில் லெதர் பைண்டிங் செய்யப்பட்டு, தங்க நிற எழுத்துக்கள் மின்ன வரிசை வரிசையாக அடுக்கி வைக்கப்பட்டிருக்கும் பிரிட்டானிக்காவின் 32 தொகுதிகளும் வாசிக்கத் தூண்டுபவை.

நேர்த்தியான அச்சும், துல்லியமான புகைப்படங்களும், ஓவியங்களும், எளிமையும் செறிவும் மிக்க கட்டுரைகளும், வியப்பூட்டும் தகவல்களும் கொண்ட பிரிட்டானிக்கா பிரமிக்க வைக்கும் அறிவுக் களஞ்சியமாகும்.

ஒவ்வொருமுறை அதைக் காணும் போதும், 'இந்த மொத்த தொகுதிகளையும் யாராவது ஒருவர் படித்திருப்பாரா? என்ற கேள்வி மனதில் எழும். யாரால் இதை மொத்தமாகப் படிக்க முடியும்? ஒருவேளை படிப்பது என்று முடிவு செய்தால் கூட எத்தனை ஆண்டுகள் செலவாகும் என மலைப்பாகத் தோன்றும்.

ஆனால், அமெரிக்காவைச் சேர்ந்த ஏ.ஜே.ஜேக்கப் என்பவர் என்சைக்ளோ பீடியா பிரிட்டானிக்காவை முழுமையாக வாசித்து முடித்ததோடு, அது குறித்த தனது அனுபவத்தை 'தி நோ இட் ஆல்' (ஜிலீமீ ரிஸீஷீஷ் மிமீ கிறீறீ) என்ற புத்தகமாக எழுதியிருக்கிறார் என ஆங்கில நாளிதழில் வெளியான குறிப்பை வாசித்த உடனே, அதை வாங்கிப் படிக்க வேண்டும் என்ற ஆசை உண்டானது.

இணையம் வந்தபிறகு புத்தகம் வாங்குவது எளிதாகிவிட்டது. தற்போது எந்த ஆங்கிலப் புத்தகம் வேண்டும் என்றாலும் பிலிப்கார்ட், அமேசான் போன்ற ஆன்லைன் ஸ்டோர்களில் எளிதாக ஆர்டர் செய்துவிடலாம். வீட்டில் கொண்டுவந்து புத்தகத்தைக் கொடுத்துவிட்டு பணம் பெற்றுக்கொள்கிறார்கள். அதுவும் இரண்டே நாட்களில். கூடுதலாகச் சிறப்புச் சலுகைகள் வேறு தருகிறார்கள்.

இணையத்தில் ஆர்டர் செய்து, 'தி நோ இட் ஆல்' புத்தகத்தை வாங்கி வாசித்தேன். வியந்து பாராட்டும் அளவில் ஒன்றுமில்லை.

சராசரியான புத்தகமே. ஆனால், 'எப்படிக் கலைக்களஞ்சியத்தின் 32 தொகுதிகளையும் வாசித்தேன்' என்ற தனது அனுபவத்தையும், பிரிட்டானிக்காவில் உள்ள விசித்திரமான, சுவாரஸ்யமான தகவல்களையும் ஒன்று சேர்த்து ஏ.ஜே.ஜேக்கப் எழுதியிருக்கிறார். அதற்காக வாசிக்கலாம்.

என்சைக்ளோபீடியா என்பது கிரேக்க மொழிச் சொல். அதன் பொருள் 'பொது அறிவு' என்பதாகும். என்சைக்ளோபீடியா பிரிட்டானிக்கா பல துறை அறிவை உள்ளடக்கிய அறிவுக்களஞ் சியமாகும். பிரிட்டானிக்கா கலைக்களஞ்சியத்தின் முதல் பதிப்பு 1768ஆம் ஆண்டு ஸ்காட்லாந்தில் வெளியானது. அதிலிருந்து தொடர்ச்சியாக 200 ஆண்டுகளுக்கும் மேலாக உலகின் கவனத்தை ஈர்த்துள்ள இந்தத் தொகுதிகள், 'இனிமேல் அச்சில் வெளிவராது' எனப் பிரிட்டானிக்கா நிறுவனம் அறிவித்துள்ளது.

அச்சுப் புத்தகங்களின் விற்பனை குறைந்துபோனதே காரணம். 1989ஆம் ஆண்டுப் பிரிட்டானிக்கா குறுந்தகடு (சி.டி) வடிவில் கலைக்களஞ்சியத்தை முதல் முறையாக வெளியிட்டது. அதன் வெற்றியைத் தொடர்ந்து இனிமேல் இணையத்திலும், குறுந்தகடு வடிவிலும் மட்டுமே கலைக்களஞ்சியம் விற்கப்படும் என அறிவித்துள்ளார்கள். தமிழிலும் பிரிட்டானிக்கா கலைக்களஞ் சியம் மூன்று பெரும் தொகுதிகளாக வெளியாகி உள்ளன.

என்சைக்ளோபீடியா பிரிட்டானிக்கா 32 தொகுதிகளைக் கொண்டது. 33 ஆயிரம் பக்கங்கள். இதில், பல்வேறு துறை சார்ந்து 65 ஆயிரம் கட்டுரைகள் இடம்பெற்றுள்ளன. 9,500 பேர் இதில் எழுதியுள்ளார்கள். இதில் 4 கோடியே 40 லட்சம் சொற்கள் இடம்பெற்றுள்ளன.

ஜேக்கப்புக்கு என்சைக்ளோபீடியாவை முழுமையாக வாசிக்க வேண்டும் என்கிற ஆசை எப்படி உருவானது? முதல் காரணம் அவரது அப்பா. அவர் ஒரு வழக்கறிஞர் மற்றும் சிறந்த படிப்பாளி. அவர் பிரிட்டானிக்கா முழுத் தொகுதிகளையும் படிக்க வேண்டும் என்று விரும்பினார். ஆனால், அவரது பணிச் சுமை காரணமாக அது சாத்தியமாகவில்லை. ஆகவே, தனது தந்தையின் ஆசையைத் தான் நிறைவேற்ற வேண்டும் என ஜேக்கப் கலைக்களஞ்சியத்தைப் படிக்க முடிவு செய்தாராம்.

ஜேக்கப் பத்திரிக்கை ஆசிரியராகப் பணியாற்றுபவர் என்பதால் இயல்பாகவே நிறைய நேரம் படிக்கக்கூடியவர். கலைக்களஞ்

சியத்தைப் படிப்பது என முடிவு செய்தவுடன், அதை ஒரு திட்டமாக உருவாக்கி அதற்காகவே நேரம் ஒதுக்கி வாசிக்கவும், மனப்பாடம் செய்யவும் தொடங்கினார்.

கலைக்களஞ்சியத்தை வாசிக்கத் தொடங்கியபோது உருவான முதல் பிரச்சினை, அகர வரிசைப்படி உள்ள எழுத்துகளை அப்படியே வாசித்துக் கொண்டு போவதா? இல்லை தொடர்புடைய விஷயங்களை வேறு வேறு தொகுதிகளில் தேடி வாசித்துவிட்டுத் தொடர்வதா? என்ற குழப்பம் உருவானது. தானே இதற்கு ஒரு தீர்வை ஏற்படுத்திக் கொண்டு அகரவரிசையைப் பின்தொடர தொடங்கியுள்ளார்.

கலைக்களஞ்சியத்தில் பல்வேறு துறையைச் சார்ந்த தகவல்கள், விளக்கங்கள், செய்திகள் இடம்பெற்றுள்ளன. அதை ஒரு நாவலைப் போலவோ, இலக்கியப் பிரதி போலவோ வாசிக்க முடியாது. மேலும், அறிவியல் மற்றும் பொருளாதாரம் சார்ந்த விஷயங்களைப் புரிந்துகொள்ள கூடுதல் கவனம் செலுத்த வேண்டும். அத்துடன் ஒரே ஆளுக்கு எப்படி எல்லாத் துறைகளையும் தெரிந்துகொள்ள வேண்டும் என்ற ஆர்வம் ஏற்படும்? ஆகவே, ஜேக்கப் தொடர்ந்து வாசிக்கச் சிரமப்பட்டார்.

தனக்குப் புரிந்தாலும், புரியாவிட்டாலும் கலைக்களஞ்சியத்தைத் தொடர்ச்சியாக வாசித்து விட வேண்டும் என்ற உந்துதல் காரணமாக அவர் நாள்கணக்கில் வாசித்துக் கொண்டேயிருந்திருக்கிறார்.

ஒவ்வொரு பக்கம் வாசித்து முடித்தவுடன், அதைப் பற்றிய தனது எண்ணங்களைக் குறிப்பாக எழுதி வைத்துக்கொண்டுள்ளார். அத்துடன் கலைக்களஞ்சியத்தில் உள்ள சுவாரஸ்யமான விஷயங்களைத் தனியே எழுதிக்கொள்ளவும் செய்தார்.

கலைக்களஞ்சியத்தை வாசிக்க வாசிக்க அவருக்குத் தலைசுற்றத் தொடங்கியது. சில நாட்கள் மண்டைக்குள் சம்பந்தமே இல்லாத தகவல்கள் ஒன்றுகலந்து கொந்தளிக்கத் தொடங்கினவாம். தான் படித்த விஷயங்களை யாரிடம் கொட்டுவது எனப் புரியாமல், தான் கலந்துகொள்ளும் விருந்துகளிலும், தன்னைத் தேடி வரும் நண்பர்களிடமும் படித்த விஷயங்களைக் கொட்ட ஆரம்பித்தார்.

இதனால், இவரைக் கண்டு பலரும் விலகி ஓடினார்கள். மனைவி எரிச்சல் அடைந்தார். 'ஏன், இப்படிக் கலைக்களஞ்சியத்தை விழுந்து விழுந்து படிக்கிறீர்கள்?' எனக் கேட்டவர்களுக்கு, ஜேக்கப் ஒரு ஆப்பிரிக்கப் பழங்கதை ஒன்றை சொன்னார்.

உலகிலேயே மிக அதிசயமான ஒரு பாகற்காய் இருந்தது. அது சாதாரணமானது இல்லை. உலகின் அத்தனை அறிவும் ஒன்று சேகரிக்கப்பட்டு அந்தப் பாகற்காய்க்குள் சேமிக்கப்பட்டு இருந்தது. அதை ஒரு ஆமை திருடிக் கொண்டு போனது. தன் வீட்டுக்குப் போகிற வழியில் ஒரு மரம் விழுந்து கிடப்பதைக் கண்ட ஆமை, முதுகில் இந்தப் பாகற்காயை வைத்துக் கொண்டு எப்படி மரத்தின் மீது ஏறிப் போவது என யோசனை செய்தது. முடிவில் பாகற்காயைத் துண்டு துண்டாக உடைத்தது. உடனே அதில் சேகரிக்கப்பட்டிருந்த அத்தனை அறிவும் வெளியேறிப் போய்விட்டதாம். அப்படித்தான் உலகெங்கும் அறிவு பரவியது.

'சிதறடிக்கப்பட்ட அறிவை ஒன்று திரட்டவே நான் பிரிட்டானிக்கா கலைக்களஞ்சியத்தை வாசிக்கிறேன்' என்றார் ஜேக்கப்.

'எதையாவது செய்து மக்களின் கவனத்தைத் தன் பக்கம் திருப்புவது ஜேக்கப்பின் வழக்கம். அதில் ஒன்றுதான் இந்தக் கலைக்களஞ்சிய வாசிப்பு. மற்றபடி, அவர் ஒன்றும் பெரிய அறிவாளி இல்லை. பிரிட்டானிக்காவை மேம்போக்காக வாசித்திருக்கிறார் என்பதன் அடையாளமே இந்த நூல்' என 'நியூயார்க்கர்' பத்திரிகை கடுமையாக விமர்சனம் செய்துள்ளது.

18 மாதங்களை ஒதுக்கி, ஜேக்கப் பிரிட்டானிக்காவை வாசித்திருக்கிறார் என்பதால் அவரது நூலை வாசிக்க நாமும் இரண்டு மணி நேரங்களை ஒதுக்கலாம்தானே.

34. காற்றுக்குக் கண் இல்லை

உலகம் எப்படி உருவானது? மனிதர்கள் எவ்வாறு தோன்றினார்கள்? சந்திர, சூரியர்கள் எவ்வாறு உருவானார்கள்? இரவும் பகலும் ஏன் வருகின்றன? என்பது போன்ற கேள்விகள் ஆதிமனிதன் காலத்தில் இருந்தே கேட்கப்பட்டு வருகின்றன. இதற்கு, அறிவியலும் வரலாறும் பதில் தருகின்றன. இதே கேள்விகளுக்கு உலகெங்கும் உள்ள பழங்குடி மக்கள் பல கதைகளைப் பதிலாகத் தருகிறார்கள்.

கற்பனையால் நெய்யப்பட்டவை இக்கதைகள். வியப்பும் பயமும் ஒன்று கலந்தவை. இயற்கையை மனிதர்கள் எப்படிப் புரிந்துவைத்திருந்தார்கள் என்பதன் அடையாளமே இக்கதைகள்

உலகெங்கும் பழங்குடி மக்களால் சொல்லப்படும் இயற்கை குறித்த கதைகளைத் தொகுத்து, 'கால்முளைத்த கதைகள்' என்ற பெயரில் சிறுவர் நூலாக வெளியிட்டிருக்கிறேன்.

இந்த நூலை உருவாக்குவதற்கு எனக்கு உத்வேகமாக இருந்த புத்தகம் 'வெரியர் எல்வின்' தொகுத்த 'உலகம் குழந்தையாக இருந்தபோது' கதை தொகுப்பாகும். பழங்குடி மக்களின் தொன்மங்களையும் கதைகளையும் கொண்ட தொகுப்பு அது. சிறார்கள் விரும்பிப் படிக்கும்படியாக 6 தலைப்புகளில் 38 கதைகள் இதில் உள்ளன. 'நேஷனல் புக் டிரஸ்ட்' இதனை வெளியிட்டிருக்கிறார்கள்.

'வெரியர் எல்வின்' ஒரு மானுடவியல் ஆய்வாளர். 'கோண்டு' பழங்குடி மக்களின் மேம்பாட்டுக்காக 20 வருடங்களுக்கும் மேலாகப் பணியாற்றியவர்.

இங்கிலாந்தின் டோவரில் பிறந்த இவரது முழுப் பெயர் ஹேரி வெரியர் ஹோல்மன் எல்வின். ஆக்ஸ்போர்டு பல்கலைக்கழகத்தில் ஆங்கில இலக்கியத்தில் பட்டம் பெற்ற இவர் சமயத்துறை படிப்பில் தேர்ச்சி பெற்று, கத்தோலிக்கச் சமயப் பரப்பாளராகப் பணியாற்றுவதற்கு இந்தியா வந்து சேர்ந்தார்.

புனேயில் உள்ள கத்தோலிக்கச் சமய நிறுவனம் ஒன்றில் சில மாதங்கள் சேவை செய்த இவர், காந்தியக் கோட்பாடுகளால் கவரப்பட்டு மகாத்மா காந்தியைச் சந்தித்து உரையாடி, சபர்மதி ஆசிரமத்தில் சேவை செய்தார். காந்தியக் கோட்பாடுகளின்படி

வாழவேண்டும் என்று காலில் செருப்பு அணியாமல், வெறும்தரையில் படுத்து உறங்கினார். எளிமையான தினசரி வாழ்க்கையை மேற்கொண்டார்.

1932இல் காந்தி கைது செய்யப்பட்ட நேரத்தில் எல்வினும் உடனிருந்தார். பிரிட்டிஷ் ஆட்சியை எல்வின் எதிர்க்கிறார் என்பதால், அவரும் நெருக்கடிகளுக்கு உட்படுத்தப்பட்டார். பழங்குடி மக்களோடு வாழ்ந்து சேவை செய்வது என முடிவு செய்து, 'கோண்டு' இன மக்கள் வாழும் கரஞ்ஜியா என்ற மலைக் கிராமத்தில் சிறிய குடில் அமைத்து, சேவை செய்ய ஆரம்பித்தார். பின்பு 'பஸ்தர்' பழங்குடி இன மக்கள் வாழும் சித்ரகோட்டில் சில காலம் சேவை செய்தார்.

1940ஆம் ஆண்டு, தனது 37ஆவது வயதில் 'கோண்டு' பழங்குடி இனப் பெண்ணான கோசியைத் திருமணம் செய்துகொண்டார். பழங்குடி மக்களின் வாழ்க்கை குறித்து நாற்பதுக்கும் மேற்பட்ட புத்தகங்களை எழுதியிருக்கிறார். மத்திய பிரதேசம், ஒடிசா, பிஹார் என்று சுற்றி அலைந்து பழங்குடியினருக்கான நலத் திட்டங்களை உருவாக்கியிருக்கிறார்.

ஆதிவாசிகளின் பண்பாட்டினைப் புரிந்துகொள்ளாமல், காட்டு இலாகாவினர் அவர்களைக் கட்டாய இடமாற்றம் செய்தபோதும், இலை ஆடைகளுக்குப் பதி லாகத் துணி ஆடைகளை உடுத்தும்படி கட்டாயப்படுத் தியபோதும், அதைக் கண்டித்துப் போராட்டங்களை மேற்கொண்டிருக்கிறார் எல்வின். இந்திய மானுடவியல் நிறுவனத்தின் துணை இயக்குநராகச் சில ஆண்டுகாலம் பணியாற்றியிருக்கிறார். இவர் தொடங்கிய 'கோண்டு' சேவா மண்டலம் இன்றும் செயல்பட்டு வருகிறது.

பழங்குடிகள் தாங்கள் பூமி பிளந்து உருவானவர்கள் என்று நம்புகிறார்கள். ஆகவே, பூமியின் மீது உள்ள அவர்களின் உரிமை பிறப்பிலே உருவானது; அதை எவராலும் பறிக்க முடியாது எனச் சுட்டிக்காட்டுகிறார் எல்வின்.

பிரபஞ்சம் உருவானது எப்படி? மனிதனுக்கு உடல் உறுப்புகள் உருவானது எப்படி? முதன்முறையாக ஆடை நெய்வது அறிமுகமானது எப்படி? நெல் விளைந்தது எப்படி? பறவைகள் ஏன் சத்தமிடுகின்றன? என்று பல்வேறு தளங்களைச் சார்ந்த நம்பிக்கைகளை, கதைகளைத் தொகு திருக்கிறார் எல்வின். இந்தக் கதைகளின் ஊடாகப் பழங்குடி மக்களின் இயற்கை குறித்த விசேஷமான புரிதல்களை அறிந்துகொள்ள முடிகிறது.

முன்பொரு காலத்தில் பெண்களுக்கும் தாடியிருந்தது. அந்தத் தாடியைக் கடன்பெற்ற ஆடு திருப்பித் தரவே இல்லை. இந்த ஏமாற்றம் காரணமாகவே பெண் தாடியை இழந்தாள். அதன் தொடர்ச்சிதான் இன்றும் பெண்களுக்குத் தாடி வளர்வதில்லை என்கிறது ஒரு கதை.

இதுபோலவே 'காற்றுக்குக் கண் இல்லை' என்பதால்தான் அது எல்லாவற்றின் மீதும் மோதுகிறது. குயிலுக்கு நிறையப் பாடல்களைப் பாட வேண்டும் என்ற பேராசை. அதனால் தான் சின்னஞ்சிறு பாடல்களாக எப்போதும் பாடிக்கொண்டே இருக்கிறது என்கிறது இன்னொரு கதை.

'வானம் ஒரு காலத்தில் கைதொடும் தூரத்தில் இருந்தது. தன் தலையின் மீது இடிக்கிறதே என்று ஒரு கிழவி தன் துடைப்பக் கட்டையை ஓங்கி அடிக்க முயற்சித்தாள், பயந்து போன வானம் தொலைதூரத்துக்குச் சென்றுவிட்டது' என்பது ஒரு கதை.

'ஒரு காலத்தில் யானைகளுக்கு நான்கு றெக்கைகள் இருந்தன. இதனால் மக்கள் அதிகத் தொந்தரவுக்கு உள்ளானார்கள். ஆகவே, கடவுள் அந்த றெக்கைகளில் இரண்டை வெட்டி மயிலுக்குத் தந்தார். மீதமான இரண்டை வாழை மரத்துக்குத் தந்தார். ஆகவேதான் வாழை நீளமான இலைகளைக் கொண்டிருக்கிறது' என்பது வேறொரு கதை.

இயற்கையின் இயல்பினை புரிந்து கொள்ளவும், நேசிக்கவும் இப்படியான கதைகளை ஆதிமனிதர்கள் உருவாக்கியிருக்கிறார்கள்.

பழங்குடி மக்கள் என்றாலே நாகரிகமற்றவர்கள் என்ற பொய்ப் பிம்பத்தை உருவாக்கியவர்கள் ஐரோப்பியர்களே. எல்வின் அச்சித்திரத்தை உருமாற்றி, பழங்குடி மக்களின் தனித்துவத்தை, கற்பனைவளத்தை நமக்கு அறிமுகம் செய்கிறார்.

குறிப்பாக, பழங்குடி மக்கள் காசு கிடைக்கும் என்பதற்காக மட்டும் எந்த வேலையும் செய்ய மாட்டார்கள். பழங்குடி இனத்தைச் சேர்ந்த ஒருவனைக் காசு கொடுத்து மீன் பிடித்து வரச் சொல்வது மிகவும் கடினம். காரணம், பணம் கிடைக்கிறதே என ஒருவனும் மீன் பிடிக்கப் போக மாட்டான்.

பழங்குடி மக்களை இந்திய அரசு கண்டுகொள்ளவே இல்லை. அவர்களை ஒதுக்கியே வைத்திருக்கிறார்கள். பழங்குடி மக்களை நகரவாசிகள் அதிகம் ஏமாற்றுகிறார்கள் என்று கூறும் எல்வின், நீதிமன்ற வழக்குகளுக்காக வரும் ஆதிவாசி மக்களிடம் நீதிமன்ற

எழுத்தர்கள் நான்கு விதமான பேனாக்களைக் காட்டி, எந்தப் பேனாவில் எழுத வேண்டும் என்று கேட்பார்கள். காரணம், ஒவ்வொரு பேனாவில் எழுதுவதற்கும் ஒரு ரேட். இப்படிப் பழங்குடியினரின் அறியாமையைப் பயன்படுத்திக் கொண்டு அதிகம் பணம் பிடுங்கியது நகரவாசிகளே என்கிறார்.

இறந்து போன மூதாதையர்களும், தெய்வமும், இயற்கையும் தங்களுக்கு எல்லா நிலைகளிலும் துணையாக இருக்க வேண்டும் எனப் பழங்குடி மக்கள் நினைக்கிறார்கள். அதன் காரணமாகவே இது போன்ற கதைகளை, பாடல்களை, நம்பிக்கைகளை உருவாக்குகிறார்கள்.

எழுத்திலக்கியங்கள் உருவாவதற்கு முன்பாகவே வாய்மொழி வழக்காறுகள் உருவாகிவிட்டன. தனித்த பாரம்பரியத்தையும், சடங்கியல் முறையையும் கொண்ட பழங்குடி மக்களின் வாழ்க்கை, இன்று கடும் நெருக்கடியைச் சந்திக்கிறது. கனிம வளங்களைக் கொள்ளையடிக்க வனத்தை விட்டு, பன்னாட்டு நிறுவனங்கள் பழங்குடி மக்களைத் துரத்துகின்றன. காட்டை இழந்த அவர்கள் தீவிரமாகப் போராடி வருகிறார்கள்.

இதன் காரணமாகப் பழங்குடி மக்களின் வாய்மொழி வழக்காறுகள் வேகமாக அழிந்து வருகின்றன. அவற்றைச் சேகரிப்பதும் பேணிக் காப்பதும், ஆய்வு செய்வதும் அவசியமான பணியாகும். இது போன்றதொரு முன்னோடி முயற்சியாகவே எல்வின் இந்நூலை தொகுத் திருக்கிறார். கதை சொல்லிகளுக்கு இது ஒரு சிறந்த கையேடாகும்.

35. முராத் எனும் போராளி

சில புத்தகங்களை வாசித்து முடித்த பிறகு வேறு எதையும் சில நாட்களுக்குப் படிக்க விருப்பமே இருக்காது. அத்தனை ஆழமான பாதிப்பை நமக்குள் ஏற்படுத்திவிடும். அது போன்ற ஒன்றுதான் லியோ டால்ஸ்டாய் எழுதிய 'ஹாஜி முராத்'.

ஓர் எழுத்தாளனின் முதல் நாவலைப் போலவே அவனது கடைசி நாவலும் முக்கியமானதே. ஆனால், பெரும்பான்மை எழுத்தாளர்களின் கடைசி நாவல் தோற்றுப்போயிருக்கின்றன. இதற்கு ஓர் உதாரணம் தான் ஹெமிங்வே எழுதிய 'தி கார்டன் ஆஃப் ஈடன்'. அவர் இறந்த பிறகே இந்த நாவல் வெளியானது. அதை வாசகர்கள் கண்டுகொள்ளவே இல்லை.

டால்ஸ்டாய் இறந்த பிறகு வெளியான நாவல் 'ஹாஜி முராத்'. இந்த நாவலே அவரது மிகச் சிறந்த படைப்பு என ஹெரால்டு ப்ளூம் போன்ற இலக்கிய விமர்சகர்கள் கூறுகிறார்கள். தமிழில் இந்த நாவலை மெஹர் ப.யூ.அய்யூப் மொழியாக்கம் செய்திருக்கிறார். என்.சி.பி.ஹெச் நிறுவனம் வெளியிட்டுள்ளது.

இந்த நாவலை எழுத டால்ஸ்டாய் எடுத்துக் கொண்ட வருஷங்கள் எவ்வளவு தெரியுமா? எட்டு வருஷங்கள். 200 பக்க அளவுள்ள இந்த நாவலை துணியில் பூ வேலைப்பாடு செய்வது போல அத்தனை நுட்பமாக, வசீகரமாக எழுதியிருக்கிறார்.

டால்ஸ்டாயின் கையெழுத்துப் பிரதியைப் படியெடுத்து எழுதியவர் அவரது மனைவி சோபியா. டால்ஸ்டாய் 'தனது எழுத்து மக்களுக்கானது. அதில் குடும்பத்தினருக்கு எந்த உரிமையும் கிடையாது' என ஓர் உயில் எழுதி வைத்திருந்தார். அதற்குக் காரணமாக இருந்தவர் செர்க்கோ.

இதனை ஏற்க மறுத்த சோபியா, டால்ஸ்டாயின் எழுத்துகளின் வருவாய் தனது குடும்பத்துக்கே வேண்டும் எனச் சண்டையிட்டார். ஆகவே 'ஹாஜி முராத்' நாவலை வெளியிடும் உரிமை தனக்கு மட்டுமே இருக்க வேண்டும் எனச் சோபியா ஆசைப்பட்டார்.

ஒருவேளை இந்த நாவல் ஜார் அரசின் கடுமையான தணிக்கைக்கு உள்ளாகக் கூடுமோ எனப் பயந்த டால்ஸ்டாய், இதைத் தன்

வாழ்நாளில் வெளியிடவே இல்லை. அவர் இறந்து மூன்று வருஷங்களுக்குப் பிறகே 'ஹாஜி முராத்' வெளியிடப்பட்டது.

இளமையில் ராணுவப் பணி ஆற்றியபோது டால்ஸ்டாய் காக்கசஸ் பகுதியில் பணிபுரிந்துள்ளார். அப்போது, தான் கண்ட மனிதர்கள், கிடைத்த அனுபவங்களைக் கொண்டே இந்த நாவலின் களத்தை உருவாக்கியிருக்கிறார்.

'அவார்' இனத் தலைவன் முராத். ரஷ்யர்களிடம் இருந்து விடுதலைப் பெறப் போராடும் ஒரு போராளி. மிகவும் துணிச்சலும் தைரியமும் கொண்டவன். மக்கள் அவனை வழிகாட்டியாகக் கொண்டாடுகிறார்கள்.

ரஷ்யா கிறிஸ்துவர்கள் நிரம்பிய பகுதி. செச்செனியாவோ இஸ்லாமிய மக்கள் அதிகம் வாழும் பிரதேசம். ஆகவே, தங்களின் உரிமையைக் காத்துக்கொள்ள செச்செனியர்கள் போராடி வந்தார்கள். இதற்குத் தலைமை ஏற்றவன் ஷமீல். இவனுடன் இணைந்து ரஷ்யப் படையை எதிர்க்கிறான் ஹாஜிமுராத். ஷமீலின் படை முராதின் சகோதரனைக் கொன்றதுடன், அவரோடு நட்புறவு கொண்டிருந்த கான்களையும் சேர்த்துக் கொன்றுவிடுகிறது. இதனால் ஆத்திரம் அடைகிறான் முராத். ஒரு கட்டத்தில் ஷமீலின் செயல்களைத் தாங்கிக் கொள்ள முடியாமல் அவனை நேரடியாகவே எதிர்க்கிறான்.

முராத்தை விட்டுவைக்கக் கூடாது என முடிவு செய்த ஷமீல், அவனைக் கொல்லத் திட்டமிடுகிறான். இதனைச் செச்செனியர்கள் ஏற்றுக்கொள்கிறார்கள். இது இரண்டு இனக் குழுக்களின் பகையாக உருமாறுகிறது.

தன்னைக் கொல்லத் துடிக்கும் ஷமீலிடமிருந்து தப்பித்து, மக்மெத் என்ற மலைக் கிராமத்துக்கு ஹாஜி முராத் வந்து சேர்வதில்தான் இந்த நாவல் தொடங்குகிறது.

ஷமீலின் விசுவாசிகள் நிரம்பிய அந்தக் கிராமத்தில் சாதோ என்ற தனது விசுவாசியின் வீட்டில் அடைக்கலம் ஆகிறான். வீட்டில் பெண்கள் ஹாஜிமுராத்தை உபசரிக்கும் காட்சியும், அவர்கள் தங்களுக்குள் ஹாஜி முராத் குறித்துப் பேசிக்கொள்வதும் அற்புதமாக எழுதப்பட்டுள்ளது.

இதற்குள் ஹாஜி முராத் தங்கியுள்ள விஷயம் வெளியே கசிந்துவிடுகிறது. தான் அங்கே வந்த நோக்கம், ரஷ்யர்களைச்

சந்திக்க ஒரு ஆள் உதவி செய்ய வேண்டும் எனக் கேட்கிறான் ஹாஜி முராத்.

இதற்காகச் சாதோவின் சகோதரன் பாதா ரகசியமாகக் கிளம்பிப் போகிறான். இதற்குள் ஹாஜிமுராத்தைத் தாக்க ஆட்கள் வீட்டினை முற்றுகையிடுகிறார்கள். அவர்களிடம் இருந்து தப்பி ஹாஜிமுராத் வெளியேறிப் போகிறான். ஷமீலின் ஆட்கள் துப்பாக்கிகளுடன் துரத்துகிறார்கள். வேறு வழியில்லாமல் முராத் ரஷ்யர்களிடம் தஞ்சமடைகிறான்.

ரஷ்ய இளவரசன் வோரந்த்சோவ் முராத்தை நட்போடு நடத்துகிறான். முராத்தை போன்ற ஒரு வீரமிக்கப் போராளி தங்களோடு இருந்தால் ஷமீலை எளிதாக வீழ்த்திவிடலாம் என நினைக்கிறான். ஆனால், இதை ஏற்க மறுத்த அஹமத்கான் என்னும் படைத் தலைவன் ஹாஜி முராத் ஒரு ஒற்றன், அவன் ஒரு துரோகி எனக் கூறுகிறான். இதற்குக் காரணம் அவன் முராத்திடம் சண்டையிட்டு தோற்றவன். இதைக் கேட்ட ஹாஜிமுராத் ஷமீலை மட்டுமில்லை; அஹமத்கானையும் கொல்வேன் எனக் கோபம் கொள்கிறான்.

வீட்டுக் கைதி போல நடத்தப்படும் முராத் ஷமீலைப் பழிவாங்கத் துடிக்கிறான், ஆனால் ரஷ்ய இளவரசன் அவனைப் போர்முனைக்கு அனுப்பவில்லை. ஷமீலுடன் மோதுவதற்காகத் தப்பிப் போகிறான் ஹாஜிமுராத். ரஷ்யப் படை அவனைத் துரத்துகிறது. ஒரு பக்கம் ஷமீல், மறுபக்கம் ரஷ்யப் படை. இரண்டும் அவனைத் துரோகி என்கிறார்கள்.

முராதின் மனைவியையும் பிள்ளைகளையும் ஷமீலின் ஆட்கள் கொன்றுவிடுகிறார்கள், இரண்டு எதிரிகளுக்கு நடுவே சிக்கிப் போராடும் ஹாஜி முராத், முடிவில் ரஷ்யப் படையினரால் கொல்லப்படுகிறான். அவனுடைய தலை உடலில் இருந்து வெட்டி எடுக்கப்படுகிறது. ரஷ்யத் தளபதிகள் இந்த வெற்றியைக் கொண்டாடுகிறார்கள்.

நாவல் இங்கே முடியவில்லை. யுத்தமுனையில் கேட்கும் வெடிச் சத்தத்தைப் பொருட்படுத்தாமல் எங்கோ வானம்பாடிகள் பாடத் தொடங்கியிருப்பதைச் சுட்டிக் காட்டுகிறார் டால்ஸ்டாய். அது நம்பிக்கையின் அடையாளம்.

நாவலின் தொடக்கத்தில் உழுதுபோட்ட நிலத்தைக் கடந்து சென்ற வண்டி ஒன்றின் சக்கரத்தில் சிக்கி பிய்ந்து எறியப்பட்ட

தார்த்தாரியச் செடி ஒன்றினைக் குறிப்பிடும் டால்ஸ்டாய், 'அந்தச் செடி ஒரு கிளை உடைந்து வெட்டப்பட்ட கையைப் போல் ஒட்டிக்கொண்டிருந்தபோதும், நிமிர்ந்து நின்றிருந்தது. தன்னை அழிக்க முயற்சித்தாலும் தான் அடிபணிய மாட்டேன் என்பது போல நின்றிருந்தது.

மனிதன் இதுவரை எத்தனையோ கோடானுகோடி தாவரங்களை நாசம் செய்திருக்கிறான். ஆனால், இந்த ஒன்று மட்டும் சரணடையவில்லை!' என்று வியக்கும் டால்ஸ்டாய், என்றோ காகசஸ் பகுதியில் நடந்த சண்டையையும் ஹாஜிமுராத்தையும் நினைவு கொள்கிறார். அந்தச் செடியின் நினைவுடனே நாவல் முடிவடைகிறது.

அதிகாரத்தின் கொடுங்கரங்களால் வீழ்த்தப்பட்டபோதும், போராளிகள் அடிபணிந்து போவது இல்லை. மரணம் அவர்களை வெற்றி கொள்ளமுடியாது. வீழ்த்திச் சிரிக்கிறது என்று வேண்டுமானால் சொல்லிக் கொள்ளலாம்.

டால்ஸ்டாயின் மேதமை அவரது கடைசி நாவலிலும் பூரணமாகவே வெளிப்பட்டுள்ளது. இந்த நாவலை வாசிக்கும்போது 'உமர் முக்தார்' திரைப்படம் ஏனோ நினைவில் வந்தபடியே இருந்தது. பிரம்மாண்டமான யுத்தத் திரைப்படங்கள் உருவாக்க முடியாத நெருக்கத்தை வாசகனுக்கு முழுமையாக உருவாக்கித் தருகிறது என்பதே இந்த நாவலின் வெற்றி.

36. இமயக் காட்சிகள்

இரண்டு ஆண்டுகளுக்கு முன்பாக மாமல்லபுரம் கடற்கரையில் ஒரு ஜெர்மன் இளைஞனைச் சந்தித்தேன். மூன்று மாதங்களாக மாமல்லபுரத்தில் தங்கியிருப்பதாக அவன் சொன்னான்.

"ஏதாவது ஆய்வு செய்கிறாயா?" என்று கேட்டேன். "இல்லை. இந்தியாவைச் சுற்றிப் பார்க்க வந்த என்னை, இங்குள்ள சிற்பங்களின் அழகு இங்கேயே தங்கவைத்துவிட்டது. மூன்று மாதங்களாகச் சிற்பங்களைப் பார்த்துக்கொண்டே இருக்கிறேன். இன்னமும் ஏக்கமாகவே உள்ளது. குறைந்தபட்சம் ஐந்து வருடங்களாவது இங்கேயே வாழ்ந்தால்தான் இந்தக் கலை அழகை முழுமையாக உள் வாங்கிக்கொள்ள முடியும்" என்று சொன்னான்.

"அப்படி என்னதான் பார்க்கிறாய்?" எனக் கேட்டேன்.

"சிற்பங்களை ரசிப்பதற்குக் கண்கள் மட்டும் போதாது. அதை உள்வாங்கிக்கொள்ள மனது வேண்டும். அதன் ரகசியக் கதவுகள் திறந்துகொள்ள வேண்டும். பார்த்தும், படித்தும், உணர்ந்தும் அதற்குள்ளாக நம்மைக் கரைத்துக்கொள்ள வேண்டும். ஒரு பெண்ணைப் பார்த்தவுடன் அவள் அழகி எனத் தெரிந்துவிடுகிறது. அவளோடு ஒரு புகைப்படம் எடுத்துக் கொண்டால்போதும் என்றா நினைக்கிறோம்? பேசிப் பழகி, அவளை நம்மோடு அணைத்துக் கொள்ளத் தானே ஆசைப்படுகிறோம்? அப்படிப்பட்டதுதான் சிற்பங்களும். சிற்பங்களில் உறைந்துள்ள புன்னகையை வார்த்தைகளால் விவரிக்க இயலாது" என்றான்.

"ஐரோப்பியச் சிற்பங்களை விடவும், இவை மேன்மையானது என்கிறாயா?" என்றேன்.

"இத்தாலியச் சிற்பங்கள் உடலை முதன்மையாகக் கொண்டவை. ஆகவே நிர்வாணச் சிற்பங்களும், டேவிட் போன்ற உறுதியான ஆண் சிற்பங்களும் கலை அழகுகளாகக் கொண்டாடப்படுகின்றன. ஆனால், இந்தியச் சிற்பங்களில் உணர்ச்சிகள் பிரதானமாக வெளிப்படுகின்றன. குறிப்பாக முகபாவங்களும், உடலின் நளினமும், அரூபத்தை வெளிப்படுத்தும் முறையும் அபாரமான

கலைநயத்துடன் உருவாக்கப்பட்டுள்ளன. இந்தியச் சிற்பங்களின் மேன்மையை இந்தியர்கள் உணரவே இல்லை" என்றான் அவன்.

அவன் சொன்னது முற்றிலும் உண்மை. நமக்கு நுண்கலைகளை ரசிக்கத் தெரியவில்லை. ஓவியங்கள், சிற்பங்கள், கலை வேலைப்பாடுகள் குறித்து நமக்குக் கவனமும், ஈடுபாடும் துளியும் இல்லை.

தமிழகத்தின் பல்வேறு கோயில்களில் கலைநயமிக்கச் சிற்பங்கள் உள்ளன. அவற்றை மிச்சமான திருநீற்றை, குங்குமத்தைக் கொட்டி வைக்கும் கிண்ணங்களைப் போலவே நாம் பயன்படுத்துகிறோம். அரிய மூலிகை ஓவியங்கள் மீது வெற்றிலை எச்சிலைத் துப்புவதும், சுண்ணாம்பு அடித்துக் காலி செய்வதும் எளிதாக நடந்தேறுகிறது. பலநேரம் இந்தச் சிற்பங்களின் மேன்மையை அறியாமல் கை கால்களை உடைத்து, தலையைச் சிதைத்து அலங்கோலமாக்கிவிடுகிறார்கள் சிலர்.

பல்லாயிரத்துக்கும் மேலான அரிய சிற்பங்கள் இந்தியாவில் இருந்து திருடப்பட்டு, வெளிநாடுகளில் விற்கப்பட்டுள்ளன. அதுகுறித்த எந்த விழிப்புணர்வும் நமக்கு இல்லை.

ஆண்டுக்குப் பல லட்சம் பேர் வந்துபோகும் மாமல்லபுரம், இன்றைக்கும் புகைப்படம் எடுத்துக்கொள்வதற்கான ஒரு திறந்தவெளி ஸ்டுடியோ போலத்தான் இருக்கிறது. ஏதேதோ ஊர்களில் இருந்து மாமல்லபுரம் வரும் பயணிகளில் ஒரு சதவீதம் பேர் கூட அரிய சிற்பங்களைப் பற்றியோ, அதன் வரலாற்றுச் சிறப்பியல்புகள் குறித்தோ அறிந்துகொள்ள ஆர்வம் காட்டுவதே இல்லை.

தமிழில் நுண்கலைகளைப் பற்றிய புத்தகங்கள் வெகு குறைவு. அரிதாகச் சில நல்ல புத்தகங்கள் வெளியாகும்போதும் அதை வாசகர்கள் கண்டுகொள்வதே இல்லை. மாமல்லபுரத்தைப் பற்றி ஆங்கிலத்தில் எத்தனையோ புத்தகங்கள் வெளியாகி உள்ளன.

பேராசிரியர் சா.பாலுசாமி எழுதியுள்ள 'அர்ச்சுனன் தபசு: மாமல்ல புரத்தின் இமயச் சிற்பம்' என்கிற புத்தகம், மாமல்லபுரத்தைப் பற்றி ஆங்கிலத்தில் வெளியாகியுள்ள புத்தகங்களை விடச் சிறப்பாகவும், சிறந்த ஆய்வு நூலாகவும் உள்ளது. இந்தப் புத்தகத்தை 'காலச்சுவடு' பதிப்பகம் வெளியிட்டுள்ளது.

மகாபலிபுரச் சிற்பங்கள் எப்போது, யாரால், எப்படிச் செதுக்கப்பட்டன? இங்குள்ள சிற்பத் தொகுதியில் தவம் இயற்றுவது

அர்ச்சுனனா, இல்லை பகீரதனா? இங்குச் சித்தரிக்கப்படுவது இமயமா? அர்ச்சுனன் தவம் செய்தது எந்தக் காலத்தில்? இந்தச் சிற்பத் தொகுதியில் இடம்பெற்றுள்ள உயிரினங்கள், தாவரங்கள் எவை என விரிவாக ஆராய்ந்து விளக்குகிறார் பாலுசாமி.

மகாபலிபுரம் செல்கிற ஒவ்வொருவரும் கையோடு எடுத்துச் செல்ல வேண்டிய அற்புதமான புத்தகம் இது. இந்தப் புத்தகம் மூன்று விதங்களில் மிக முக்கியமானது. ஒன்று, மாமல்லையின் கலை வரலாற்றை எளிமையாக நமக்கு எடுத்துக் கூறுகிறது. இரண்டாவது, 'அர்ச்சுனன் தபசு' சிற்பத் தொகுதியினை அங்குலம் அங்குலமாக எடுத்துக் காட்டி, விளக்கி அதன் அருமை பெருமைகளை அறிமுகம் செய்கிறது. மூன்றாவது, இந்தச் சிற்பத் தொகுதியில் இடம்பெற்றுள்ள இமயம் சார்ந்த விலங்குகள், தாவரங்கள், வேடர்கள், கங்கையின் இயல்பு பற்றி விரிவான சான்றுகளுடன் ஆய்வுபூர்வமாக விளக்கிக் கூறுகிறது.

மாமல்லபுரத்தில் உள்ள 'அர்ச்சுனன் தபசு' சிற்பத் தொகுதி சுமார் 30 மீட்டர் உயரமும் சுமார் 60 மீட்டர் அகலமும் கொண்டது. இதில், 150க்கும் மேற்பட்ட உருவங்கள் செதுக்கப்பட்டுள்ளன.

இந்தச் சிற்பத் தொகுதியில் உடல் ஒடுங்கிப்போய் எலும்பும் நரம்பும் தெரிய தவக்கோலத்தில் ஒற்றைக் காலில் நின்று, இரு கைகளையும் பூட்டி சூரிய வணக்கம் செய்கிறான் அர்ச்சுனன். கையில் பாசுபத ஆயுதத்தை வைத்து சிவன் நிற்கிறான். சுற்றிலும் பூதக் கணங்கள். இரு பாறைப் பிளவுகளுக்கு இடையே ஓடிவரும் கங்கை ஆறு. இதன் பாதை ஓரத்தில் காணப்படும் நாகர்கள்.

காத்திருக்கும் சூரியன், சந்திரன், தேவர்கள், கின்னரர்கள், முனிவர்கள், கந்தர்வர்கள். அதன் ஒரு பக்கம் ஒரு திருமால் கோயில். அதன் முன் அமர்ந்திருக்கும் முனிவர்கள், யானைகள், இருவிதமான குரங்குகள், சிங்கம், புலி, மான், அன்னப் பறவை, உடும்பு, யானைகள் நீர் அருந்துவது, குட்டி யானைகள் விளையாடுவது என நுட்பமாகக் காட்சிகள் செதுக்கப்பட்டுள்ளன.

இந்தச் சிற்பத் தொகுதி குறித்து விவரிக்கும் பாலுசாமி இதில் சித்தரிக்கப்பட்டுள்ள குரங்கு இமயத்தில் காணப்படும் 'லங்கூர்' எனப்படும் குரங்குதான் எனச் சான்றுகளுடன் விளக்குகிறார். இதுபோலவே இமயத்தில் உள்ள பன்றி மான், நீல ஆடு, இமாலய எலிமுயல், தேன்பருந்து போன்றவை எப்படி இந்தச் சிற்பத்தொகுதியில்

இடம்பெற்றுள்ளன? என்பதையும் ஆதாரங்களுடன் அடையாளம் காட்டுகிறார்.

இதுபோலவே பொய்த் தவம் செய்யும் பூனை உருவத்துக்கும் மகாபாரதக் கதையில் வரும் பொய்த் தவப் பூனைக்குமான தொடர்பை எடுத்துக் காட்டுகிறார். கிராதர்கள் எனப்படும் இமய வேடர்கள் குறித்தும், நாகர்கள், மற்றும் கங்கையின் தோற்றம் பற்றியும், இமயம் குறித்த சங்கப் பாடல்கள், மகா பாரத வனபர்வம், காளிதாசனின் வருணனைகளுடன் ஒப்பிட்டு விளக்குகிறார்.

'அர்சுனன் தபசு' சிற்பத் தொகுதியின் இசைவுப் பொருத்தம், சமநிலை, செய்முறை, பன்முகக் கோணங்கள், காலவெளி, இயல்பும் நுட்பமும் குறித்து விரிவான விளக்கங்களைத் தருவது இந்த நூலின் தனிச்சிறப்பாகும்.

'வடவேங்கடம் தென்குமரி ஆயிடைத் தமிழ்கூறு நல்லுலகம்' எனத் தொல்காப்பியர் தமிழகத்தின் நில எல்லையைக் குறிப்பிட்டுள்ளார். ஆனால், தமிழ்ப் புலவர்கள் இமயம் வரை சென்றிருப்பதற்குச் சங்கப் பாடல்களில் நிறையச் சான்றுகள் உள்ளன, சங்கக் கவிதையில் பதிவாக்கியுள்ள இமயம் குறித்த செய்திகள் எப்படி இந்தச் சிற்பத் தொகுதியில் காட்சிப்படுத்த பட்டுள்ளன எனச் சான்றுகளுடன் விளக்கியது அரிய கலைச் சாதனை என்றே சொல்வேன்.

கற்கனவாக விளங்கும் மகாபலிபுரச் சிற்பங்களைப் புரிந்துகொள்வதற்கும், கொண்டாடுவதற்கும் இந்நூல் பெரிதும் உதவி செய்கிறது. அந்த வகையில் மாமல்லபுரச் சிற்பங்கள் குறித்து விரிவாக ஆராய்ந்து எழுதிய பேராசியர் பாலுசாமி மிகுந்த பாராட்டுக்கு உரியவர்.

37. குறவர்களின் உலகம்

நரிக்குறவர்கள் பேசும் பாஷையின் பெயர் என்ன? அவர்கள் மொழிக்கு எழுத்து வடிவம் உண்டா? நரிக்குறவர்களைப் பற்றி ஏதாவது புத்தகம் வெளியாகி உள்ளதா? எனக் கேட்டு, ஒரு நண்பர் மின்னஞ்சல் அனுப்பியிருந்தார்.

வீதியில் நரிக் கொம்பு விற்றுக்கொண்டும், பாசி மணி ஊசி மணி மாலைகள் விற்றுக்கொண்டும் அலையும் குறவர்களைச் சிறுவயது முதலே பார்த்திருக்கிறேன். ஆனால், அவர்கள் பேசும் பாஷையின் பெயர் என்னவென்று அறிந்திருக்கவில்லை.

புத்தகங்களின் தேவை என்பதே இது போல அறியப்படாத விஷயங்கள் குறித்து, நமக்கு அறிமுகம் செய்வதும் புரிந்துகொள்ள வைப்பதும்தானே. நரிக் குறவர்களைப் பற்றி என்னென்ன புத்தகங்கள் எழுதப்பட்டிருக்கின்றன எனத் தேடத் தொடங்கினேன்.

பொதுவாகப் பழங்குடி மக்களின் வாழ்க்கை மற்றும் பண்பாடு குறித்துத் தமிழில் அதிக நூல்கள் இல்லை. அவர்கள் பொருளாதார ரீதியாகவும் பண்பாட்டு ரீதியாகவும் மிகவும் ஒடுக்கப்பட்டு வருவது குறித்து பொதுவெளியில் கவனம் உருவாகவே இல்லை.

பிரிட்டிஷ்காரர்களும் மிஷனரிகளுமே பழங்குடி மக்கள் குறித்த ஆய்வுகளில் ஈடுபட்டிருக்கிறார்கள், சுதந்திரத்துக்குப் பிறகே மானுடவியல் ஆய்வாளர்கள் இந்தியாவின் பல்வேறு பழங்குடி மக்கள் குறித்து ஆராயவும், ஆவணப்படுத்தவும் தொடங்கினார்கள்.

'எட்கர் தர்ஸ்டன்' தொகுத்த 'தென்னிந்தியக் குலங்களும் குடிகளும்' என்கிற நூலில் தென்னிந்தியச் சாதிகள், மற்றும் பழங்குடி மக்கள் குறித்து நிறையத் தகவல்கள் புகைப்படத்துடன் இடம்பெற்றுள்ளன. தர்ஸ்டன் சென்னை அருங்காட்சியகத்தின் பொறுப்பாளராக இருந்த பிரித்தானியர். ஏழு தொகுதிகளாக வெளியாகி உள்ள இந்தப் புத்தகம் தென்னிந்திய மானுடவியலின் அடிப்படை நூலாகும்.

இது போலவே இருளர் இன மக்கள் குறித்து 'சப்பெ கொகாலு', 'ஒடியன்' என இரண்டு புத்தகங்களை எழுதியிருக்கிறார் லட்சுமணன். இருளர் மொழிக்கு ஒலி வடிவம் மட்டுமே உண்டு. வரிவடிவம்

கிடையாது. தமிழ், தெலுங்கு, கன்னடம் கலந்தது அவர்களின் மொழி. இந்த மக்களுடன் பழகி, அவர்கள் நம்பிக்கைகளை, தொன்மங்களை, இசைப் பாடல்களைத் தொகுத்து லட்சு மணன் நூலாக வெளியிட்டிருக்கிறார்.

பிலோ இருதயநாத், தனது புத்தகம் ஒன்றில் நரிக்குறவர்கள் பற்றிச் சுவாரஸ்யமான சில தகவல்களை எழுதியிருக்கிறார். இந்தியாவில் உள்ள பல்வேறு ஆதிவாசிகளை, நாடோடிகளை நேரில் சென்று சந்தித்து அவர்கள் வாழ்க்கைமுறைகளை ஆராய்ந்து எழுதியவர் பிலோ இருதயநாத்.

ஒரு சைக்கிள், தலையில் தொப்பி, கருப்புக் கண்ணாடி, பாக்ஸ் டைப் கேமரா அணிந்த பிலோ இருதய நாத்தின் தோற்றம் தனித்துவமானது. தொடக்கப் பள்ளி ஆசிரியரான இருதயநாத், தனது விருப்பத்தின் காரணமாக இந்தியா முழுவதும் உள்ள பழங்குடி மக்களைத் தேடிச் சென்று ஆராய்ந்து 30க்கும் மேற்பட்ட புத்தகங்களை எழுதியிருக்கிறார். வேடந்தாங்கல் பறவைகள் சரணாலயத்தை உலகறியச் செய்ததில் இவருக்கு முக்கியப் பங்கு உண்டு.

பிலோ இருதயநாத், தனது கட்டுரையில் தமிழ் இலக்கியத்தில் வரும் குறவர்கள் வேறு, தமிழகத்தில் வசிக்கும் குறவர்கள் வேறு. இவர்கள் குஜராத்தில் இருந்து தமிழகத்துக்குப் புலம்பெயர்ந்து வந்தவர்கள் எனக் குறிப்பிடுகிறார்.

நரிக்குறவர்கள் பேசும் மொழியான 'வாக்ரி போலி' மொழிக்கு எழுத்து வடிவமே கிடையாது. அது ஹிந்தி, உருது, குஜராத்தி மொழிகளின் கலப்பு எனவும் சுட்டிக் காட்டியுள்ளார்.

நரிக்குறவர்கள் தங்கள் இனத்துக்குள்ளாகவே திருமணம் செய்துகொள்வார்கள். வெளியாட்கள் நரிக்குறவப்பெண்ணைத் திருமணம் செய்துகொண்டால், அவளைத் தங்கள் இனத்துக்குள் சேர்க்க மாட்டார்கள். இனத் தூய்மை பேணுவது அவர்களின் இயல்பு.

நரிக்குறவர் இனப் பெண்கள் மணவிலக்குப் பெற இயலும். பஞ்சாயத்து கூடி இருவருக்கும் உள்ள கருத்து வேறுபாடுகளை நீக்கி, ஒன்றுசேர்க்க முயற்சிப்பார்கள். அது சாத்தியமாகாத நிலையில், ஒரு பாத்திரத்தில் தண்ணீரை எடுத்து வைத்து ஆளுக்கொரு வைக்கோலை எடுத்து, மூன்றாக முறித்து அந்தத் தண்ணீரில்

வீடில்லாப் புத்தகங்கள் | 153

போடச் செய்வார்கள். அவ்வளவுதான், அவர்களுக்குள்ளான மணஉறவு முறிந்துவிட்டதாக அர்த்தம்.

திருமணத்துக்குப் பிறகு ஒரு வருட காலத்துக்கு ஆண் வீட்டில் பாதிநாளும், பெண் வீட்டில் பாதி நாளும் மணமக்கள் இருக்க வேண்டும். அதன் பிறகு தனியே வாழலாம். நரிக்குறவ மக்கள் பெண் குழந்தை பிறந்தால் கொண்டாடுவார்கள். பெண்ணைத் திருமணம் செய்து கொள்ள, மாப்பிள்ளைதான் பெண்ணுக்கு வரதட்சணைத் தர வேண்டும். கல்யாணச் செலவையும் ஏற்றுக் கொள்ள வேண்டும்.

மாப்பிள்ளைக்குச் சாமிச் சொத்து இருக்க வேண்டும்.. சாமிச் சொத்து என்பது மூதாதையர்கள் கொடுத்துப் போன சாமிப் பொருட்களாகும். அதாவது, வெள்ளிச் சிலைகள், வழிபாட்டுச் சாமான்கள். இதைப் புனிதமாக வைத்துப் பாதுகாத்து வருவார்கள்.

குடிப்பதும், சினிமா பார்ப்பதும் அவர்களின் விருப்பமான பொழுதுபோக்குகள். தங்களுக்கு என நிறையக் கட்டுப்பாடுகள், ஒழுக்கவிதிகளைக் கொண்டவர்கள் அவர்கள். வயதான குறவர்களைப் பராமரிக்க வேண்டியது மகனின் கடமை. இறந்தவர்களை ரகசியமாகப் புதைத்துவிட்டு போய்விடுவார்கள் எனப் பிலோ இருதயநாத் குறிப்பிடுகிறார்.

நரிக்குறவர்களின் இன வரலாறு குறித்து அதில் ஆய்வுப்பூர்வமான தகவல்கள் இல்லை. இதற்காக மானுடவியல்துறையில் ஆய்வு செய்யும் ஒரு நண்பரைத் தொடர்புகொண்டபோது, 'கரசூர் பத்மபாரதி' எழுதிய 'நரிக்குறவர் இனவரைவியல்' என்கிற நூலை வாசிக்கக் கொடுத்தார்.

முனைவர் பத்மபாரதி நெடுங்காலமாக நரிக்குறவர்களுடன் பழகி, அவர்களின் வாழ்க்கைமுறையைத் துல்லியமாக எழுதியுள்ளார். ‘தமிழினி பதிப்பகம்’ இதை 2004ஆம் ஆண்டு வெளியிட்டுள்ளது.

நரிக்குறவர்களின் இன வரலாறு, அவர்களின் சமூக அமைப்பு, பயன்படுத்தும் பொருட்கள், பொருளாதார நிலை, திருமணம் மற்றும் சடங்குகள், சமய நம்பிக்கைகள், பஞ்சாயத்து, மருத்துவமுறை, நம்பிக்கைகள் என 11 தலைப்புகளில் விரிவான தகவல்களை உள்ளடக்கியிருக்கிறது இந்த நூல்.

நரிக்குறவர்கள் கல்வியாலும், பொருளாதாரத்தாலும் மிகவும் பின் தங்கியவர்களாகவே இன்றைக்கும் இருக்கிறார்கள். இவர்களுக்கு என ‘நலவாரியம்’ அமைக்கப்பட்டுள்ளபோதும், உயர்கல்வி

பெறுவதிலும் வேலைவாய்ப்பிலும் இன்னமும் அதிக வளர்ச்சி அடையவில்லை.

மராட்டிய மாமன்னர் சிவாஜியின் படையில் வீரர்களாக நரிக்குறவர்கள் பணியாற்றியிருக்கிறார்கள். சிவாஜிக்கும் முகலாயர்களுக்கும் இடையே ஏற்பட்ட போரில் சிவாஜி தோற்றுப்போனதால், அவரது படைவீரர்கள் முகலாயர்களால் பிடிக்கப்பட்டு அடிமைக ளாக மாற்றப்பட்டார்கள். முகலாயப் படையின் கையில் அகப்படாமல் தப்பிக் காட்டுக்குள் புகுந்தவர்கள், தென்னிந் தியாவுக்குக் குடிவந்தனர் என்றொரு கருதுகோளும் இருக்கிறது.

மகாராஷ்டிரா, குஜராத் போன்ற வட மாநிலங்களில் இருந்து கி.பி. 6 அல்லது 7ஆம் நூற்றாண்டுகளில்தான் இவர்கள் தமிழகத்தில் குடியேறியிருக்க வேண்டும் என்று கருதப்படுகிறது.

நரிக்குறவர்கள் சிவனை முதற்கடவுளாகக் கொண்டாலும் காளியம்மன், மாரியம்மன், துர்க்கை போன்ற பெண் கடவுளர்களையும் வணங்குகிறார்கள். எருமையைப் பலியிடுவது அவர்களின் வழக்கம்.

நரிக்குறவர் சமூகத்தினுள் எருமை பலியிடுவோர், ஆடு பலியிடுவோர் என்று இரண்டு பெரும்பிரிவுகள் இருப்பினும் அதிலும் உட்பிரிவுகள் உண்டு. நரிக்குறவர்களின் சமையல் தனி ருசி கொண்டது. கறியை வேகவைத்து அதைச் சோற்றுடன் பிசைந்து சாப்பிடுவார்கள். அவர்களில் யாராவது இறந்துபோனால் அதே இடத்தில் ரகசியமாகப் புதைத்து விட்டுப் போய்விடுவது போன்ற நரிக் குறவர்களின் பண்பாட்டுக்கூறுகளைச் சுவாரஸ்யமாக, துல்லியமாக விளக்குகிறார் பத்மபாரதி.

நரிக்குறவர்கள் தற்போது மிகவும் பிற்படுத்தபட்டவர்கள் பட்டியலில் உள்ளார்கள். அவர்களைப் பழங்குடியினர் பட்டியலில் சேர்க்க வேண்டும் என்பது நீண்டகாலக் கோரிக்கையாக உள்ளது.

'நரி கொம்பு வித்தாலும் விப்போமுங்க

ஆனா — நரி போல வஞ்சனைகள் செய்ய மாட்டோம்

பாசி மணி ஊசி எல்லாம் விப்போமுங்க

ஆனா — காசுக்காக மானத்தையே விக்கமாட்டோம்'

— எனச் சினிமா பாடல் ஒன்றில் நரிக்குறவனும் குறத்தியும் ஆடிப் பாடுவார்கள். அது வெறும் பாடல் மட்டுமில்லை; அவர்களின் வாழ்க்கை நெறி.

38. அன்பு வழி

பத்து ஆண்டுகளுக்கு முன்பிருக்கும். கண்ணகி சிலையை ஒட்டிய மெரினா கடற்கரையில் காலை 6 மணியளவில் அவர்கள் இருவரையும் பார்த்தேன். பையனுக்கு 8 வயது இருக்கக்கூடும். போலியோ தாக்கி மெலிந்த கால்கள், இடுப்பு ஒடுங்கியிருந்தது.

சற்றே பெரிய தலை, சுருங்கி, ஒடுங்கிப் போன முகம். அவனைத் தூக்கிக் கொண்டு மணலில் நடந்து வந்து கொண்டிருந்த பெண்ணுக்கு 30 வயது இருக்கலாம். ஏழ்மையான தோற்றம், அடர்நீலவண்ணச் சேலை கட்டியிருந்தார், கையில் ஒரு பிளாஸ்டிக் கூடை, அதில் தண்ணீர் பாட்டில், ஒரு துண்டு.

அந்தப் பெண் தனது மகனை மணலில் உட்கார வைத்துவிட்டு பத்தடி தள்ளிச் சென்று இரண்டு கைகளாலும் மணலைத் தோண்டி குழி பறித்துக் கொண்டிருந்தார். பையன், தூரத்தில் தெரியும் கடலை வேடிக்கை பார்த்துக் கொண்டிருந்தான்.

பையனைத் தூக்கிக் கொண்டுபோய் இடுப்பளவு உள்ள மணற்குழியினுள் இறக்கி நிற்கவைத்து, சுற்றிலும் மணலைப் போட்டு மூடினார். அந்தப் பையன் எதிர்ப்பு காட்டவே இல்லை.

மண்ணில் புதைந்து நின்ற பையன் அம்மாவை ஏக்கத்துடன் பார்த்துக் கொண்டிருந்தான். அம்மா அவன் அருகில் சம்மணமிட்டு உட்கார்ந்தபடியே, தனது கையில் இருந்த ஒரு பையைத் திறந்து பைண்டிங் செய்யப்பட்ட ஒரு புத்தகத்தை வெளியே எடுத்து வாசித்துக் காட்ட ஆரம்பித்தார். மணலுக்குள் புதைந்திருந்த பையன் அமைதியாக அம்மா படிப்பதைக் கேட்டுக் கொண்டிருந்தான்.

என்ன செய்கிறார்கள் என்றே எனக்குப் புரியவில்லை. அவர்களையே பார்த்துக் கொண்டிருந்தேன்.

அம்மாவின் மெல்லிய குரல் சீராக எதையோ சொல்லிக் கொண்டிருந்தது. அதைக் கேட்க வேண்டும் என்பதற்காகவே அருகில் நடந்து போனேன். அவர் படித்துக் கொண்டிருப்பது ஒரு கதை. அதுவும் பழைய அம்புலிமாமா இதழில் வெளியான கதை.

அந்தப் பெண் என் வருகையைக் கண்டதும் படிப்பதை நிறுத்திவிட்டு, என்னை ஏறிட்டுப் பார்த்தார்.

“பையனுக்கு என்ன செய்கிறது?” எனக் கேட்டேன்.

“காலு சரியில்லை. போலியோ வந்து முடங்கிப்போச்சி. அதான் ஈரமணலில் நிற்க வச்சா கால் சரியாகிரும்னு சொன்னாங்க. தினமும் கூட்டிட்டு வந்து நிக்க வைக்கிறேன். ஒரு மணி நேரம் நிக்கணும்ல, அதான் கதை படிச்சிக் காட்டுறேன். அதைக் கேட்டுக்கிட்டே வலியை மறந்து நிற்பான். நானும் செய்யாத வைத்தியமில்லை. காட்டாத டாக்டரில்லை. புள்ள சரியாகலை. பெத்த மனசு கேட்க மாட்டேங்குது.

அதான் கோடம்பாக்கத்துலேர்ந்து தினமும் பஸ் பிடிச்சி பையனைக் கூட்டிட்டு கடற்கரைக்கு வர்றேன். நாலு மாசமா மணல்ல நிக்கிறான். பாவம் பிள்ளை. வலியைப் பொறுத்துகிட்டு நிக்கிறான். வீட்டுக்காரர் பழைய பேப்பர் வியாபாரம் செய்றாரு. நான் அச்சாபீஸ்ல வேலை பாத்தேன். ஆனா, இப்போ முடியலை. வீட்ல வேற ஆள் துணையில்ல.

ஒத்த ஆளா இவனைத் தூக்கிட்டு அலையுறேன். ஆனா, சாமி புண்ணியத்துல என் பிள்ளைக்குச் சரியாகிரும்னு நம்பிக்கையிருக்கு” எனத் தன்னை மீறிப் பீறிடும் கண்ணீரைத் துடைத்தபடியே சொன்னார்.

அதைக் கேட்கும்போது மனது கனத்துப் போனது. ஒரு தாயின் வலியை, வேதனையை எவரால் புரிந்து கொள்ள முடியும்? உலகில் இதற்கு இணையான அன்பு வேறு என்ன இருக்கிறது?

“உங்கள் மகனுக்கு நிச்சயம் சரியாகிடும்மா” என்று சொன்னேன்.

அந்தத் தாயின் முகத்தில் நிமிட நேரம் மலர்ச்சி தோன்றி மறைந்தது. அந்தப் பையன் தன்னைப் பற்றிப் பேசுவதை விரும்பாதவன் போல, “படிம்மா” என்றான். அந்தத் தாய் மீண்டும் வாசிக்க ஆரம்பித்தாள்.

நம்பிக்கைதான் இந்த உலகின் மகத்தான சக்தி, அதைக் கொஞ்சம் கொஞ்சமாக மகனின் மனதில் அந்தத் தாய் உருவாக்கிக் கொண்டிருக்கிறாள். வேறு எவர் தரும் நம்பிக்கையை விடவும் தாய் தரும் நம்பிக்கை மேலானது. அதுதான் ஒரு மனிதனை வலுவேற்றி வளரச் செய்கிறது.

இந்தத் தாயைப் போல எத்தனை பேர் தனது உடற்குறைபாடு கொண்ட, மன வளர்ச்சியில்லாத பிள்ளைகளைத் தூக்கிச் சுமக்கிறார்கள்? அவர்கள் நலம் அடைவதற்காக அல்லாடுகிறார்கள்?

கண்ணீரால் பிரார்த்தனை செய்கிறார்கள்? அவர்களின் அன்பை விட அரிய பொருள் இந்த உலகில் எதுவுமே இல்லை.

கடலை விட்டு மேலேறி சூரியன் அவர்களைப் பார்த்தபடியிருந்தது. மகன் வலி தாளமுடியாமல் முனங்கினான். அந்தத் தாய் "பொறுத்துக்கோ, இன்னும் பத்து நிமிஷம்தான்ஞ்" என ஆற்றுப்படுத்திக் கொண்டிருந்தார்.

அந்தக் காட்சியை என்னால் மறக்க முடியவேயில்லை. இந்த நிகழ்வின் வழியே தாயின் அன்பை மட்டுமில்லை; மனிதர்களை ஆற்றுப்படுத்த புத்தகங்கள் துணை நிற்கின்றன என்பதையும் முழுமையாக உணர்ந்து கொண்டேன்.

ஆம்! நண்பர்களே வலியை மறக்க செய்யும் நிவாரணியாகக் கதைகள் இருப்பதை அன்று நேரில் கண் டேன். கதை, கவிதை, இலக்கியம் என்பதெல்லாம் வெறும் பொழுது போக்கு விஷயங்கள் இல்லை. அவை மானுடத் துயரை ஆற்றுப்படுத்துகின்றன. மனிதனை நம்பிக்கை கொள்ள வைக்கின்றன. மனித மனதை சந்தோஷம் கொள்ளவைத்து, வாழ்வின் மீதான பிடிப்பை உருவாக்குகின்றன.

நீண்ட காலத்துக்குப் பிறகு, அந்தப் பெண்ணையும் அவள் மகனையும் நினைவுபடுத்தியது அருண்ஷோரி எழுதிய Does He Know A Mother's Heart என்கிற புத்தகம்.

40 வருடங்களாக மனத் துயரை அடக்கி வைத்திருந்த ஒரு தந்தையின் வலியைச் சொல்கிறது இந்தப் புத்தகம் முன்னாள் மத்திய அமைச்சர், பொருளாதார நிபுணர், பத்திரிகை ஆசிரியர் எனப் பன்முகம் கொண்ட அருண்ஷோரி, தனது மூளை வளர்ச்சி குறைவான மகனை வளர்ப்பதற்காக எப்படி எல்லாம் போராடினார்? என்பதை நெகிழ்வாக விவரிக்கிறார்.

அருண்ஷோரியின் மகன் ஆதித்யா 'செரிபரல் பேல்சி (Cerebral Palsy)' எனப்படும் உடற்குறைபாடு கொண்டவன். இதன் காரணமாகக் கைகால்கள் சீராக இயங்கவில்லை. ஆகவே நடக்க இயலாது. பார்வைத் திறனும், மன வளர்ச்சியும் குறைவு. ஆதித்யாவை அவனது அம்மா அனிதா மிகுந்த அக்கறை எடுத்துக் கவனித்துக் கொள்கிறார்.

மருத்துவரீதியாக என்னவெல்லாம் செய்ய முடியுமோ அத்தனையும் அருண்ஷோரி கவனிக்கிறார். மன வளர்ச்சியற்ற பிள்ளையைத் தங்களின் காலத்துக்குப் பிறகு யார் கவனிப்பார்கள்? யார் தூக்கிக் குளிக்க வைப்பார்கள்? இந்த உலகம் அவனை

எப்படி ஏற்றுக் கொள்ளும் என்ற துயரமே இப்புத்தகம் எழுதக் காரணமாக இருந்திருக்கிறது.

ஆதித்யாவின் பிறப்பு, அவனது பிரச்சினைகள், அதைத் தீர்க்க அவர்கள் மேற்கொண்ட முறைகள் இவற்றை விவரிப்பதுடன், கடவுள் ஏன் இப்படிக் குழந்தைகளைச் சோதிக்கிறார்? உடல்குறைபாடு கொண்ட, மனவளர்ச்சி இல்லாத குழந்தைகளையுடைய பெற்றோர்களின் வலியை ஏன் இந்த உலகம் புரிந்துகொள்ள மறுக்கிறது? அவர்கள் எப்படி நம்பிக்கை கொள்கிறார்கள்? அதற்கு மதமும், தத்துவமும் எப்படி உதவி செய்கின்றன? என்பதை அருண்ஷோரி இதில் விவரிக்கிறார்.

'உங்கள் பாவம்தான் பிள்ளைக்கு இப்படிக் குறையாக வந்துள்ளது' என யாரோ ஏளனமாகச் சொல்லும் போது, அது பெற்றோர் மனதை எப்படிப் பாதிக்கிறது என்பதைக் கண்ணீர் துளிர்க்க அருண்ஷோரி எழுதியிருக்கிறார்.

அருண்ஷோரியின் அரசியல் கருத்துகளுடன் உடன்பாடு இல்லாதவர்களும் கூட இந்தப் புத்தகத்தைப் படிக்கும்போது, ஒரு தந்தையின் வலியை நிச்சயம் புரிந்துகொள்வார்கள்.

39. இப்படித்தான் இருக்கிறது வாழ்க்கை

சாலையோரம் இருந்த ஒரு பிச்சைக்காரன் தன்னை நோக்கி ஒரு ரதம் வருவதைக் கண்டான். தனக்குப் பிச்சை போட யாரோ ஒரு புண்ணியவான் வருகிறான் என ஆசையோடு கையேந்தி நின்றான். ரதத்தில் வந்தவன் அருகில் வந்து தனது கைகளை விரித்து “ஏதாவது கொடு” எனக் கேட்டான்.

‘நானே ஒரு பிச்சைக்காரன், என்னிடம் கொடுக்க என்ன இருக்கிறது?’ என நினைத்தபடி, தனது பையில் இருந்த தானியத்தில் இருந்து ஓரே ஒரு தானியத்தை எடுத்து, ரதத்தில் வந்தவனின் கையில் போட்டான் பிச்சைக்காரன்.

‘நன்றி’ சொல்லி ரதத்தில் வந்தவன் விடைபெற்று போய்விட்டான். அன்று இரவு பிச்சைக்காரன் தன்னிடம் இருந்த தானியப் பையை எடுத்தபோது, அதில் ஒரே ஒரு தங்கத் தானியம் இருப்பதைக் கண்டான். ‘ஆஹா எல்லாத் தானியங்களையும் அந்த மனிதனுக்குக் கொடுத்திருந்தால் அத்தனையும் தங்கமாக மாறியிருக்குமே’ எனப் புலம்பினான் என்று மகாகவி ரவீந்திரநாத் தாகூர் தனது கவிதை ஒன்றில் குறிப்பிடுகிறார்.

இப்படித்தான் இருக்கிறது மனித வாழ்க்கை.

கடவுளே வந்து யாசகம் கேட்டாலும், ஒற்றைத் தானியத்துக்கு மேல் மனிதன் தரமாட்டான். வாழ்க்கையை அர்த்தப்படுத்திக் கொள்வது நம் கையில்தான் இருக்கிறது. சொல்லாலும் செயலாலும் முன்னுதாரணமாக வாழ்ந்து காட்டிய மனிதர்கள் காலத்தால் மறைந்து போனாலும், அவர்களின் நினைவுகள் மக்கள் மத்தியில் வாழ்ந்து கொண்டுதான் இருக்கும். நிறைவான வாழ்க்கை என்பது 100 ஆண்டுகள் வாழ்வது இல்லை; ஆயிரம் பேரின் மனதில் வாழ்வதுதான்.

அப்படித் தானறிந்த அபூர்வமான மனிதர்கள் சிலரைப் பற்றிய உண்மை நிகழ்ச்சிகளைப் பகிர்ந்துகொண்டிருக் கிறார் குகன்.

'பெரும்புள்ளிகள்' என்ற இந்தப் புத்தகம் இப்போது அச்சில் இல்லை. 1994இல் குகன் பதிப்பக வெளியீடாக வந்துள்ளது. சுவாரஸ்யமான தகவல்களையும் உண்மை சம்பவங்களையும் கொண்ட அரிய புத்தகம் இது. ஏன், இதை மறுபதிப்புச் செய்யாமல் இருக்கிறார்கள்? எனத் தெரியவில்லை.

குகன் கேரளப் பல்கலைக்கழகத்தில் தமிழ்ப் பேராசிரியராகப் பணியாற்றியவர். சிறந்த பேச்சாளர். பேராசிரியர் ரா.பி.சேதுப்பிள்ளையின் மாணவர். இவர் எழுதிய தொடர் கட்டுரைகளின் தொகுப்பே இந்த நூல்.

ஆஷ் துரையை வாஞ்சிநாதன் சுட்டுக் கொன்ற வழக்கில் குற்றத்துக்குத் துணை செய்ததாகக் கைது செய்யப்பட்ட சாவடி அருணாச்சலம் பிள்ளையை, ஆங்கிலேய அதிகாரிகள் மிகவும் கொடுமைப்படுத்தினார்கள்.

'இந்தக் கை தானே சுதந்திரப் போராட்டத்துக்காக ரத்தக் கையெழுத்து போட்டது' என ரூல் தடியால் அடித்து, இனி எழுதவே முடியாது என்கிற அளவுக்குக் கைவிரல்கள் ஒடிக்கப்பட்டன. 23 வயதில் வழக்கில் இருந்து விடுதலை ஆன அருணாச்சலம், சிறை தந்த நோயுடன் சொத்து பறிபோன நிலையில் அநாதை போல அலைந்து திரிந்திருக்கிறார்.

மீதமுள்ள வாழ்க்கையைச் சமூகச் சேவையில் கழிக்க முடிவு செய்து, தீண்டாமையை ஒழிக்க அவர் ஓர் உணவகத்தைத் தொடங்கியுள்ளார். அங்கே சமைப்பது முதல் பரிமாறுவது வரை அத்தனையும் தாழ்த்தப்பட்ட மக்கள்தான். 'அப்படியாவது சாதி ஒழியாதா?' என்பதே அவரது எண்ணம். இதைச் சகித்துக்கொள்ள முடியாத உயர்சாதியினர் உணவகத்தைத் தீவைத்து எரித்துவிட்டார்கள் என வரலாற்றில் பதிவாகாமல் போன நிகழ்ச்சியைத் தனது கட்டுரையில் பதிவு செய்துள்ளார் குகன்.

1908ஆம் ஆண்டு மதுரையில் உள்ள இங்கிலீஷ் கிளப்பின் நடு ஹாலில் மேஜர் ஹார்ன் உள்ளிட்ட ஆங்கிலேய அதிகாரிகள் ஒன்றுகூடினார்கள். திடீரென ஹாரிசன் அங்கு இருந்த வெள்ளைச் சுவரில் தனது உயரத்தை அளந்து குறித்ததோடு மற்ற அதிகாரிகளின் உயரத்தையும் அதில் பதிவு செய்யச் சொன்னார். பலரும் தனது உயரத்தை அதில் பதிவு செய்தனர். கூடவே, தங்கள் பெயரையும் எழுதி கையெழுத்துப் போட்டார்கள். பின்பு, அது ஒரு பழக்கமாகவே உருமாறியது. 1922 முதல் 1946 வரை 350க்கும்

அதிகமான பிரிட்டிஷ் அதிகாரிகள் அந்தச் சுவரில் தங்கள் உயரத்தைப் பதிவு செய்திருக்கிறார்கள்.

இதனால் அந்தச் சுவரைச் சுற்றி கண்ணாடி பிரேம் போட்டு மாட்டியிருக்கிறார்கள். மதுரை, சமூகப் பணிக் கல்லூரி வளாகத்தில் அந்தச் சுவர் உள்ளது எனக் குறிப்பிடுகிறார் குகன். இன்றும் அந்தச் சுவர் உள்ளதா? எனத் தெரியவில்லை.

அக்காலத்தில் திருநெல்வேலி வட் டாரத்தில் புகழ்பெற்ற கடையாகக் கொடி கட்டிப் பறந்து கொண்டிருந்தது, ராம ஆனந்தம்பிள்ளை பலசரக்கு அண்ட் ஜவுளிக் கடை. அதை நடத்திய ராம ஆனந்தம்பிள்ளையை ஊர் மக்கள் ‘கைராசிப் பிள்ளை’ என அழைத்தார்கள்.

இவர், சிறுவயதில் அம்மன்புரத்தில் இருந்து ஆறுமுகநேரிக்கு கால் ரூபாய் கூலிக்காக மூன்று மைல் நடந்து உப்பு மூட்டை சுமந்து கஷ்டப்பட்டுள்ளார். பின்பு, தனது 12ஆவது வயதில் பிழைப்புக்காகக் கொழும்புக்குச் சென்று வேலை பார்த்து, தனது 25ஆவது வயதில் 500 ரூபாய் பணத்துடன் திருநெல்வேலிக்குத் திரும்பி சிறிய பலசரக்குக் கடை ஒன்றை ஆரம்பித்து, மெல்ல வளர்ந்து புகழ்பெற்ற வணிகராக உயர்ந்து நின்றார்.

உப்பு மூட்டை தூக்கிய காலத் தில் அவர் அதிகாலையில் எழுந்து குளித்துவிட்டு வேலைக்குக் கிளம்பும் போது, ‘என்னடா கவர்னரோட போட்டோ எடுக்கப் போற மாதிரி குளிச்சிச் சிங்காரிச்சிட்டு வாரியே’ எனக் கேலி செய்வார்களாம்.

பின்னாளில் சென்னை மாகாண கவர்னர் ஆர்ச் பால்டுனை, திருநெல்வேலிக்கு இரண்டாம் உலகப் போரில் பிரிட்டன் வெற்றி பெற்றதைக் கொண்டாடும் விதமாக ‘விக்டரி ஆர்ச்’சைத் திறந்துவைக்க வந்தபோது, ராம ஆனந்தம்பிள்ளையைப் பற்றிக் கேள்விபட்டு வரவேற்பு நிகழ்வில் அவரைக் கலந்து கொள்ளச் செய்தாராம். அப்போது பிள்ளை கவர்னருடன் ஒரு புகைப்படம் எடுத்திருக்கிறார்.

கவர்னரோடு தான் எடுத்துக்கொண்ட புகைப்படத்தை ராம ஆனந்தம்பிள்ளை எப்போதும் தனது தலைமாட்டில் தொங்கவிட்டிருப்பாராம். காரணம், “அதை பார்க் கும்போதெல்லாம் ‘என்ன கவர்னரோட போட்டோ பிடிக்கப் போறியா?’ எனக் கேலி செய்தவர்கள் கண்முன்னாலேயே, தான் உழைத்து முன்னேறியது

நினை வுக்கு வருவதோடு, தனது கடந்த கால வறுமை நிலையை நினைவுபடுத்தி நல்வழிகாட்டுகிறது” என்பாராம்.

ஒரு புகைப்படத்தின் வழியே வாழ்வில் அடைந்த வெற்றியையும் அதன் பின்னுள்ள வலியையும் சுட்டிக்காட்டுகிறார் குகன்.

இன்னொரு சம்பவம் மாணிக்கம் என்ற சாலை ஒப்பந்ததாரர், சாலையைச் சரியாகப் போடவில்லை என்ற குற்றத்துக்காக, ஜில்லா போர்டு தலைவர் தளவாய் குமாரசாமி விசித்திரமான ஒரு தண்டனையை விதித்திருக்கிறார். அது என்ன தெரியுமா?

சாலையைச் சொந்த செலவில் சரிசெய்து தர வேண்டும் என்பதுடன் தென்காசி, கடையம் சாலையில் இரண்டு பக்கமும் மரம் வைத்து வளர்க்க வேண்டும் என்பதே அந்தத் தண்டனை. அதை ஏற்றுக்கொண்டு சாலையின் இரண்டு பக்கமும் மாணிக்கம் வளர்த்த மரங்களை இன்றும் திரவியம் நகர் பகுதியில் பார்க்கலாம் என்கிறார் குகன்.

தமிழர்களாகிய நாம் அரைத்த மாவை அரைப்பது போலச் சில அறிஞர் களைப் பற்றி மட்டுமே பேசியும் எழுதியும் வருகிறோம். ஆனால், தமிழ்மண் அவ்வளவு ஏழ்மையானது இல்லை. ஆயிரக்கணக்கான சான்றோர்களும் அறிஞர்களும் இங்கே வாழ்ந்து, இந்த மண்ணுக்குப் பெருமை சேர்திருக்கிறார்கள். அவர்களில் சிலரின் பெருமைக்குரிய வாழ்க்கையை அறிமுகப்படுத்துகிறார் குகன் என்று தனது முன்னுரையில் ஓவியர் மதன் பாராட்டுகிறார். அது மிகச் சரியானதே.

40. தேசம்தோறும் சினிமா

இருபத்தைந்து ஆண்டுகளுக்கு முன்பு சர்வதேசத் திரைப்படங்களைப் பார்ப்பதற்கு, திரைப்படச் சங்கங்கள் மட்டுமே வழியாக இருந்தன. சென்னையின் ஃபிலிம் சேம்பரிலும், ரஷ்ய கலாச்சார மையத்திலும், அமெரிக்கன் சென்டரிலும், மேக்ஸ்முல்லர் பவனிலும் காட்டப்படும் அயல் சினிமாக்களைத் தேடித் தேடிப் பார்த்திருக்கிறேன்.

உலகத் திரைப்பட விழாக்களைக் காண்பதற்காக டெல்லி, மும்பை, கொல்கத்தா, கோவா என அலைந்திருக்கிறேன். திரைப்படம் தொடர்பான புத்தகங்களை வாசிக்கவேண்டி அமெரிக்கன் சென்டர் நூலகத்திலும், பிரிட்டிஷ் கவுன்சில் நூலகத்திலும் மணிக்கணக்கில் செலவழித்திருக்கிறேன்.

அப்போது உலகச் சினிமா குறித்து அறிந்துகொள்ள தமிழில் புத்தகங்களே கிடைக்காது. பிரான்ஸ்வா த்ரூஃபோ, ரோபெர் ப்ரேஸோன், லூயி மால் பற்றிய வெ. ராமின் புத்தகங்கள், ஐசன்ஸ்டீன் பற்றிய சிறிய நூல், தார்க்கோவெஸ்கி பற்றிய அறிமுக நூல், பேல பெலாஸ் எழுதிய சினிமாக் கோட்பாடு எனப் பத்துக்கும் குறைவான புத்தகங்களே வாசிக்கக் கிடைத்தன.

இன்று உலகச் சினிமா குறித்து தமிழில் நூற்றுக்கும் மேற்பட்ட புத்தகங்கள் வெளியாகியுள்ளன. தீவிர சினிமா இதழ்களும் வெளியாகின்றன. சிறுபத்திரிகைகள் தொடங்கி பெரும் பத்திரிகைகள் வரை அனைத்தும் உலகச் சினிமா குறித்து எழுதுகின்றன. சர்வதேச சினிமா குறித்து இணையத்திலும் நிறைய எழுதுகிறார்கள்.

2004ஆம் ஆண்டு உலகச் சினிமா என்ற ஆயிரம் பக்க நூல் ஒன்றைத் தொகுத்து வெளியிட்டேன். அதைத் தொடர்ந்து உலகச் சினிமாவை அறிமுகம் செய்யும் விதமாக ஆறு நூல்களை எழுதியிருக்கிறேன். அவற்றில் சில கல்லூரிகளில் பாடமாக வைக்கப்பட்டுள்ளன. உலகச் சினிமா குறித்து நான் எழுதக் காரணமாக இருந்தவை, நான் படித்த புத்தகங்களும் பார்த்த படங்களுமே.

உலகச் சினிமாவின் பல முக்கிய நூல்கள் இன்னமும் தமிழாக்கம் செய்யப்படவில்லை. குறிப்பாக, ஆல்பிரட் ஹிட்ச் காக்கை,

த்ரூஃபோ செய்த விரிவான நேர்காணல் புத்தகம்; டொனால்டு ரிச்சி எழுதிய அகிரா குரோசாவா பற்றிய நூல்; ஸ்டீவன் கார்ட் எழுதிய 'ஷாட் பை ஷாட்', சத்யஜித்ரே எழுதிய 'அவர் ஃபிலிம்ஸ் தேர் ஃபிலிம்ஸ்' போன்றவை தமிழில் அவசியம் மொழியாக்கம் செய்யப்பட வேண்டியவை.

கொச்சியில் உள்ள நடைபாதைக் கடை ஒன்றில், பிரெஞ்சு சினிமாவின் புகழ் பெற்ற இயக்குநரான பிரான்ஸ்வா த்ரூஃபோ எழுதிய சினிமா கட்டுரைகளின் தொகுப்பான 'தி ஃபிலிம்ஸ் இன் மை லைஃப்' புத்தகத்தை வாங்கினேன்.

த்ரூஃபோ பத்திரிகையாளராகப் பணியாற்றிய காலத்தில் திரைப்பட விமர்சகராக நிறையக் கட்டுரைகள் எழுதியிருக்கிறார். 1954 முதல் 58 வரை த்ரூஃபோ எழுதிய இந்தக் கட்டுரைகளில் பாதி அவர் இயக்குநர் ஆன பிறகு எழுதியவை.

சிறுவயதில் அத்தையோடு சினிமா பார்க்கப் போன நினைவில் தொடங்கி, அப்பா, அம்மாவுக்குத் தெரியாமல் வீட்டில் இருந்து வெளியேறி, திருட்டுத்தனமாகத் தியேட்டரின் பின்பக்க வாசல் வழியாக உள்ளே நுழைந்து, நிறையத் திரைப்படங்களை ஆறேழு முறை பார்த்த அனுபவத்தை முன்னுரையில் விவரிக்கிறார் த்ரூஃபோ.

தன் வயதையொத்த மற்ற சிறுவர்களைப் போல கதாநாயகனுடன் தன்னை ஒப்பிட்டு பார்த்துக்கொள்ளவில்லை. மாறாக எந்தக் கதாபாத்திரம் கெட்டவராகச் சித்தரிக்கப்படுகிறதோ, அதனோடு தன்னை ஒப்பிட்டுப் பார்த்துக் கொண்டதாகக் கூறுகிறார்.

மௌனப் படங்கள் தொடங்கி பேசும் படம் வரையான பல்வேறு திரைப்படங்கள் குறித்த கட்டுரைகளை எழுதியிருக்கிறார் இவர். இதில் சாப்ளின், ரெனார், ஜான் போர்டு, பிரிட்ஜ் லாங், ஆல்பிரட் ஹிட்ச் காக், எலியா கசன், ஸ்டான்லி குப்ரிக், சிட்னி லுமெட் பெர்க்மென், ழாக் தாதி போன்ற முக்கிய இயக்குநர்களைப் பற்றிய கட்டுரைகள் குறிப்பிடத்தக்கவை.

'பத்திரிகையாளராக இருந்த நாட்களில் ஜான் போர்டின் படங்களைக் கடுமையாக விமர்சனம் செய்து எழுதியிருக்கிறேன். ஆனால், இயக்குநர் ஆன பிறகு அவரது படங்களைக் காணும்போது போர்டின் மேதமையை என்னால் உணர முடிகிறது. அமெரிக்கச் சினிமாவின் மிகச் சிறந்த இயக்குநர் ஜான் போர்டு.

குறிப்பாக ஜான் போர்டு கேமராவை உபயோகிக்கும் விதம் அற்புதமானது. காட்சிக் கோணங்கள் பெரிதும் கதாபாத்திரங்களின் நோக்கிலேயே எடுக்கப்படுகின்றன. இவான் துர்கனேவ் அல்லது மாப்பசான் கதையைப் படிப்பது போல, கதாபாத்திரங்களின் வழியே நாம் படத்துக்குள் பிரவேசிக்கிறோம். அவர்கள் காட்டுகிற உலகை நம்புகிறோம், பின்தொடர்கிறோம், அழுகிறோம், சிரிக்கிறோம். எந்த இடத்தில் பார்வையாளன் சிரிப்பான்? எப்போது அழுவான்? என ஜான் போர்டு நன்கு தெரிந்து வைத்திருக்கிறார். அதுதான் போர்டின் வெற்றி' என த்ரூஃபோ குறிப்பிடுகிறார்,

பிரிட்ஜ் லாங்கின் படத்தைப் பற்றிக் குறிப்பிடும் த்ரூஃபோ, 'நாஜி ராணுவத்தால் துரத்தப்பட்டு ஜெர்மனியில் இருந்து வெளியேற்றப்பட்டவர் லாங். ஆகவே, அவரது திரைப்படங்களில் திடீரென வன்முறை நிகழும். அதற்குப் பழிவாங்குவதை நோக்கியதாகக் கதை நகரத் தொடங்கிவிடும்' எனக் கூறுகிறார்.

'லாங்கின் காட்சிகளை இன்னொருவர் நகல் எடுக்கவே முடியாது. ஒவ்வொரு ஷாட்டும் ஓவியம் போல கச்சிதமாக, பேரழகுடன் உருவாக்கப்பட்டிருக்கும். ஒரு நடிகர் வசனத்தை உச்சரிக்கும்போதுகூட எந்தச் சொல் அழுத்தமாக வெளிப்பட வேண்டும் என்பதை லாங் தீர்மானம் செய்திருப்பார். தன் காலத்தை விஞ்சிய மேதமையும் அசலான கலை உள்ளமும் கொண்ட பிரிட்ஜ் லாங், குறைவாகக் கொண்டாடப்பட்ட ஒரு மகத்தான கலைஞன்' என வியந்து பாராட்டுகிறார் த்ரூஃபோ.

சார்லி சாப்ளின் திரைப்படங்கள் குறித்து மூன்று கட்டுரைகள் இதில் உள்ளன. அதில் ஒன்று, 'தி கிரேட் டிக்டேட்டர்' படத்தைச் சாப்ளின் உருவாக்கியது குறித்தது. 'படத்தின் கடைசிக் காட்சியில் ஹிட்லராக நடிக்கும் சாப்ளின் நிகழ்த்தும் உரை சினிமா வரலாற்றில் மிக முக்கியமானது. பைபிளின் சாராம்சம் போல அந்த உரை அமைந்துள்ளது. இக்காட்சியின் மூலம் உலகின் மனசாட்சியைச் சாப்ளின் தொட்டுவிட்டார்' எனப் புகழாரம் சூட்டுகிறார்.

இதுபோலவே சாப்ளினும் மார்லன் பிராண்டாவும் நடித்த 'ஏ கிங் இன் நியூயார்க்' படம் குறித்து விவரிக்கும்போது, 'இந்த முறை சாப்ளின் பார்வையாளர்களைச் சிரிக்க வைக்க முயற்சிக்கவில்லை; மாறாக, அவர்களுடன் அறிவுப்பூர்வமான உரையாடல் ஒன்றை நிகழ்த்த முயற்சித்துள்ளார்.

ஒரு கலைஞனாக அவர் எடுத்த இந்த முடிவு பாராட்டுக்குரியது. ஆனால், படம் ஓடவில்லை. மிகப்பெரிய தோல்வி. ஒருவேளை

சாப்ளின் நினைத்திருந்தால் இதே கதையை வேறுவிதமாகத் திரைக்கதை எழுதி எளிதாகப் பார்வையாளரை அழவும், சிரிக்கவும் வைத்திருக்கக் கூடும்.

ஆனால், பார்வையாளனின் ரசனைக்குத் தீனி போடுவது மட்டும் தனது வேலையில்லை' என சாப்ளின் உணர்ந்திருந்தார். ஆகவே, ஒரு தீவிரமான அரசியல் கட்டுரையைப் போல படத்தை உருவாக்கியிருந்தார். படம் தோல்வியடைந்தாலும் சமூகப் பொறுப்பு மிக்க கலைஞன் என்ற அடையாளத்தைச் சாப்ளின் பெற்றார். அதுதான் அவர் விரும்பியதும், என்கிறார் த்ரூஃபோ.

இவை சினிமா குறித்த பாராட்டுக் கட்டுரைகள் இல்லை. சர்வதேச சினிமாவைப் புரிந்துகொள்ளவும், ஒரு திரைப்படத்தின் பல்வேறு தளங்களை, கருத்தியலை அடையாளம் காணவும் உதவும் முக்கிய வழிகாட்டுதலாகும்.

41. வாசிப்பு மனநிலை

ஒருவரை மலையேற வைப்பது கூட எளிதானதுதான். அதை விடவும் கடினமானது புத்தகம் படிக்க வைப்பது. மக்கள் ஏன் புத்தகங்களை வெறுக்கிறார்கள்? எனப் புரிந்துகொள்ளவே முடியவில்லை. எதற்குப் படிக்க வேண் டும்? புத்தகம் படித்து என்ன ஆகப் போகிறது? வெறும் காலவிரயம்தான் எனப் படித்த தலைமுறைகூட ஆழமாக நம்புகிறது என்பதுதான் காலக் கொடுமை.

எனது நண்பர் உலகப் புத்தகத் தினத்தை முன்னிட்டு, தானே 100 புத்தகங்களை வாங்கிக் கொண்டு வீடு வீடாகப் போய் இலவசமாகப் புத்தகம் கொடுத்து படிக்க வைக்க முயன்றார்.

அவருக்கு என்ன நடந்தது தெரியுமா?

அடுக்கு மாடிக் குடியிருப்பில் ஒரு வீட்டுக்குப் போய் அவர் அழைப்பு மணியை அழுத்தியிருக்கிறார். கதவைத் திறந்த ஆள், 'யார்? என்ன?' என எதையுமே கவனிக்காமல் 'வேண்டாம் போ' எனச் சொல்லி கதவை மூடிவிட்டார். அடுத்த வீட்டில், 'இதை வெச்சிட்டு என்ன செய்றது? யாரும் படிக்க மாட்டாங்க; வேற ஏதாவது கிஃப்ட் இருந்தா குடுங்க' என ஒரு பெண் கேட்டிருக்கிறார்.

இன்னொருவர் வீட்டில், 'புக்ஸ் எல்லாம் வேஸ்ட் சார். நாங்க நியூஸ் பேப்பர் கூட வாங்குறதில்லை' எனச் சொல்லி துரத்தியிருக்கிறார்கள். இப்படியாக, 5 மணி நேரம் பல்வேறு குடியிருப்புகளில் ஏறி, இறங்கியும் அவரால் 10 புத்தகங்களைக் கூட இலவசமாகக் கொடுக்க முடியவில்லை.

ஓர் அடுக்கு மாடிக் குடியிருப்பில் இருந்து வெளியே வரும்போது அதன் காவலாளி அவரை அழைத்து, தனது பேத்தி படிக்க ஒரு புத்தகம் வேண்டும் எனக் கேட்டு வாங்கியிருக்கிறார். அவர் ஒருவரைத் தவிர வேறு யாரும் புத்தகத்தைக் கேட்டு வாங்கவே இல்லை.

நண்பர் விரக்தியோடு சொன்னார், "அப்பா அம்மா புக்ஸ் படிச்சாதான் பிள்ளைகள் படிப்பாங்கன்னு நினைச் சேன். பெரியவங்களைப் படிக்க வைக் கிறது ரொம்பக் கஷ்டம். எதையும் படிச்சிரக்கூடாதுன்னு பிடிவாதமா இருக்காங்க. அப்படியே

பிள்ளைகளையும் வளர்க்குறாங்க, இப்படி இருந்தா இந்த நாடு உருப்படவே உருப்படாது ”

இதுதான் நிதர்சனம். புத்தகம் படிக்க வைக்க நாடு தழுவிய ஓர் இயக்கம் இன்று அவசியமான தேவையாக உள்ளது.

மழலையர் பள்ளி ஒன்றின் ஆண்டு விழாவுக்குப் போயிருந்தேன். நிறையப் பெற்றோர்கள் வந்திருந்தார்கள். அதில் ஒருவர் கூட எந்த எழுத்தாளரையும் பற்றி அறிந்திருக்கவில்லை. எதைப் படிப்பது? எப்படிப் புத்தகங்களைத் தேர்வு செய்வது? என்பதைப் பற்றியதாக அன்றைய கலந்துரையாடல் நடைபெற்றது.

அந்த நிகழ்வில் ‘மார்டிமர் ஜே அட்லர்’ எழுதிய ’ஹவ் டு ரீட் எ புக்’ (How to Read a Book) என்ற ஆங்கிலப் புத்தகம் குறித்துப் பேசினேன். 1940ஆம் ஆண்டு வெளியான புத்தகம் அது.

‘புத்தகம் படிப்பது எப்படி?’ என்பது குறித்து விரிவாக எழுதப்பட்டது அந்தப் புத்தகம். நாம் ஏன் படிக்க வேண்டும்? எப்படிப் படிக்க வேண்டும்? புரிந்துகொள்வதில் உள்ள சிரமங்கள் எவை? அதை எப்படி அகற்ற முடியும்? என்பதற்கான கையேடு போல இந்தப் புத்தகம் அமைந்துள்ளது.

மேலோட்டமாக வாசிப்பது, ஆழ்ந்து வாசிப்பது என இரண்டுவிதமான வாசிப்பு முறைகள் உள்ளன. பொதுவாக, செய்திகளை, தகவல்களை மேலோட்டமாக வாசிக்கிறோம். தீவிரமான கட்டுரைகள், கவிதைகள், நாவல்கள், அறிவியல் சிந்தனைகளை ஆழ்ந்து வாசிக்கிறோம்.

பொழுது போவதற்காக வாசிப்பது ஒருவிதம். அறிவையும், அனுபவத்தையும், ஆளுமையையும் வளர்த்துக்கொள்ள வாசிப்பது இன்னொரு விதம். வாசிப்பின் குறிக்கோள்தான் எதை வாசிக்கிறோம் என்பதைத் தீர்மானிக்கிறது.

எந்த ஒன்றையும் கற்றுக்கொள்வதற்கு இரண்டு வழிமுறைகள் உள்ளன. ஒன்று, ஆசான் வழியாகக் கற்றுக்கொள்வது. மற்றது, நாமாகக் கற்றுக்கொள்வது. இந்த இரண்டும் சிலவேளைகளில் இணைந்து செயல்பட வேண்டியிருக்கும். நாமாக ஒன்றைக் கற்றுக்கொள்வதுதான் வாசிப்பின் முதல் செயல். புத்தகம் ஓர் அரூப ஆசிரியன். அதில், குரல் மட்டுமே ஒலிக்கும்; ஆளைக் காண முடியாது.

ஆரம்ப நிலை வாசிப்பு, தேர்ந்த வாசிப்பு, பகுத்தாயும் வாசிப்பு, முழுமையான ஆழ்ந்த வாசிப்பு என வாசிப்பில் நான்கு நிலைகள் இருக்கின்றன.

அறிவியல் புத்தகங்களை எப்படிப் படிப்பது? தத்துவப் புத்தகங்களைப் பயில்வது எப்படி? புனை கதைகள், நாவல்கள் மட்டும் ஏன் விரும்பிப் படிக்கப்படுகின்றன? கவிதைகள் ஏன் எளிதில் புரிவதில்லை? வரலாற்று நூல்களை வாசிக்க ஏன் சிரமமாக உள்ளது என்பதைக் குறித்து, தனித் தனிக் கட்டுரைகளாக விரிவாக எழுதி யிருக்கிறார் மார்டிமர்.

எந்தப் புத்தகம் குறித்தும் முன்முடிவுகள் தேவையற்றவை. புத்தகத்தைத் தேர்வு செய்வதற்கு அது குறித்த அறிமுகமும் பரிந்துரைகளும் மிகவும் அவசியம். ஆரம்ப நிலை வாசகர்கள் 50 பக்கங்களுக்குள் உள்ள புத்தகம் ஒன்றைத் தேர்வு செய்து படிக்கப் பழகினால், அதை முழுதும் படித்து முடித்து விடுவார்கள். அதை விடுத்து 1,000 பக்க புத்தகத்தைப் படிக்க ஆரம்பித்தால், அதை முடிக்க முடியாததோடு புத்தகம் படிப்பதன் மேலேயே வெறுப்பு ஏற்பட்டுவிடும்.

ஜப்பானியர்கள் எதையும் படக் கதை வடிவில் படிக்கிறார்கள். இதனால் படிப்பது எளிமையாவதோடு வேகமாகவும் படிக்க முடிகிறது. கோட்பாடுகள் சார்ந்த புத்தகங்களைப் படிக்கும் முன்பு கோட்பாடுகள் யாரால், எப்படி, எதற்காக உருவாக்கப்பட்டன? என்பதை அறிந்துகொள்ள வேண்டும். வரலாற்று நூலை வாசிக்கும் முன்பாக வரைபடங்களைத் துணைக்குக் கொள்ள வேண்டும். அறிவியல் சிந்தனைகளைப் புரிந்துகொள்ள ஆதார விஷயங்கள் தெரிந்திருக்க வேண்டும். கவிதையை ரசிக்க கற்பனை வேண்டும் எனப் படிப்பதற்கு நம்மை எவ்வாறு தயார்படுத்திக்கொள்ள வேண்டும் என்பதையும் மார்டிமர் வலியுறுத்துகிறார்.

ஒரு புத்தகத்தை எப்படிப் படித்தால் நினைவில் நிற்கும்? படித்த விஷயங்களை எப்படிக் குறிப்பு எடுத்து வைத்துக் கொள்வது என்பதற்கும் உதவிக் குறிப்புகள் கொடுக்கிறார் இவர்.

மகாபாரதம், ராமாயணம், ஒடிஸி போன்ற இதிகாசங்களை வாசிப்பது என்பது ஒரு தனி அனுபவம். ஒரு நாவல் அல்லது கவிதைப் புத்தகம் வாசிப்பதில் இருந்து முற்றிலும் மாறுபட்ட மகிழ்ச்சியும் பல்வேறுபட்ட உணர்வெழுச்சிகளும் தரக் கூடியது.

இதிகாசங்களை வாசிப்பது எளிதானதில்லை. ஆயிரக்கணக்கான பக்கங்கள் கொண்டது. ஆகவே பொறுமையும், ஆழ்ந்த வாசிப்பும் மிக அவசியம். இதி காசத்தின் கட்டமைப்பு மிக முக்கியமானது. அதன் ஒவ்வொரு பகுதியும் தன்னளவில் முழுமையானது. அதே நேரம் ஒன்று சேரும்போது விரிந்த அனுபவம் தரக் கூடியது. ஆகவே,

அந்தக் கட்டமைப்பின் ஆதாரப் புள்ளியை அறிந்துகொள்வது அவசியமானது.

இதிகாசம் ஒரு பிரம்மாண்டமான பேராலயம் போன்ற தோற்றம் கொண்டது. அதற்கு நிறைய உள்அடுக்குகளும், குறியீட்டுத் தளங்களும், உபகதைகளும், தத்துவ விசாரங்களும் இருக்கின்றன. அதைப் புரிந்துகொண்டு படிக்கும்போது தான் முழுமையான வாசிப்பு சாத்தியப்படும்

வாரம் ஒரு புத்தகம். மாதம் நான்கு புத்தகம் என்ற இலக்கோடு தொடங்குங்கள். நிச்சயம் அது வளர்ச்சியடையும் என்கிறார் மார்டிமர். எனது சிபாரிசும் அதுவே.

42. குற்றம் களைதல்

துப்பறியும் கதைகளுக்கு எனத் தனியானதொரு வாசகர் வட்டம் இருக்கிறது. எந்த மொழியில் எழுதப்பட்டாலும் கிரைம் திரில்லர்கள் விற்பனையில் சாதனை நிகழ்த்துகின்றன. எனக்குப் பிடித்த துப்பறியும் கதை உம்பர்தோ ஈகோ (Umberto Eco) எழுதிய 'தி நேம் ஆஃப் தி ரோஸ்' (The Name of the Rose). இது சம்பிரதாயமான துப்பறியும் கதை இல்லை. மிக முக்கிய இலக்கியப் படைப்பாகக் கொண்டாடப்படுகிறது.

இன்றுவரை துப்பறியும் கதைகளுக்கு ஆதர்சம் ஆர்தர் கானன் டாயலின் 'ஷெர்லாக் ஹோம்ஸ்' கதைகளே. 56 சிறுகதைகளையும் 6 நாவல்களையும் கானன் டாயல் எழுதியிருக்கிறார். கானன் டாயல் ஒரு மருத்துவர்.

'எ ஸ்டடி இன் ஸ்கார்லெட்' நாவலில் தான் ஷெர்லாக் ஹோம்ஸ் முதன்முதலில் அறிமுகமானார். அதில் டாக்டர் வாட்ஸனும் ஷெர்லாக் ஹோம்ஸும் '221. பி. பேக்கர் தெரு' என்ற முகவரியில் உள்ள இல்லத்தில் ஒன்றாகக் குடியிருக்கிறார்கள். பின்னாளில் இவ்வீட்டில் ஷெர்லாக் ஹோம்ஸ் நிஜமாக வசிப்பதாக நினைத்துக் கொண்டு வாசகர்கள் தேடி வரத் தொடங்கினார்கள். அந்த அளவு அந்த வீடு பிரபலமானது.

ஷெர்லாக் ஹோம்ஸ் துப்பறியும் நிபுணர் என்றாலும் ஜேம்ஸ்பாண்ட் போல அதிரடி வேலைகள் செய்யமாட்டார். அழகிகளுடன் கூத்தடிக்கமாட்டார். அவருக்கு இலக்கியத்திலோ, அரசியலிலோ ஈடுபாடு கிடையாது. குற்றவியலில் அளவுக்கு அதிகமான அறிவு கொண்டவர். இங்கிலாந்தில் நடைபெற்ற அத்தனை குற்றங்களையும் ஆராய்ந்து வைத்திருப்பவர். பிரிட்டிஷ் சட்டங்கள் குறித்து நன்கு அறிந்தவர். காவல்துறை யோசிக்காத புதிய கோணத்தில் குற்றத்தை அணுகி, தீர்த்து வைக்கக்கூடியவர் ஹோம்ஸ். அவரது புத்திசாலித்தனம் வாசகர்களை வெகுவாகக் கவர்ந்தது.

துப்பறியும் கதைகளுக்கு முன்னோடி எழுத்தாளர் எட்கர் ஆலன் போ. இவர் உருவாக்கிய 'அகஸ்டே டியூபின்' என்ற கதாபாத்திரம்தான், புனைவில் இடம்பெற்ற முதல் துப்பறியும் நிபுணர் என்கிறார்கள்.

இவரைத் தொடர்ந்து எமீல் கபோரியூ, அகதா கிறிஸ்டி, இயான் பிளமிங், ரேமாண்ட் சாண்ட்லர், அயன் ரான்கின் ஹென்னிங் மேன்கெல், மைக்கேல் கன்னல்லி டாஷியல் ஹாமெட், எட் மக்பெய்ன், டான் பிரவுன், ஜேம்ஸ் பாட்டர்ஸன், டென்னிஸ் லெஹேன், ஜேம்ஸ் எல்ராய் எனச் சிறந்த குற்றப்புனைவு எழுத்தாளர்கள் உலகெங்கும் உருவாகியிருக்கிறார்கள். சம காலத்தில் மிகச் சுவாரஸ்யமான கிரைம் நாவல்கள் ஸ்காண்டி நேவிய நாடுகளில் இருந்து எழுதப்படுகின்றன என்கிறார்கள்

தமிழில் எழுதப்பட்ட முதல் துப்பறியும் நாவல், பண்டித நடேச சாஸ்திரியின் 'அற்புதக் குற்றங்கள்'. இதில் தானவன் என்ற கதாபாத்திரம்தான் துப்பறியும் நிபுணர். இதனைத் தொடர்ந்து ஜே.ஆர்.ரங்கராஜு, ஆரணி குப்புசாமி முதலியார் வடுவூர் துரைசாமி ஐயங்கார், முதலியோர் துப்பறியும் நாவல்கள் எழுதியிருக்கிறார்கள். இவை பெரும்பாலும் அயல்நாட்டு நாவல்களின் தழுவல்களாக இருந்தன.

அடுத்த காலகட்டத்தில் வெற்றிகரமான துப்பறியும் கதைகளை தமிழ்வாணன், மேதாவி, சிரஞ்சீவி, சுஜாதா, ராஜேஷ்குமார், ராஜேந்திரகுமார், சுபா, பட்டுக்கோட்டை பிரபாகர் போன்றவர்கள் எழுதியிருக்கிறார்கள். தேவனின் 'துப்பறியும் சாம்பு' எனக்குப் பிடித்தமான கதாபாத்திரம்.

உலகப் புகழ் பெற்ற இயக்குநரான சத்யஜித்ரே 'ஷெர்லாக் ஹோம்ஸ்' கதைகளில் அதிக ஈடுபாடு கொண்டவர். ஆகவே, அவர் 'பெலுடா' என்ற துப்பறி யும் நிபுணரை முதன்மைப்படுத்தி 35 சிறு நாவல்கள் எழுதியிருக்கிறார். 'பெலுடா கதைகள்' தமிழிலும் மொழியாக்கம் செய்யப்பட்டுள்ளன.

1833இல் முதன்முதலாக பிரைவேட் டிடெக்டிவ் ஏஜென்ஸியைத் தொடங்கியவர் பிரான்சிஸ் விடோக் (Francois Vidocq). இவர் ஒரு கிரிமினல். பலமுறை சிறை சென்றுவந்த குற்றவாளி. காவல்துறைக்கு உதவி செய்வதற்காகத் திருந்தி வாழும் குற்றவாளிகளைக் கொண்டு, விடோக் துப்பறியும் நிறுவனம் ஒன்றை ஆரம்பித்தார். இந்த நிறுவனத்தின் வழியே பல்வேறு குற்றங்கள் கண்டுபிடிக்கப்பட்டன.

ஆகவே விடோக்கை பிரான்ஸ் காவல்துறை அதிகம் பயன்படுத்திக் கொண்டது. தொழில்முறையாக முதல் துப்பறியும் நிபுணர் விடோக் தான். இதைத் தொடர்ந்து இங்கிலாந்தில் காவல்துறையில் இருந்து ஓய்வு பெற்ற சார்லஸ் பிரடெரிக் பீல்டு தனியார் துப்பறியும்

நிறுவனம் ஒன்றைத் தொடங்கினார். இவர் எழுத்தாளர் சார்லஸ் டிக்கென்ஸின் நண்பர். இப்படித்தான் துப்பறியும்கலை தனித் தொழிலாக வளரத் தொடங்கியது,

அமெரிக்கத் துப்பறியும் நாவல்கள் அடைந்த வீச்சை ரஷ்ய துப்பறியும் கதைகள் அடையவில்லை. ஆனால், ரஷ்ய துப்பறியும் கதைகளுக்கு எனத் தனித்துவமிக்க எழுத்துமுறை உண்டு.

லெவ் ஷெய்னின் எழுதிய புலனாய்வாளரின் குறிப்புகள் போன்ற புத்தகத்தை வழக்கமான துப்பறியும் கதையாக மட்டும் கருதமுடியாது. 'ராதுகா' பதிப்பகம் 1988ஆம் ஆண்டு இதனை வெளியிட்டுள்ளது. ரஷ்ய மொழியில் இருந்து இதனைத் தமிழாக்கம் செய்திருப்பவர் நா.முகமது செரீபு. தற்போது இந்தப் புத்தகம் அச்சில் இல்லை. முன்பு மலிவு விலையில் 7 ரூபாய்க்கு இந்தப் புத்தகம் விற்கப் பட்டுள்ளது.

27 வருஷங்கள் புலனாய்வு அதிகாரியாகப் பணியாற்றிய ஷெய்னின் தனது அனுபவங்களின் வழியே குற்றவாளிகளின் மனநிலையை ஆராய்ச்சி செய்கிறார். தனது முன்னுரையில் ஓர் எழுதாளனுக்கும் புலனாய்வு அதிகாரிக்கும் இடையில் நிறையப் பொதுவான அம்சங்கள் இருக்கின்றன. இருவருமே மனித வாழ்வின் சிக்கல்கள், துன்ப நிகழ்வுகளை ஆராய்பவர்கள்.

சம்பந்தப்பட்ட மனிதர்களின் மனோநிலையைப் புரிந்துகொள்ள முயற்சிப்பவர்கள். தனது பாத்திரங்களின் ஆன்மாவுக்குள் நுழைந்து அவர்களின் பலவீனங்களை, இன்ப துன்பங்களை, வெற்றி தோல்விகளை, அதன் பின்னுள்ள அறியாத காரணங்களை அறிந்து கொள்பவர்கள். ஆகவே, எந்த வாய்ப்பு தன்னைப் புலனாய்வு அதிகாரியாக ஆக்கியதோ, அதுவே தன்னை எழுத்தாளனாகவும் ஆக்கியது எனக் கூறுகிறார் ஷெய்னின்.

அமெரிக்க துப்பறியும் கதைகளைப் போலின்றி இதில் வரும் துப்பறியும் நிபுணர், அரசால் நியமிக்கப்பட்ட அதிகாரி. அவர் காவல்துறையோடு இணைந்து பணியாற்றுகிறார். சட்டத்தின் துணை கொண்டு குற்றவாளிகளைக் கைது செய்கிறார்.

லெவ் ஷெய்னின் கதைகளின் முக்கியச் சரடு தொழிலைவிட்டு விலகிய முன்னாள் குற்றவாளிகளைக் கொண்டு துப்பறிவது. குறிப்பாக துளையிட்ட தினார் நாணயங்கள் கதையில் நடைபெற்ற நாணயக் கொள்ளையைக் கண்டுபிடிக்க அட்மிரல் நெல்சன் என்ற திருடனின் உதவியை நாடுகிறார் ஷெய்னின்.

அவன் மாஸ்கோவில் இருக்கும் அத்தனை திருடர்களையும் ஒன்று திரட்டி, வங்கிக் கொள்ளையைப் பற்றித் தீர விசாரிக்கிறான். அவன் மூலமாகவே முக்கியமான தகவல் கிடைக்கிறது.

ஜேம்ஸ் பாண்ட் படம் போல சாகசமும் திருப்பமும் நிரம்பிய இக்கதையின் ஊடாகப் பூட்டு தயாரிக்கும் நிறுவனங்கள் எப்படித் தொழில்போட்டியில் ஈடுபடுகின்றன? இந்த நிறுவனங்களைத் தோற்கடிக்க ஒரு திருடன் எந்தப் பூட்டாக இருந்தாலும் எப்படித் திறந்து காட்டுகிறான் என்ற விவரங்கள் ஊடாடுகின்றன.

முடிவில் அந்தத் திருடனுக்குத் தங்கள் பூட்டுக் கம்பெனியில் நல்ல சம்பளத்துடன் வேலை தர நிறுவனம் முடிவுக்கு வருகிறது.

ரஷ்யச் சமூகத்தில் அன்று நிலவிய சூதாட்டம், வைரக் கடத்தல், பணமோசடி போன்றவை எதனால் உருவாகின்? எப்படிச் சட்டத்தின் துணை கொண்டு அதை ஒடுக்கினார்கள் என்பது குறித்த விளக்கங்களைத் தருவது ஷெய்னின் தனிச் சிறப்பு.

43. பொம்மைகள் வளர்வதில்லை

குழந்தைகளுக்குக் கதை சொல்வது ஒரு கலை. சாதாரண எளிய நிகழ்வைக் கூட சுவாரஸ்யமான கதையாக்கலாம். நான் பள்ளியில் படிக்கும்போது சௌந்தரபாண்டியன் என்ற ஆசிரியர், 'பெயர் மறந்து போன ஈ' என்ற கதையைப் பாடலுடன் சொல்வார். இன்றும் அந்தக் கதை பசுமையாக மனதில் நிற்கிறது

சிறுவர்களுக்குக் கதை சொல்லும் முகாம் ஒன்றில், 'பினாச்சியோ' கதையை அவர்களுக்குச் சொன்னேன். 'பொய் சொன்னால் பினாச்சியோவின் மூக்கு வளர்ந்துவிடும்' என்பதைச் சிறார்கள் ஆர்வத்துடன் ரசித்துக் கேட்டார்கள். முடிவில் கூட்டத்தில் இருந்து ஒரு சிறுவன் எழுந்து கேட்டான்: "பொய் சொன்னா மூக்கு வளர்ந்துரும்னா பொய் சொல்றதைக் கேட்டா காதும் வளர்ந்துருமா சார்?"

இதுதான் சிறார்களின் கற்பனைத் திறன். அவர்கள் ஒன்றில் இருந்து இன்னொன்றைக் கற்பனை செய்து கொள்ளக்கூடியவர்கள். உடனே, அதைப் பற்றி யோசிக்கத் தொடங்கிவிடுவார்கள். மறுகதை புனைவார்கள். கதை வழியாகச் சிறுவர்கள் நிறையக் கற்றுக்கொள்கிறார்கள்.

அந்தச் சிறுவர்களிடத்தில் "யாருக்காவது 'மூக்கு' பற்றி வேறு ஏதாவது கதை தெரியுமா?" எனக் கேட்டேன். சங்கர் என்ற 10 வயது சிறுவன் எழுந்து, கதை சொல்லத் தொடங்கினான்.

"ஒரு காலத்துல மனுசங்க எல்லாருக்கும் ரெண்டு மூக்கு இருந்தது. ஒரு மூக்கு நல்ல வாசனைக்கு; இன்னொரு மூக்கு கெட்ட வாசனைக்கு. நல்ல வாசனையைச் சுவாசித்த மூக்கு அழகா இருந்தது. அது நல்ல வாசனையை நுகர்றதாலே பளபளன்னு மினுங்கிக்கிட்டே இருந்துச்சி. கெட்ட வாசத்தைச் சுவாசித்த மூக்கு அசிங்கமா இருந்ததோட, அது நாளுக்கு நாள் சுருங்கிட்டே வந்திச்சு.

ஒருநாள் இந்த ரெண்டு மூக்குக்கும் இடையிலே 'யார் பெரிய ஆள்'னு சண்டை வந்துட்டு. உடனே ரெண்டும் 'நாங்க இனிமே வேலை செய்ய மாட்டோம்'னு வேலையை நிறுத்திகிடுச்சி.

இதனால மனுசங்களுக்கு எந்த வாசனையும் தெரியாமப்போயிட்டு. அவங்கள்லாம் கடவுள்கிட்டப் போய் முறையிட்டாங்க. உடனே கடவுள் வந்து, 'உங்க சண்டையால மனுசங்க ரொம்பக் கஷ்டப்படுறாங்க, விட்டு கொடுத்துப் போங்க'ன்னு சொன்னார்.

கடவுள் சொன்னதை ரெண்டு மூக்கும் கேட்கவே இல்லை. உடனே கடவுள் 'இனிமே மனுசனுக்கு ஒரே மூக்குதான். அதுலதான் நல்லதும் கெட்டதும் நுகரணும்னு' சொல்லி ஒரு மூக்கை கட் பண்ணிட்டாராம். அப்படித்தான் மனுசனுக்கு ஒரு மூக்கு வந்துச்சி" என்று கதையை முடித்தான் அந்தச் சிறுவன்.

"உனக்கு இந்தக் கதை எப்படித் தெரியும்?" எனக் கேட்டேன்.

"நானாதான் சொல்றேன் சார்" என்றான் சங்கர்.

இரண்டு மூக்குள்ள மனிதர்களைப் பற்றி 10 வயது சங்கர் கற்பனை செய்து கதையாகச் சொன்னது சந்தோஷமாக இருந்தது.

மூக்கைப் பற்றி எத்தனையோ கதைகள் இருக்கின்றன. 'உலகப் புகழ் பெற்ற மூக்கு' என ஒரு சிறுகதையை எழுதியிருக்கிறார் வைக்கம் முகமது பஷீர். தனது மூக்கைத் தொலைத்த ஒருவனைப் பற்றி ரஷ்ய எழுத்தாளர் கோகல் ஒரு கதை எழுதியிருக்கிறார். மூக்கில்லாத மனிதர்களைப் பற்றி விஞ்ஞானப் புனைகதை எழுதியிருக்கிறார் ஆண்ட்ரூ கெவின். இத்தனையிலும் சிறப்பானது பினாச்சியோதான்

இத்தாலிய எழுத்தாளர் கார்லோ கொலாடியால் எழுதப்பட்ட நாவல் 'பினாச்சியோவின் சாகசங்கள்' (The Adventures of Pinocchio). 1882இல் இந்தக் கதையின் ஒரு பகுதி தொடர்கதையாக வெளிவந்தது. பின்புதான் முழு நாவ லாக உருப்பெற்றது.

கொலாடியின் எழுத்துப் பணி பிரெஞ்சு மொழியில் இருந்து தேவதைக் கதைகளை மொழிபெயர்ப்புச் செய் வதில் தொடங்கியது. பின்பு அந்த அனுபவத்தில் இருந்து, தானே எழுதத் தொடங்கினார், அப்படி உருவானதே 'பினாச்சியோ'.

இத்தாலியில் எழுதப்பட்ட இந்த நாவல் 1892இல் ஆங்கிலத்தில் மொழிபெயர்க்கப்பட்டது. 'பாவை பதிப்பகம்' இதைத் தமிழில் வெளியிட்டுள்ளது. இதனைச் சிறப்பாகத் தமிழில் மொழிபெயர்த்திருப்பவர் யூமா வாசுகி.

தச்சரான கெபட்டோ ஒருமரக் கட்டையை வாங்கி வந்து, பொம்மலாட்டப் பொம்மை ஒன்றைச் செதுக்க முயற்சிக்கிறார்.

அப்போது அந்தப் பொம்மைக்கு உயிர் வந்து, மனிதர்களைப் போலவே பேசத் தொடங்குகிறது. ஆச்சரியமடைந்த கெபட்டோ, அதற்கு `பினாச்சியோ' எனப் பெயரிடுகிறார்.

பினாச்சியோ ஒவ்வொரு முறை பொய் சொல்லும்போதும் அதன் மூக்கு நீண்டுவிட ஆரம்பிக்கிறது. சில நேரம் மிக நீளமாகிப் போன தனது மூக்கை சரிசெய்வதற்காக மரங்கொத்திப் பறவைகளை உதவிக்கு அழைக்க வேண்டியதாகிறது.

'பினாச்சியோ' நாவல் வெறும் பொழுதுபோக்குக் கதை கிடையாது. பெற்றோரின் சொற்படி நடக்காத பிள்ளை கள் என்ன ஆகிறார்கள் என்பதைப் பினாச்சியோவின் வழியே காட்டுகிறார் கொலோடி.

முதன்முறையாக ஒரு பாச்சைதான் பினாச்சியோவுக்கு அறிவுரை சொல்கிறது. அது, 'பெற்றோருக்குக் கீழ்ப்படியாத வர்கள் ஒருபோதும் உருப்படமாட்டார்கள். அவர்களால் முன்னேறவே முடியாது' என உறுதியாகக் கூறுகிறது.

படிக்க விருப்பமில்லாமல், விளையாட்டுத்தனமாக ஊர் சுற்றவே பினாச்சியோ முயற்சிக்கிறான். 'ஊர் சுற்றும்போது சந்தோஷமாக இருக்கலாம். ஆனால், எதிர்காலத்தில் துன்பப்பட வேண்டியிருக்கும். படிக்காமல் ஊர் சுற்றுகிறவன் எதிர்காலத்தில் குற்றவாளியாகி சிறைக்குப் போவான், அல்லது நோயாளியாகி மருத்துவமனையில் கிடப்பான்' என்கிறது பாச்சை.

வீட்டைவிட்டு வெளியேறிப் போகும் பினாச்சியோவை, ஒரு நரியும் பூனையும் இணைந்து ஏமாற்றுகின்றன. தங்க நாணயங்கள் தருவதாக ஏமாற்றும் நரியும் பூனையும், "நாங்கள் மக்களின் நன்மைக்காகப் பாடுபடுகிறோம். அதற்காகவே எங்கள் வாழ்க்கையையே அர்ப்பணித்திருக்கிறோம்" என்று குறிப்பிடுகின்றன. மோசடி பேர்வழிகள் எல்லாக் காலத்திலும் ஒன்று போலத்தான் இருக்கிறார்கள்.

'ஒரே நாளில் யாராவது உன்னைப் பணக்காரன் ஆக்கிவிடுவேன்' என்று சொன்னால் நம்பாதே. அது மோசடி' என்று பினாச்சியோவுக்குக் கூறப்படும் எச்சரிக்கை, நம் அனைவருக்குமானதுதான்.

நாவலில் ஓர் இடத்தில், தனது குளிராடைகளை விற்று பாடப் புத்தகங்களை வாங்கித் தந்த கெபட்டோவைப் பற்றி நினைக்கும் பினாச்சியோ, 'தந்தையர்களால்தான் மகத்தான தியாகங்களைச் செய்ய முடிகிறது' என நெகிழ்ந்து கூறுகிறான்.

விநோதமான ஒரு தீவுக்குப் போகிறான் பினாச்சியோ. அங்கே சாபம் காரணமாக மனிதர்கள் கழுதைகளாக உருமாறியிருக்கிறார்கள். சந்தோஷத் தீவில் சுற்றியலைந்து அவன் பெறும் அனுபவம் வியப்பானது.

கழுதையும், நாயும், நீலக் கூந்தல் தேவதையும் கூறும் அறிவுரைகள் மறக்கமுடியாதவை.

'பொய்க்குச் சிறிய கால்களே உள்ளன; அதிகத் தூரம் ஓட முடியாது', 'சோம்பேறித்தனம் என்பது மிகவும் மோசமான நோய்; அதைச் சிறுவயதிலேயே குணப்படுத்திவிட வேண்டும். இல்லையென்றால் வாழ்வை நாசமாக்கிவிடும்', 'நாம் இந்த உலகத்துக்கு என்ன செய்கிறோமோ, அது மட்டுமே நமக்குத் திரும்பக் கிடைக்கும்'. இப்படி அடிக் கோடிட்டு வாசிக்க வேண்டிய அற்புத மான வரிகள் நிறைய இதில் இருக்கின்றன.

நாவலில் வரும் நீலக் கூந்தல் தேவதை சொல்கிறாள், "பொம்மைகள் வளர்வதில்லை; அவை பொம்மைகளாகப் பிறந்து, பொம்மைகளாக வாழ்வை முடித்துக் கொள்கின்றன "

பினாச்சியோ அதைச் சரியாக உணர்ந்துகொள்கிறான். ஆகவே, முடிவில் மனிதனாக உருமாறுகிறான்.

மனிதர்கள் மாற்றங்களை உருவாக்குபவர்கள். சிந்தனையிலும் செயலிலும் மாற்றங்களை உருவாக்க புத்தகங்களும் வாழ்க்கை அனுபவங்களும் உதவிசெய் கின்றன. அப்படியான வாழ்க்கைப் பாடங்களில் ஒன்றே 'பினாச்சியோ'.

44. கறுப்பு - வெள்ளை நினைவுகள்

கடந்த காலத்துக்குள் நம்மை அழைத்துப் போவதற்குக் கால இயந்திரம் தேவையில்லை. ஒரு கறுப்பு - வெள்ளைப் புகைப்படம் போதும். இணையத்தில் பகிர்ந்து கொள்ளப்பட்டிருந்த மெட்ராஸ், மதுரை, திருச்சி, தஞ்சை, புதுக்கோட்டை ஆகிய நகரங்களின் மிகப் பழைய புகைப்படங்களைப் பார்த்துக் கொண்டிருந்தேன்.

150 ஆண்டுகளுக்கு முன்பாக இந்தப் புகைப்படங்களை எடுத்தவர் லினியெஸ் டிரைப் (Linnaeus Tripe) இவர் ஒரு பிரிட்டிஷ் புகைப்படக் கலைஞர். 1838இல் கிழக்கிந்தியக் கம்பெனியின் ராணுவத்தில் பணியாற்றியவர். லண்டனில் புகைப்படக் கலையைக் கற்ற இவர், தென்னிந்தியாவில் சுற்றியலைந்து நிறையப் புகைப்படங்களை எடுத்திருக்கிறார்.

1857ஆம் ஆண்டு, மதராஸ் அரசாங்கம் இவரை அதிகாரப்பூர்வ புகைப்பட நிபுணராக நியமித்தது. பொறியியல், விவசாயம், நுண் கலைகள், நிர்வாகம் சார்ந்த அரசுத் திட்டங்களுக்கு உதவி செய்வதற்காக இவர் நிறையப் புகைப்படங்களை எடுத்திருக்கிறார்.

1857இல் மதராஸ் போட்டோ கிராபிக் சொசைட்டி தொடங்கப்பட்டது. அதற்கு முக்கியக் காரணமாக இருந்தவர் டாக்டர் அலெக்சாண்டர் ஹண்டர். இந்தச் சொசைட்டியின் தலைவராக இருந்தவர் வால்டர் எலியட்.

பெசண்ட் நகர் கடற்கரைக்கு 'எலியட்ஸ் பீச்' என்று இவரது பெயரைத்தான் வைத்துள்ளனர். வால்டர் எலியட்டுக்குத் தமிழ், தெலுங்கு, உருது உள்ளிட்ட ஒன்பது மொழிகள் தெரியும். சிவில் சர்வீஸ் அதிகாரியான இவர், சென்னை அரசாங்கத்தின் கவுன்சில் மெம்பராகவும் பதவி வகித்தவர்.

மதராஸ் போட்டோகிராபிக் சொசைட்டி ஆண்டுதோறும் புகைப்படக் கண்காட்சிகளை நடத்துவது வழக்கம். அதில் லினியெஸ் டிரைப் எடுத்த தமிழகத்தின் கலைக் கோயில்கள்,

அன்றாடக் காட்சிகள், தொழில்சார்ந்த பதிவுகளைக் கொண்ட 50 புகைப்படங்கள் சிறப்புக் கண்காட்சியாக வைக்கப்பட்டுள்ளன.

லினியெஸ் டிரைப்பின் உதவியாளராக இருந்த சி.அய்யாச்சாமியும் சிறந்த புகைப்படக் கலைஞராகப் பணியாற்றியிருக்கிறார்.

அவரைப் பற்றிய தகவல்கள் கிடைத்தாலும் அவர் எடுத்த புகைப்படங்கள் எதுவுமே பாதுகாக்கப்பட வில்லை என்பதுதான் துயரம்.

100 ஆண்டுகளுக்கு முந்தைய தமிழகத்தின் வாழ்க்கை எப்படி இருந்தது? ஓர் இடத்தில் இருந்து இன்னோர் இடத்துக்கு எப்படிப் பயணம் போனார்கள்? ஏழை, எளிய மக்கள் என்ன சாப்பிட்டார்கள்? கோயில் விழாக்கள் எப்படி நடந்தேறின? விவசாயிகள், கலைஞர் கள், சாமானிய மக்கள் எப்படி வாழ்ந்தார்கள்? என்பதைப் பற்றி எல்லாம் அறிந்துகொள்ள விரும்புகிற வர்கள் அவசியம் படிக்க வேண்டிய புத்தகம், 'பியர் லோட்டி' எழுதிய 'ஆங்கிலேயர்கள் இல்லாத இந்தியா'. சந்தியா பதிப்பகம் வெளியிட்டுள்ள இந்தப் புத்தகத்தைத் தமிழாக்கம் செய்திருப்பவர் சி.எஸ்.வெங்கடேஸ்வரன்.

பிரெஞ்சு நாவலாசிரியரான பியர் லோட்டியின் இயற்பெயர் ஜீலியன் வியாத். பிரெஞ்சுக் கடற்படையில் பணிபுரிந்த இவர், 1899ஆம் ஆண்டு இந்தியாவுக்கு வருகை தந்துள்ளார். 2 ஆண்டுகள் இந்தியாவில் சுற்றித் திரிந்த தனது அனுபவங்களைத் துல்லியமாக ஒரு நாட்குறிப்பைப் போல பிரெஞ்சில் எழுதி வெளியிட்டார்.

1903ஆம் ஆண்டு India என்ற இந்தப் புத்தகம் வெளியானது. கடல் வழியாகவும், தரை வழியாகவும் ரயில் மூலமும் இந்தியாவுக்குள் சுற்றியலைந்த பியர் லோட்டியின் பயணம், பாளையங்கோட்டை வழியாகத் திருவனந்தபுரம் செல்வதில் தொடங்கி ராஜஸ்தான், பனாரஸ் வரை நீண்டது.

ஒரு நாவலாசிரியர் என்பதால், தான் சந்தித்த மனிதர்களையும் இடங்களையும் நிகழ்வுகளையும் மிகத் துல்லியமாக எழுதியிருக்கிறார் பியர் லோட்டி. கவித்துவமான வரிகளும், உணர்ச்சிப் பூர்வமான பதிவும் இதை வெறும் வரலாற்றுக் குறிப்பாக மட்டுமின்றி, அழுத்தமான இலக்கியப் பதிவாகவும் மாற்றிவிடுகிறது.

திருவாங்கூர் மகாராஜாவின் விருந்தினராக அழைக்கப்பட்ட பியர் லோட்டி, பாளையங்கோட்டையில் இருந்து மாட்டு வண்டி மூலம் திருவனந்தபுரம் பயணம் செய்த காட்சியை வாசிக்கும்போது கண் முன்னே திரைப்படம் பார்ப்பது போலிருக்கிறது.

‘பாளையங்கோட்டையில் இருந்த விடுதி ஒன்றில் தங்கி யிருந்தேன். திருவாங்கூர் அழைத்துச் செல்ல இரண்டு வண்டிகள் வந்து நின்றன. ஒரு வண்டியில் இருந்த வெண்ணிறக் காளைகளின் கொம்புகளில் நீலவண்ணம் அடிக்கப்பட்டிருந்தது. மாடுகளுக்கு மூக்கணாங்கயிறு இடப்பட்டிருந்தது. வண்டி ஓட்டுபவன் இடுப்பில் சிறு துண்டு ஒன்றை மட்டுமே கட்டியிருந்தான். சர்க்கஸ் கலைஞனைப் போல அவன் வண்டியின் நுகத்தடியில் உட்கார்ந்தபடியே வண்டி ஓட்டினான். பாளையங்கோட் டையில் இருந்து வண்டி கிளம்பியது. வழி முழுவதும் மரங்கள். நிழல் நீண்ட பாதைகள்.

தொலைவில் நான் கண்ட விவசாயிகள் பெரும்பாலும் வெற்றுடம்புடன் இருந்தார்கள். அவர்கள் இடுப்பில் கோவணம் கட்டியிருந்தார்கள். சிலர் தலையில் தலைப்பாகை கட்டியிருந்தார்கள்.

“நாங்கள் நாகர்கோவில் எனும் கிராமத்தை வந்தடைந்தபோது சிலர் எனக்குச் சல்யூட் அடித்து வரவேற்றனர். அங்கே நான் தங்கி இரவில் மீண்டும் பயணிப்பதாக ஏற்பாடு. அங்கே சந்தித்த ஆண்கள் வெண்கல நிறத்துடன் பொருத்தமான மீசையுடன் இருந்தார்கள். ஆனால், பெண்கள் அழகுடையவர் களாகத் தெரியவில்லை. வயதுக்கு அதிகமான முதிர்ச்சித் தோற்றம் கொண்டிருப்பதைப் போல தெரிந்தார்கள். பெரிய உதடுகள் கொண்டிருந்தார்கள். காதுகளில் தங்க நகை அணிந்திருந்தார்கள். மேற்குத் தொடர்ச்சி மலையின் அடிவாரத்தையொட்டியே எங்கள் பயணம் நீண்டது” என்று எழுதிச் செல்கிறார்.

பியர் லோட்டியின் ‘ஆங்கிலேயர் இல்லாத இந்தியா’ புத்தகத்தின் தனிச் சிறப்பே நுட்பமான விவரணைகள்தாம். திருச்சியைப் பற்றிக் குறிப்பிடும்போது மலைக்கோயிலை வியந்து எழுதியிருக்கிறார். ஸ்ரீரங்கத்துக்கு அவர் போனபோது அங்கே தேர்த் திருவிழா நடைபெற்றுக் கொண்டிருந்ததாம்.

திருவிழாவுக்காக இரவில் வீட்டு வாசலில் கோலம் போடும் பெண்கள், தேரின் அலங்கார வேலைப்பாடுகள், பந்தம் பிடிப்பவர்கள், வடம் பிடிக்கக் காத்திருக்கும் பக்தர்கள், ஆடல்பாடல் இசை நிகழ்வுகள், யானைகளின் அணிவகுப்பு, தேர் கிளம்பும் ஆரவாரம், ஆடி அசைந்து செல்லும் தேரின் அழகு, வானில் வட்டமிடும் காகம், கிளிகள் என ஓர் ஆவணப் படத்தைப் போல துல்லியமாகக் காட்சிபடுத்தியிருக்கிறார் பியர் லோட்டி

இதுபோலவே மதுரையின் வணிகவீதிகள், தெப்பக்குளம், மீனாட்சியம்மன் கோயில், அதன் மதிப்புமிக்க வைர, வைடூரிய, தங்க நகைகளைப் பற்றியும் விரிவாக எழுதியிருக்கிறார்.

புகழ்பெற்ற நாடக நடிகையும், நடனக்காரருமான பாலாமணியின் நாடகத்தைத் தான் கண்டு ரசித்ததை லோட்டி குறிப்பிடுகிறார். நாடக உலகின் ராணியாகக் கொண்டாடப்படும் பாலாமணி அம்மாள் தனது சகோதரியுடன் இணைந்து நடத்திய 'பாலாமணி அம்மாள் நாடகக் கம்பெனி' முழுவதும் பெண்களால் நடத்தப்பட்டது. பாலாமணி அம்மாளின் நாடகத்தைப் பார்ப்பதற்காகவே அந்த நாட்களில் சிறப்பு ரயில் விடப்பட்டதையும், பாலாமணியின் நாடகம் சிலிர்ப்பூட்டுவதாக அமைந்திருந்ததையும் ரசித்து எழுதியிருக்கிறார் லோட்டி.

ஐரோப்பியப் பெண்கள் சிலர் ஒன்று சேர்ந்து ஓர் அநாதை இல்லம் தொடங்குவதற்காக நன்கொடை கேட்டு வந்த போது, பாலாமணி அம்மாள் ஆயிரம் ரூபாயை நன்கொடையாக அளித்த பெருந்தன்மை குறித்து எழுதியதோடு, பாலாமணியின் வீட்டுக் கதவுகள் கஷ்டப்படுகிறவர்களுக்காக எப்போதும் திறந்தே இருந்தன என்றும் பெருமையாகக் குறிப்பிடுகிறார்.

லோட்டிக்குள் ஒரு கவிஞர் ஒளிந்திருக்கிறார் என்பதை அவரது விவரிப்புகளில் அடையாளம் காண முடிகிறது. "பயண வழியில் தென்படும் ஆலமரங்களின் விழுதுகள் யானையின் துதிக்கை போலவே தென்படுகின்றன. உண்மையில் இயற்கைக்கு யானையின் வடிவம் மிகவும் விருப்பமானது போலும்; இயற்கை படைத்தவற்றில் எல்லாம் ஏதாவது ஒரு கோணத்தில் யானை தென்படுவது போலவே உள்ளது" என்கிறார் லோட்டி.

பாண்டிச்சேரிக்கு வருகை தந்த பியர் லோட்டி தனது சொந்த ஊருக்குத் திரும்பி வந்தது போன்ற உணர்வை அடைவதாகக் கூறுகிறார். பிரெஞ்சு கலாச்சாரத்தின் அடையாளமாக உள்ள பாண்டிச்சேரி வீதிகளின் பெயர்கள், பெரிய பெரிய வீடுகள், பிரெஞ்சு உணவு வகைகள், இசை, மற்றும் நடனவிருந்துகள் அவருக்குச் சொந்த ஊரின் உணர்வை ஏற்படுத்தியதாம்.

ஹைதராபாத் நகருக்குச் சென்ற பியர் லோட்டி, "அது ஆயிரத்தொரு அரேபிய இரவுகளில் வரும் பாக்தாத் நகரம் போலவே இருந்தது. அங்கே நிஜாம் வருகை தரப் போவதையொட்டி கைகளில் பலவிதமான பறவைகளுடன் ஆட்கள் உலா வந்தனர். முக்காடு அணிந்த பெண்களும், ஆபரணங்கள் விற்கும் கடைகளும்,

ரோஜாப் பூ விற்பவர்களும், விசித்திரமான தலைப்பாகை அணிந்த ஆண்களும், அரேபிய வணிகர்களும் காணப்பட்டனர்” என்று பதிவு செய்துள்ளார்.

வட மாநிலங்களை நோக்கிச் செல்லும் போது பஞ்சத்தால் பாதிக்கப்பட்ட மக் களைக் கண்ட லோட்டியின் அனுபவம் நெஞ்சை உலுக்கக்கூடியது. “வழியெல்லாம் எலும்புக்கூடுகளாக நிற்கும் ஏழைக் குழந்தைகள் வறுமைத் துயரத்துடன் ஏதாவது ஒரு பாடலை பாடவோ, முன கவோ செய்கிறார்கள். அவர்கள் உடலில் சதை என்பதே இல்லை. தோலினால் மூடப்பட்ட எலும்புக்கூடாகவே காட்சியளித்தார்கள். அவர்களது ஒட்டிய வயிறு உள் உறுப்புகளே இல்லையோ எனும்படியாக இருந்தது. அவர்கள் உதடுகளிலும் கண்களிலும் ஈக்கள் மொய்த்துக் கொண்டிருந்தன. கொடும்பசியால் வாடிக் கொண்டிருந்தனர்.

ரயில் வண்டி கடந்து போகும்போது ஏழைகள் கையேந்தியபடியே ‘மகாராஜாவே மகாராஜாவே’ எனக் கதறியபடி பின்னால் ஓடினார்கள். சிலர் ரயிலில் இருந்து சில்லறைகளைக் குழந்தைகளை நோக்கி வீசினார்கள். பஞ்சத்தால் வாடும் மக்களின் கூக்குரலைக் கேட்கும்போது மனம் நடுங்கியது. ஒரு கடைக்காரன் இட்லி தின்று கொண் டிருக்கும்போது, இறந்து கொண்டிருக்கும் குழந்தையைக் கையில் ஏந்தியபடியே ஓர் ஏழைப் பெண் அவனிடம் யாசகம் கேட்டுக் கொண்டிருந்தாள். அந்த ஆள் அவளைப் பற்றிக் கவலையின்றித் தொடர்ந்து சாப்பிட்டுக் கொண்டிருந்தான். அவள் பசி தாங்கமுடியாமல் பெருங்குரலில் கத்தினாள். எவரும் தனக்கு உணவளிக்க மாட்டார்கள் என்ற இயலாமையை வெளிப்படுத்துவது போல் இருந்தது அவளின் குரல்” என்கிறார் லோட்டி.

குவாலியர் நகருக்குச் சென்ற லோட்டி அதை ‘கற்சிற்பங்களின் நகரம்’ எனக் கூறுகிறார். வீடுகள், மதில் சுவர்கள் எங்கும் சிற்பங்கள் காணப்படுவதாகக் கூறுகிறார். “ஓவியங்களும் சிற்பங்களும் ஒளிரும் கலைநகரமாகக் குவாலியர் விளங்குகிறது. வண்ணங்கள் மீது குவாலியர் மக்களுக்கு இருக்கும் மோகம் வலுவானது. துணிகளில் வண்ணம் தீட்டும் தொழில் பல தெருக்களில் நடைபெறுகிறது. பேரழகுமிக்க அரண்மனையும் அலங்காரமான வளைவுகளும் குவாலியர் நகருக்கு அழகு சேர்க்கின்றன” என லோட்டி எழுதியுள்ளார்.

உதய்ப்பூர், பனாரஸ் எனச் சுற்றியலைந்த பியர் லோட்டி இந்தியர்களின் ஆன்மிகத் தேடுதலை வியந்து பாராட்டுகிறார்.

குறிப்பாக, காசியின் படித்துறை யில் தான் சந்தித்த சாதுக்களைப் பற்றியும் அவர்கள் போதித்த ஞானம் குறித்தும் உணர்ச்சிப்பூர்வமாக எழுதியிருக்கிறார்.

லோட்டி வெறும் பயணி மட்டுமில்லை; அவர் ஒரு காதல் மன்னன். சாரா பென்ஹார்ட் என்ற நடிகையை அவர் காதலிக்க விரும்பினார். அதற்காக அவர் தன்னை ஒரு பெர்சியக் கம்பளத்தினுள் சுருட்டிக் கொண்டு அந்தக் கம்பளத்தைப் பரிசாகக் கொண்டுபோய் சாராவிடம் அளிக்கும்படியாகக் கூறினார். சாரா கம்பளத்தைப் பிரித்து உருட்டியபோது அதில் இருந்து லோட்டி வெளிப்பட்டார். அந்த வேடிக்கைக்காகவே அவரைச் சாரா காதலிக்கத் தொடங்கினார்.

ரோஸ்போர்டில் இருந்த தனது வீட்டையொட்டி புது வீடு ஒன்றை விலைக்கு வாங்கிய லோட்டி, தான் பயணம் செல்லும் நாடுகளில் இருந்து கிடைத்த கலைப் பொருட்கள், பதப்படுத்தப்பட்ட விலங்குகள், நகைகள் போன்ற அரிய சேமிப்புகளைப் பாதுகாத்து வந்தார். அந்த வீடு தற்போது மியூஸியமாக மாற்றப்பட்டுள்ளது.

116 ஆண்டுகளுக்கு முன்பாகப் பியர் லோட்டி கண்ட தமிழகத்தை இந்தப் புத்தகத்தில் வாசிக்கும்போது 'இன்று நாம் எதை இழந்திருக்கிறோம்? எதில் வளர்ந்திருக்கிறோம்?' என்பதைத் தெளிவாக அறிந்துகொள்ள முடிகிறது. அதற்காகவே லோட்டியை நாம் பாராட்ட வேண்டும்.

45. எரியும் பசி

போரில் உயிரை விடுவது மட்டுமில்லை வீரம்; தேசத்துக்காக மனசாட்சியோடு நடந்து கொள்வதும், அதிகார துஷ்பிரயோகத்தை எதிர்த்து குரல் கொடுப்பதும்கூட வீரமே. பல்வேறு வரலாற்று நிகழ்வுகள் இதனை நினைவூட்டுகின்றன.

இரண்டாம் உலகப் போரின் விளைவுகள் குறித்து நிறையப் புத்தகங்கள் எழுதப்பட்டுள்ளன. அதில் பெரும்பான்மையானது யூதர்களின் இனஅழிப்பு, நாஜி ராணுவத்தின் கொடுஞ்செயல்கள், உயிர் தப்பியவர்களின் நினைவலைகள் என எழுதப்பட்டவை.

ரஷ்யாவின் செஞ்சேனை எப்படி நாஜிப் படைகளை எதிர்த்துப் போரிட்டது என்பது குறித்து ரஷ்ய இலக்கியத் தில் நிறையப் படைப்புகள் வெளி வந்துள்ளன.

அந்த வரிசையில் வெளியாகியுள்ள புதிய நாவல் 'எலிஸ் பிளாக்வெல்' (Elise Blackwell) எழுதிய பசி. இந்தக் குறுநாவல் மிக முக்கிய வரலாற்று நிகழ்வான லெனின்கிராடு முற்றுகையின்போது உயிர்வாழ்வதற்காக மக்கள் எப்படிப் பசியோடு போராடினார்கள்? என்பதை உணர்வுப்பூர்வமாக விவரிக்கிறது.

இந்நாவலின் இன்னொரு சிறப்பு லெனின்கிராடில் இயங்கி வந்த விதைகள் ஆய்வு மையத்தில் இருந்த 2 லட்சத்துக்கும் மேற்பட்ட அரிய விதைகளின் சேகரத்தை நாஜி ராணுவத்திடம் இருந்து பாதுகாக்க, இளம் விஞ்ஞானிகள் எப்படிச் செயல்பட்டார்கள்? மக்கள் அதற்கு எப்படி ஒத்துழைத்தார்கள்? என்ற வரலாற்று உண்மையாகும்.

133 பக்கம் உள்ள இந்நூலைச் சிறப்பாகத் தமிழாக்கம் செய்திருப்பவர் ச.சுப்பாராவ். பாரதிப் புத்தகாலயம் இதனை வெளியிட்டுள்ளது.

இரண்டாம் உலகப்போரின்போது ரஷ்யாவின் லெனின்கிராடு நகரம் ஜெர்மானிய ராணுவத்தால் முற்றுகையிடப்பட்டது. 1941 செப்டம்பர் 8ஆம் தேதி தொடங்கிய இந்த முற்றுகை 872 நாட்கள் தொடர்ந்து 1944 ஜனவரி 27 விலக்கப்பட்டது.

30 லட்சம் மக்கள் வசித்த லெனின்கிராடு நகரம் ராணுவ முற்றுகையின் காரணமாக முற்றிலும் ஒடுங்கிப்போனது. உணவு, உடை, எரிபொருள் என அடிப்படைத் தேவைகள் எதுவும் கிடைக்கவில்லை.

தாங்க முடியாத கடும்குளிரில், பசியில், எரிபொருள் இன்றி, உணவு இன்றி, குடிநீர் கிடைக்காமல் மக்கள் கொத்துக் கொத்தாகச் செத்து மடிந்தார்கள். இரண்டரை ஆண்டு காலத்துக்குள் 6 லட்சத்துக்கும் மேற்பட்டவர்கள் இறந்துபோனதாகக் கூறுகிறது ஓர் ஆய்வு.

ஓர் ஆளுக்கு ஒரு நாளைக்கு 125 கிராம் ரொட்டி ரேஷனில் வழங்கப்பட்டது. அதுவும் பல நாட்கள் கிடைக்காமல் மக்கள் தவித்தார்கள். இன்னொரு பக்கம் இடைவிடாத நாஜிக்களின் தொடர்ந்த குண்டுவீச்சும், செஞ்சேனையின் பதில் தாக்குதலும் நடந்து வந்தன. லெனின்கிராடு நகரம் கடுமையான நெருக்கடிக்குள்ளும் வீழ்ந்துவிடாமல் எப்படி இறுதிவரை போராடியது என்ற வீரவரலாற்றை நினைவுகூர்கிறார் எலிஸ் பிளாக்வெல்.

நாவலின் கதையைச் சொல்பவர் ஒரு விஞ்ஞானி. அவர் லெனின்கிராடு முற்றுகையின்போது விதைகள் ஆய்வு மையத்தில் வேலை செய்தவர். தற்போது நியூயார்க் நகரில் வசித்துவருகிறார். அவரது நினைவுகளின் வழியாகவும் அலெனாவின் அனுபவங்கள் வழியாகவும் நாவல் விவரிக்கப்படுகிறது.

உலகின் முதல் விதைச் சேமிப்பு வங்கி 1894இல் ரஷ்யாவில் தொடங்கப்பட்டது. உலகெங்கும் தேடி அரிய வகை விதைகள் இங்கே சேமிக்கப்பட்டன. இந்த மையத்தின் இயக்குநராகச் செயல்பட்டவர் புகழ்பெற்ற உயிரியியலாளர் நிகோலாய் வாவிலோவ்.

இவர் 1920 முதல் 1930 வரை 10 ஆண்டுகள் 65 நாடுகளில் சுற்றியலைந்து, அரிய விதைகளை எல்லாம் சேகரித்துவந்து மரபணு பரிசோதனைகளை மேற்கொண்டு வந்தார். இந்தப் பயணத்தில் இந்தியாவுக்கும் வந்து கோதுமை வகைகளைச் சேகரித்துச் சென்றுள்ளார் வாவிலோவ்.

ஸ்டாலின் காலத்தில் விவசாயத்துறையைத் தன் கட்டுப்பாட்டுக்குள் கொண்டு வந்த லைசென்கோவின் தூண்டுதல் காரணமாக, தேசத் துரோகி எனக் குற்றம் சாட்டப்பட்டு வாவிலோவ் கைது செய்யப்பட்டார். சிறையில் அடைக்கப்பட்டு சித்ரவதை

வீடில்லாப் புத்தகங்கள் | 187

செய்யப்பட்ட வாவிலோவ் பட்டினிக் கொடுமை தாங்கமுடியாமல் இறந்துபோனார். அவரது உடல் சிறையிலேயே புதைக்கப்பட்டது.

அவரோடு வேலை பார்த்த பல இளம் விஞ்ஞானிகளும் ஊழியர்களும் கைது செய்யப்பட்டார்கள். சிலர் நாடு கடத்தப்பட்டார்கள். ஒருசிலர் கூட்டுப்பண்ணை வேலைகளுக்கு அனுப்பி வைக்கப்பட்டார்கள். எஞ்சியவர்கள் வாவிலோவின் விதைச் சேகரிப்பு களைக் காப்பாற்ற போராடினார்கள். அந்தத் துயரம் தோய்ந்த நாட்களைத்தான் எலிஸ் தனது நாவலில் விவரிக்கிறார்.

பாபிலோனியர்கள் மருத்துவ மூலிகைகளையும் அபூர்வமான பழங்களையும் சேகரிக்க உலகம் முழுவதும் பயணித்ததை விவரிக்கிறார் கதைச் சொல்லி. உலகின் முதல் தாவரவியல் தோட்டத்தை உருவாக்கியது பாபிலோனி யர்களே. அவர்களின் விவசாயமுறை பொறாமைப்பட வைப்பதாகும்.

பாபிலோனியர் உணவில் பார்லிதான் முக்கியத் தானியம். பார்லி மூட்டைகளை வைத்து எதை வேண்டுமானாலும் வாங்கலாம். அப்போது வெள்ளியை விடவும் பார்லிக்கு விலை அதிகம் இருந்தது. தாங்களும் பாபிலோனியர்கள் போலவே உலகெங்கும் தேடி விதைகளைச் சேகரித்து வருபவர்களே என்கிறார் கதைச் சொல்லி. இதுபோலவே பசி, பட்டினி காரணமாக லெனின்கிராடு எப்படி அவதிப்பட்டது? என்பதை ஆவணப்படக் காட்சி போல எலிஸ் பிளாக்வெல் விவரிக்கிறார்:

ஜெர்மனியக் குண்டுவீச்சுக்கு நடுவே தாவரவியலாளர்கள் நகரைப் பாதுகாப்பதில் களமிறங்கினர். பட்டினியைச் சமாளிக்க உண்ணத் தகுந்த காளான்களை உற்பத்தி செய்தார்கள். கரிப்பாசியில் இருந்து ஆன்டிசெப்டிக் மருந்து தயாரிக்கும் முறையைக் கண்டுபிடித்தார்கள்.

'ஒரு துண்டு ரொட்டிக்கு மாற்றாக ஒரு பியானோவைப் பெறலாம்' என ஒரு கடையில் அறிவிப்புப் பலகைகூடத் தொங்கியது. இன்னோர் இடத்தில் மக்கள் எரிபொருள் இல்லாமல் புத்தகங்கள், துண்டு பிரசுரங்களை எரித்துக் குளிர்காய ஆரம்பித்தார்கள். புத்திசாலிக் குழந்தை பிழைத்துக் கொள்ளட்டும் என மக்கு குழந்தையைப் பட்டினி போட்டாள் ஒரு தாய்.

ஒரு ரேஷன் அட்டைக்காக சொந்த சகோதரனை வெட்டி கொலை செய்தான் ஒருவன். மனிதர்களின் கை எட்டும் உயரத்தில்

எந்த மரத்திலும் மரப் பட்டைகள் இல்லை. எல்லாம் உரிக்கப்பட்டுக் காய்ச்சி குடிக்கப் பட்டிருந்தது.

நாய், பூனை, காக்கை, எலி, பெருச்சாளி என்று எல்லா உயிரினங்களும் உண்ணப்பட்டன. தோல் ஆடைகள், பெல்ட்டுகள், தோல் காலுறைகள் போன்றவற்றைக் கொண்டு சூப் தயாரித்துக் குடித்தார்கள். ஒரு துண்டு ரொட்டிக்காக பெண்கள் உடலை விற்பதும், பல நாட்களாக குழந்தைகளுக்கு உணவு கிடைக்கவில்லை என்பதற்காக அவர்களைக் கொன்று புதைப்பதும் சாதாரணமாக நடந்தேறின.

இப்படி எல்லாம் உயிருக்குப் போராடியச் சூழலில் கூட லெனின்கிராடுவாசிகள் விதைகள் ஆராய்ச்சி மையத்தில் இருந்த தானியங்களைத் திருடவில்லை. அவை தேசியச் சொத்து. அடுத்தத் தலைமுறைக்காகப் பாதுகாக்கப்படும் இயற்கை செல்வம் என்பதை உணர்ந்திருந்தார்கள். ஆகவே விதைகளைக் காப்பாற்றப் போராடினார்கள்.

1942 நவம்பரில் தாங்க முடியாத கடுங்குளிர் அடித்தது. அப்போது குளிராலும் பட்டினியாலும் 50 ஆயிரத்துக்கும் மேற்பட்டவர்கள் இறந்துபோனார்கள். அவர்களை மொத்தமாகப் புதைக்க சறுக்கு வண்டியில் கொண்டுபோய் கல்லறையில் குவித்தார்கள். பள்ளம் தோண்ட ஆள் கிடைக்காமல் டைனமெட் வெடி உபயோகிக்கப்பட்டது. அந்தக் குழிகளுக்குள் உடல்களை அள்ளிப் போட்டு மூடினார்கள். நகரமே ஒரு பெரிய இடுகாடு போல உருமாறியிருந்தது எனப் போரின் கொடுமையை நெகிழ்ச்சியோடு விவரிக்கிறார் எலிஸ்.

தன் உயிரை இழந்து அரிய விதைகளைக் காப்பாற்றிய ரஷ்ய இளம் விஞ்ஞானிகளின் கதை, பராம்பரிய விதைகள் களவு போய்க் கொண்டிருக்கும் இந்தியச் சூழலுக்கு ஓர் எச்சரிக்கை மணி போலவே ஒலிக்கிறது.

46. உருமாறும் கிராமங்கள்

கிராமம் என்றாலே வறுமையான, படிக்காத, நாகரிகமற்ற மனிதர்கள் வாழுமிடம் என்றொரு பிம்பம் உள்ளது. இன்னொரு பக்கம், கிராமம் என்பது பசுமையான, எளிமையான, சூது வாது தெரியாத அற்புதமான மனிதர்கள் வாழுமிடம் என்ற பிம்பமும் நம்மிடம் இருக்கிறது. இந்த எதிரெதிரான இரண்டு பிம்பங்களும் மனதில் ஆழமாக வேரூன்றியிருக்கின்றன. உண்மையில் இவை இரண்டும் உருவாக்கப்பட்டுக் கட்டமைக்கப்பட்ட பிம்பங்களே.

இன்று கிராமத்தின் இயல்பும், வாழ்க்கை முறையும், பொருளாதார நிலையும் மாறியுள்ளது. பைக், டிராக்டர், செல்போன், இணையம், பேஸ்புக், கிரிக்கெட், நூடுல்ஸ், வீடியோ கேம் எனச் சகலமும் கிராமத்துக்குள் வந்துவிட்டன. கிராமம் தன்னுடைய இயல்பான அடையாளத்தை உதறி, புதிய தோற்றம் கொண்டுவிட்டது. ஆனாலும் சாதியும் ஒடுக்குமுறையும் கிராமத்தைவிட்டு இன்னமும் விலகவே இல்லை.

தமிழகக் கிராமங்கள் 150 வருஷங்களுக்கு முன்பு எப்படி இருந்தன என்பது குறித்து, தோட்டக்காடு ராமகிருஷ்ண பிள்ளை 'ஒரு இந்தியக் கிராமத்தின் கதை' என்ற புத்தகத்தை எழுதியிருக்கிறார். ஆங்கிலத்தில் எழுதப்பட்ட இந்த நூலை சரவணன் மொழியாக்கம் செய்திருக்கிறார். சந்தியா பதிப்பகம் வெளியிட்டுள்ளது.

வட்டிக்கு விடுபவர், வைத்தியர், வாத்தியார், ஆசாரி, மாடு மேய்ப்பவர், விவசாயி எனப் பல்வேறு மனிதர்கள் குறித்தும், அவர்களின் வாழ்க்கைமுறை பற்றியும் இதில் ராமகிருஷ்ண பிள்ளை விவரித்திருக்கிறார். அத்தோடு கிராமத்துக்கு வரும் பாம்பாட்டி செய்யும் அற்புதங்கள், குறத்தியின் வருகை, குறிசொல்பவர்களின் வருகை, கிராமத்தில் நடைபெறுகிற கூத்து பற்றியெல்லாம் சுவாரஸ்யமான தகவல்களைத் தருகிறார்.

அவரது குடும்பத்தில் ஆயுதபூஜையையொட்டி, எப்படிப் பாரத ஏடுகளுக்குப் பூஜை செய்து பாடுவார்கள்? என்பதையும், பாரதம் படிக்கும் பழக்கம் எப்படிக் கிராமத்தில் வேரூன்றியிருந்தது? என்பதையும் விவரித்துள்ளார்.

100 வருடங்களுக்கு முந்தைய கிராம வாழ்க்கையை 'ஒரு இந்தியக் கிராமத்தின் கதை' விவரிக்கிறது என்றால், 50 வருடங்களுக்கு முந்தைய தென்தமிழகக் கிராமம் ஒன்றின் வாழ்க்கையை விவரிக்கிறது ந.முருகேச பாண்டியன் எழுதிய 'கிராமத்துத் தெருக்களின் வழியே' என்ற புத்தகம்.

உயிர்மைப் பதிப்பகம் வெளியிட்டுள்ள இந்தப் புத்தகத்தில், முருகேச பாண்டியன் தனது சொந்த ஊரான சமயநல்லூர், கடந்த 50 ஆண்டுகளில் அடைந்துள்ள அரசியல், பொருளாதார, பண்பாட்டு மாற்றங்கள் குறித்து விரிவாகப் பதிவு செய்திருக்கிறார்.

கடந்த காலம் என்பது மொழியின் வழியே நினைவுகளாக எல்லோருக்குள்ளும் பதிவாகியுள்ளது. மொழி என்பது முன்னர் எப்போதோ நடைபெற்ற சம்பங்கள் அல்லது அனுபவங்களின் நினைவாக இருப்பதனால்தான் 'வரலாறு சாத்தியப்படுகிறது. இன்று நம் கண் முன்னால் நடைபெற்றுக் கொண்டிருக்கும் நிகழ்வுகள் யாவும் வரலாற்றின் தொடர்ச்சிகள். ஒவ்வொரு தனி மனிதனுக்குள்ளும் மன அடுக்குகளில் பதிவாகியுள்ள அனுபவங்கள் ஏராளம். கொண்டாட்டங்களுக்கும் துயரங்களுக்கும் காரணமான மனம், காலப்போக்கில் சிலவற்றை மறந்துவிடுகிறது. சிலவற்றை விடாப்பிடியாகத் தக்கவைத்துக் கொள்கிறது எனத் தனது முன்னுரையில் இந்நூலை எழுதிய காரணத்தைச் சொல்கிறார் முருகேச பாண்டியன்.

கிராமத்தின் 50 ஆண்டுகால சாட்சியாகத் தன்னை உணரும் முருகேச பாண்டியன், "கிராமத்தில் சாதி, மதம், தொழில் என ஒவ்வொருவரின் அடையாளமும் எல்லையும் வரையறுக்கப்பட்டுள்ளது. உண்மையில் கிராமம் என்பது கண்காணிப்புக்கு உட்பட்ட இறுக்கமான அமைப்பு" என்கிறார்.

'பேய்களும் முனிகளும் உறைந்திடும் கிராமத்துவெளிகள்' என்ற அத்தியாயத்தில் கிராமத்தில் பேய் குறித்த பயம் எப்படி ஏற்படுகிறது? எதனால் பேயை நம்புகிறார்கள்? என அதன் உள வியல், சமூகக் காரணங்களை ஆராய்கிறார்.

மனிதனின் அடிப்படை உணர்ச்சியான பயத்துக்கும், பேய் நம்பிக்கைக்கும் நெருங்கிய தொடர்பு உண்டு. நீலி, பேய்ச்சி, முனியப்பன், காடமர் செல்வி எனப் பேய்களுக்குத் தமிழர்கள் சூட்டிய பெயர்கள் ஏராளம்.

தற்கொலை, அல்லது விபத்தில் அகால மரணம் அடைந்த மனித உயிர்கள் பேய்களாக உலாவும் என்பது கிராமத்தில் வலுவான நம்பிக்கையாக இருந்தது. முனிகள் என்பவை கொஞ்சம் நல்லது செய்பவை. ஆனால் அவை கோபம் மிக்கவை. உச்சிவேளைகளில் அல்லது நள்ளிரவுகளில் முனி உலா வரும்போது மனிதர்கள் எதிரில் வந்தால் அடித்துப் போட்டுவிடும் என்ற பயம் மக்களிடையே இருந்தது.

சிறுவர்களிடம் பேய் குறித்த பயத்தைப் பெரியவர்களின் பேச்சுகளே தூண்டிவிட்டன. இன்று அறிவியல் வளர்ச்சியின் காரணமாக மின்சாரம் வந்தபிறகு பேய்கள் இல்லை என மனம் நம்பியபோதும், இருட்டில் தனியே நடக்கும்போது பேய் பயம் விலகவில்லை என்பதுதான் உண்மை எனக் கூறுகிறார் முருகேச பாண்டியன்.

இது போலவே கிராமத்துக்கு வரும் மணியாட்டிகள் பற்றிய அவரது நினைவுக்குறிப்பு மிக முக்கியமானது.

அறுவடை நேரம் கிராமத்தில் ஆணுக்கும் பெண்ணுக்கும் உட்கார நேரம் இருக்காது. அந்த மாதத்தில் மணியாட்டிக்காரர்கள் ஊருக்குள் நுழைவார்கள். அவர்களுக்கு நாழிக்காரர் என்று இன்னொரு பெயர் இருந்தது. வெள்ளையிலான நீள அங்கியை உடலில் அணிந்திருப்பார்கள். தலையில் வெள்ளைத் தலைப்பாகை, அதில் பித்தளைப் பிறை இருக்கும். பிறையின் நடுவில் மயிலிறகு செருகப்பட்டிருக்கும். வெண்கலத்தினால் ஆன பெரிய மணியை வைத்திருப்பார்கள். தோளில் நெல் வாங்குவதற்குப் பெரிய பையைக் கோத்திருப்பார்கள். இன்னொரு கையில் கம்பு இருக்கும்.

இடது கையில் வைத்திருக்கும் மணியை ஆட்டிக்கொண்டே வீடு வீடாகப் போவார்கள். வீட்டு வாசலில் நின்று மணியை ஆட்டியவாறு பாடத் தொடங்குவார்கள். அந்தப் பாடல் வாழ்த்துவது போலிருக்கும். "பொலி பெருக! பட்டி பெருக! களம் பொலிக!" என்று வாழ்த்துவார்கள். இதனால் கேட்பவர்களுக்கு மனநிறைவு ஏற்படும்.

நெல் கொண்டுவந்தால் நாழி அளவு நெல் பிடிக்கும் மணியைக் கவிழ்த்துப் பிடித்து இரு தடவைகள் நெல்லை வாங்கிக்கொள்வார்கள். நெல் அல்லது பணம் வாங்கிய வீட்டுச் சுவரில் காவி கட்டியினால் ஏதோ கிறுக்கிவிட்டுப் போவார்கள்.

இந்தப் புத்தகத்தின் மிகச்சிறப்பான கட்டுரை, கிராமத்தில் இருந்த சிறார் விளையாட்டுகள். நினைவில் இருந்து அதைத் துல்லியமாக ந.முருகேச பாண்டியன் விவரிக்கும் விதம் ஆச்சர்யமூட்டுகிறது.

வானத்தில் கொக்கு பறக்கும்போது கூடவே கைகளை உயர்த்திக்கொண்டு 'கொக்கு பூ போடும்' என நம்பி "கொக்கு பற பற" எனக் கத்திக் கொண்டு ஓடும் சிறார்களைப் பற்றி வாசிக்கும்போது நாமும் கொக்கின் பின்னால் ஓடுகிறோம்.

கிராமத்துக்கு வருகை தரும் குடுகுடுப்பைக்காரர், பூம் பூம் மாட்டுக்காரர், பந்தயம் கட்டி இரவு பகலாக சைக்கிள் ஓட்டும் சாகசகாரர் எனக் கிராமத்துக்குள் வந்து போன மனிதர்களையும் மறக்காமல் பதிவு செய்திருக்கிறார்.

180 பக்கங்களுக்குள் ஒரு கிராமத்தின் 50 ஆண்டுகால மாற்றங்களை ஆவணப்படம் போலக் காட்சிப்படுத்திக் காட்டியுள்ளார் ந.முருகேச பாண்டியன். அவ்வகையில் இதை ஒரு முக்கியச் சமூக ஆவணமாகவே நாம் எடுத்துக் கொள்ள வேண்டும்.

47. எண்ணியல் நாயகன்

எனது வீட்டின் அருகில் உள்ள சாலையில் பிளாஸ்டிக் பொருட்கள் விற்கும் கடை ஒன்றைக் கண்டேன். 10 ரூபாய், 20 ரூபாய் தொடங்கி 200 ரூபாய் வரையில் விதவிதமான பொருட்கள்.

யார் எத்தனை பொருட்கள் எடுத்தாலும் நிமிடத்துக்குள் கணக்குக் கூட்டித் தொகையைச் சொல்லிக் கொண்டிருந் தார் கடைக்காரப் பெண்மணி.

ஒரு தாயும், பள்ளி யூனிஃபார்ம் அணிந்த மகளும் பிளாஸ்டிக் தட்டுகள், வாட்டர் பாட்டில் என ஐந்தாறு பொருட்களை எடுத்துக்கொண்டு விலை கேட்டார்கள். 170 ரூபாய் என அந்தப் பெண்மணி சொல்லி முடித்தவுடன், கணக்கு சரிதானா? எனத் தன் மகளிடம் பார்க்கச் சொன்னார் அம்மா.

உடனே அந்தச் சிறுமி “கால்குலேட்டர் கொண்டுவரவில்லையே” என்றாள்.

“சின்ன கணக்குத்தானே, இதுக்குக் கூடவா கால்குலேட்டர் வேணும்?” என அம்மா திட்டியதும், “உன் செல்போனைக் கொடு” என்று வாங்கி அதில் இருந்த கால் குலேட்டரைப் பயன்படுத்தி கணக்குப் போட்டு தொகையைச் சொன்னார் மகள்.

அம்மா 500 ரூபாயை எடுத்து நீட்டியதும் கடைக்காரப் பெண் சிரித்தபடியே, “இதில் 170 போனால் மீதி எவ்வளவு?” என அந்தச் சிறுமியிடம் கேட்டார். அதற்கும் சிறுமி கால்குலேட்டரை அமுக்கினாள்.

மீதிப் பணத்தை நீட்டியபடியே கடைக்காரப் பெண்மணி “கணக்கை மனசுல போடணும். இப்படிச் செல்போன்ல போடக்கூடாது” என்றார்.

அவர் சொன்னது உண்மை. முன்பெல்லாம் பலசரக்குக் கடையில் இருந்து பெரிய ஜவுளிக் கடை வரைக்கும் துல்லியமாகக் கணக்குப் போடுகிற கணக்காளர்கள் இருந்தார்கள். நிமிடத்தில் கூட்டி, கழித்து பதில் சொல்லிவிடுவார்கள். எவ்வளவு கூட்டம் இருந்தாலும் ஒரு ரூபாய் கூடுதல், குறைவு வரவே வராது.

இப்போதெல்லாம் ஆண்டுக்கு ஆண்டு கணிதப் பாடத்தில் நூற்றுக்கு நூறு மதிப்பெண் வாங்குகிற மாணவர்கள் கூடிக்கொண்டே இருக்கிறார்கள். ஆனால், மனக்கணக்குப் போடும் திறன் குறைந்துகொண்டே வருகிறது.

"இந்தியர்களுக்கு இயல்பிலேயே கணிதமூளை. அவர்களால் எவ்வளவு சிக்கலான கணக்கையும் எளிதாகப் போட்டுவிட முடியும்" என்கிறார் கணித அறிஞர் மார்விக். ராமானுஜத்தின் சாதனைகளை உலகமே கொண்டாடுகிறது. அவரது வாழ்க்கை வரலாற்றை இயக்குநர் ஞானராஜசேகரன் 'ராமானுஜம்' என்ற சிறந்த படமாக உருவாக்கியிருக்கிறார்.

ராமானுஜத்தின் வாழ்க்கை வரலாற்றை விரிவாக அறிந்துகொள்ளத் துணைசெய்கிறது நேஷனல் புக் டிரஸ்ட் வெளியிட்டுள்ள ராபர்ட் கனிகல் எழுதிய 'அனந்தத்தை அறிந்தவன்' என்கிற புத்தகம். தமிழாக்கம் செய்திருப்பவர் பி.வாஞ்சிநாதன்.

ராமானுஜத்தின் 125ஆவது ஆண்டு நிறைவை முன்னிட்டு இந்திய மொழிகள் அனைத்திலும் இந்நூலைக் கொண்டு வர வேண்டும் என ராமானுஜம் கணிதவியற் கழகம் முடிவு செய்து வெளியிட்டுள்ளது.

ராமானுஜத்தின் பிறப்பில் இருந்து அவரது இறுதிநாட்கள் வரை விரிவாக ஆராய்ந்து எழுதியிருக்கிறார் கனிகல். இதற்காக அவர் தமிழகத்துக்கு வந்து ஆய்வு செய்திருக்கிறார். ஊர் ஊராகச் சுற்றி ராமானுஜமுடன் தொடர்புள்ள அத்தனை மனிதர்களையும் சந்தித்திருக் கிறார். இந்நூலில் நிறையப் புகைப்படங்களும் ஆவணங்களும் இணைக்கப்பட்டுள்ளன.

ராமானுஜத்தின் முக்கியக் கணித சூத்திரங்களும் அதற்கான விளக்கங்களும் விவரிக்கப்பட்டுள்ளன. ராமானுஜத்தின் வாழ்க்கையை விவரிப்பதுடன் அன்றைய கல்விமுறை, திருமணம், பண்பாட்டுச் சூழல், குடும்ப அமைப்பு, ஜாதி, பிரிட்டிஷ் அரசாட்சி ஆகியவற்றை கனிகல் நுட்பமாக எழுதியிருப்பது இந்நூலின் சிறப்பாகும்.

கணிதமேதை ராமானுஜம், தீவிரமான கடவுள் நம்பிக்கை கொண்டவர். ஆனால், அவரை ஆதரித்த இங்கிலாந்தைச் சேர்ந்த கணிதப் பேராசிரியர் ஹார்டி, கடவுள் நம்பிக்கையற்றவர். பொதுவாக கணிதமேதைகள் பலரும் கடவுள் நம்பிக்கையற்றவர்களே. ஆகவே, அவர்களுக்கு ராமானுஜத்தின் கடவுள் நம்பிக்கையும் வழிபாடும் விசித்திரமாகத் தோன்றின என்கிறார் கனிகல்.

ராமானுஜத்தின் தந்தை சீனிவாச ஐயங்கார் பட்டுப் புடவைக் கடை ஒன்றில் கணக்கராக வேலை செய்தார். துணியின் தரத்தை மதிப்பீடு செய்வதில் அவர் தேர்ச்சி பெற்றவர். கடை, வீடு என அவரது உலகம் லௌகீக விஷயங்களுடன் மிகச் சுருங்கியது.

லண்டனில் இருந்து ராமானுஜம் தனது தந்தைக்கு எழுதிய கடிதங்களில் பெரும்பாலும் குடும்ப விஷயங்களும், வீட்டுச் சாக்கடை வழிந்து வராமல் இருக்கச் செய்ய வேண்டிய வழிமுறைகள் போன்ற சாதாரண விஷயங்களே இடம்பெற்றிருந்தன. ஆனால், தனது அம்மாவுக்கு எழுதிய கடிதங்களில் ஐரோப்பாவில் உள்ள போர்ச் சூழல், போரில் விமானங்கள் பயன்படுத்தபட்ட விதம், ஆங்கிலேயர்களுக்கு ஆதரவாக இந்தியர்கள் பங்கேற்பது போன்ற உலக விஷயங்களை ராமானுஜம் எழுதியிருக்கிறார். காரணம், அவருடைய அம்மாவுக்கு உலக விஷயங்களை அறிந்துகொள்வதில் அதிக ஆர்வம் இருந்ததுதான்.

ஏழைக் குடும்பத்தைச் சேர்ந்த ஜானகி என்ற பெண்ணை, ராமானுஜம் திருமணம் செய்துகொண்டபோது ஜானகிக்கு வயது 9. அவருடைய தந்தைக்கு இந்தத் திருமணத்தில் இஷ்டமில்லை என்பதால் அவர் திருமணத்துக்கே வரவில்லையாம்.

பிரான்சிஸ் ஸ்பிரிங் தலைமையில் இயங்கிய சென்னை துறைமுகத்தில் ராமானுஜத்துக்கு எழுத்தர் வேலை கிடைத்தது. அப்போது ஜார்ஜ் டவுனில் உள்ள முத்தையா முதலித் தெருவில் வசிக்கத் தொடங்கினார்.

துறைமுகத்தில் வேலை செய்த நாட்களிலும் கணித ஆய்வுகளில்தான் முழுமையாக ஈடுபட்டுக் கொண்டிருந்தார் ராமனுஜம். 1913 ஜனவரி 16ஆம் நாள், கேம்பிரிட்ஜ் பேராசிரியர் ஜி.எச். ஹார்டிக்குத் தனது கணித ஆய்வுகள் குறித்து ஒரு கடிதம் எழுதினார். அதுதான் ராமானுஜத்தின் வாழ்க்கையில் திருப்புமுனையாக அமைந்தது. ஹார்டி இல்லையேல் ராமானுஜத்தை உலகம் அறிந்திருக்கவே முடியாது. இந்நூல் ஹார்டின் வரலாற்றையும் விவரிக்கிறது.

கல்வி பயில இங்கிலாந்து சென்ற ராமானுஜத்துக்குச் சைவ உணவு பழக்கம் பெரும்பிரச்சினையாக இருந்தது. அவராகவே சமைத்துச் சாப்பிட்டுள்ளார். இங்கிலாந்தின் குளிரையும் அவரால் தாங்க முடியவில்லை. நோயுற்று மருத்துவமனையில் அனுமதிக்கப்பட்டார். நடுங்கும் குளிரில், தனிமையில் மிகவும் கஷ்டப்பட்ட நிலையில் தனது கணித ஆய்வுகளைத் தொடர்ந்திருக்கிறார் ராமானுஜம்.

கேம்பிரிட்ஜ் பல்கலைக்கழக மாணவர்கள் தினமும் 2 மணி நேரத்தை விளையாட்டுக்கென்று ஒதுக்கிவிடுவார்கள். யாரும் அறைக்குள்ளேயே அடைந்து கொண்டிருக்கமாட்டார்கள். ஆனால், ராமானுஜத்துக்கு விளையாட்டில் ஆர்வமே இல்லாமல் போனது. கணிதம் மட்டுமே அவரது உலகமாக இருந்தது.

உடல்நலக் குறைவு காரணமாக ராமானுஜம் மருத்துவமனையில் சேர்க்கப்பட்டிருந்தார். அவரைப் பார்க்க ஹார்டி வாடகைக் காரில் வந்து இறங்கினார். அந்தக் காரின் எண்: 1729. அதைக் கண்ட ராமானுஜம் "1729 இது மிகவும் தனித்துவமான எண். இரண்டு கன சதுரங்களின் கூட்டுத் தொகையாக இருவேறு முறைகளில் சொல்லக் கூடிய மிகச் சிறிய எண் என்று விளக்கினாராம். அதனால் 'ராமானுஜம் எண்' என்று 1729 அழைக்கப்படுகிறது.

சுடர்விடும் கணித அறிவு அவரைத் தீவிரமாக இயங்க வைத்தது. ஆனால் பிரிவும், தனிமையும், வறுமையும் அவரை முடக்கியது. நோயுற்ற நிலையில் இந்தியாவுக்குத் திரும்பியுள்ளார் ராமானுஜம். சிகிச்சைக்காக கொடுமுடிக்குச் சென்றார். ஆனால், காசநோய் முற்றிய நிலையில் உடல் மேலும் நலிந்து போனது. 1920 ஏப்ரல் 26 அன்று சென்னையில் அவரது உயிர் பிரிந்தது.

நம்மிடையே இன்னும் எத்தனையோ ராமானுஜம்கள் அறியப்படாமல் இருகக்கூடும். அவர்களை அடையாளம் காணவும், வழிநடத்தவும், சாதனை செய்யத் துணை நிற்கவும் ராமானுஜத்தின் வாழ்க்கை ஒரு பாடமாக அமைகிறது.

48. ரத்த சாட்சியம்

இந்திய பாகிஸ்தான் பிரிவினையின்போது ஏற்பட்ட வன்முறை, துயரங்கள், குரூரங்கள் குறித்து எழுதியவர்களில் சதத் ஹசன் மண்டோவும், கர்த்தார் சிங் துக்கலும் முக்கிய மானவர்கள். உருது இலக்கியம் பிரிவினையின் துயர நிகழ்வுகள் குறித்த சிறப்பான படைப்புகளைக் கொண்டுள்ளது.

பிரிவினை குறித்து காந்தியடிகள், “என் பிரேதத்தின் மீதுதான் தேசம் துண்டாடப்பட வேண்டும்” எனக் கூறினார். ஆனால், அவரது வேண்டுகோள் யாராலும் கண்டுகொள்ளப்படவே இல்லை.

பிரிவினையின்போது ஏற்பட்ட மதக் கலவரங்களால் அதிகம் பாதிக்கப்பட்டது லாகூர், அமிர்தசரஸ், பஞ்சாப் பகுதிகளே. லட்சக்கணக்கில் மக்கள் தங்கள் சொந்த வீடுகளை விட்டு வெளியேறினார்கள். எல்லையைக் கடந்துசெல்ல மாட்டுவண்டிகளிலும், கால்நடையாகவும் கையில் கிடைத்தவற்றைத் தூக்கிக்கொண்டு நடந்தார்கள். பிரிவினையின்போது கொல்லப்பட்ட மக்களின் எண்ணிக்கை சுமார் 2 லட்சத்தில் இருந்து 10 லட்சத்துக்கும் அதிகமாகக் கணக்கிடப்பட்டது. சுமார் 1 கோடியே 40 லட்சம் பேர் இந்திய பாகிஸ்தான் எல்லைக்கோட்டைக் கடந்து இருபுறமும் சென்றார்கள் என்கிறது ஒரு புள்ளிவிவரம்.

மதக்கலவரத்தின்போது பெண்களுக்கு மிக மோசமான வன்கொடுமைகள் இழைக்கப்பட்டன. தங்கள் வீட்டுப் பெண்களைப் பிற மதத்தினர் கைப்பற்றிவிடக் கூடாது என்பதற்காக, தாங்களே கொன்று குவித்த துயர நிகழ்வுகளும் நிறைய நடந்துள்ளன.

ரத்தக்கறை படிந்த இந்த வரலாற்றை இலக்கியம் மிகத் துல்லியமாகப் பதிவுசெய்துள்ளது. உருது எழுத்தாளரான சதத் ஹசன் மண்டோவின் ‘டோபா டேக் சிங்’ என்ற சிறுகதை இதற்கு ஓர் உதாரணம்.

பிரிவினைக்குப் பிறகு இந்தியாவுக்கும் பாகிஸ்தானுக்கும் தங்கள் வசமுள்ள பைத்தியக்காரர்களையும் இடம் மாற்றிக் கொள்ளவேண்டும் என்று ஓர் எண்ணம் ஏற்பட்டது.

அதாவது இந்தியாவில் உள்ள பைத்தியக்கார விடுதிகளில் உள்ள முஸ்லிம்கள் பாகிஸ்தானுக்கு அனுப் பப்படவேண்டும். பாகிஸ்தானில் உள்ள இந்து மற்றும் சீக்கியப் பைத்தியக்காரர்களை இந்தியா வசம் ஒப்படைக்க வேண்டும் என்று முடிவு செய்யப்பட்டு நாள் குறிக்கப் பட்டது.

லாகூரில் இருந்த ஒரு பைத்தியக்கார விடுதியில் ஒரு சீக்கியர் மனநலம் குன்றியிருந்தார். அவரது உண்மையான பெயர் 'பிஷன் சிங்'. ஆனால், அவரை 'டோபா டேக் சிங்' என்று கேலியாக அழைத்தார்கள். அதற்குக் காரணம் 'டோபா டேக் சிங்' என்பது அவரது சொந்த ஊர். அது பஞ்சாப் மாநிலத்தின் சின்னஞ்சிறிய கிராமம்.

பிரிவினையின்போது அந்தக் கிராமம் இந்தியாவில் உள்ளதா? அல்லது பாகிஸ்தானில் உள்ளதா? என்று அந்த மனநல விடுதியில் உள்ள யாருக்கும் தெரியவில்லை.

15 ஆண்டுகளாக 'டோபா டேக் சிங்' ஒருநாள்கூடத் தூங்கியதே இல்லை. சதா நின்று கொண்டு தனக்குத் தானே புலம்பிக்கொண்டிருப்பார். பைத்தியங்களைப் பரிமாற்றிக் கொள்ளும் நாளில், இரண்டு தேசங்களும் அவரை 'தங்கள் நாட்டைச் சேர்ந்தவர் இல்லை' என வெளியே அனுப்ப முயன்றன. எங்கே போவது எனப் தெரியாமல் அவர் அலறினார். செய்வது அறியாமல் இரவெல்லாம் எல்லையிலேயே நின்று கொண்டிருந்தார்.

விடிகாலையில் அவர் தரையில் தலைகுப்புற சரிந்து விழுந்து கிடந்தார். அவரது தலை இந்தியாவை நோக்கியும் பாதங்கள் பாகிஸ்தான் அமைந்த திசையிலும் அசையாது கிடந்தன. அவரது முகம் புதைந்திருந்த துண்டு நிலத்துக்கு எந்தப் பெயரும் இல்லை எனக் கதை முடிகிறது.

பஞ்சாபி இலக்கியத்தின் மிக முக்கியமான எழுத்தாளர் கர்த்தார் சிங் துக்கல் (Kartar Singh Duggal). சாகித்ய அகாடமி பரிசு பெற்றவர். இந்தியப் பிரிவினை குறித்து முக்கியமான கதைகளை எழுதியிருக்கிற இவரது குறிப்பிடத் தகுந்த நாவல் 'இருமுறை பிறந்து, இரு முறை இறந்து' என்பதாகும்.

துக்கலின் 'பௌர்ணமி இரவு' மற்றும் சில கதைத் தொகுப்பினை சாகித்ய அகாடமி வெளியிட்டுள்ளது. லதா ராமகிருஷ்ணன் இந்தக் கதைகளை சிறப்பாக மொழியாக்கம் செய்திருக்கிறார்.

இவற்றில் 'குல்ஸீம்' என்ற துக்கலின் சிறுகதை மறக்க முடியாதது.

மதக் கலவரத்தின்போது கிடைத்த ஓர் இளம்பெண்ணைத் தூக்கிக்கொண்டு வந்துவிடுகிறான் ஒரு கிழவன். அந்தப் பெண்ணை பள்ளி ஆசிரியராக உள்ள தனது எஜமானனுக்குப் பரிசாகத் தருகிறான்.

தூக்கிவரப்பட்ட பெண்ணின் பெயர் குல்ஸீம். பள்ளி ஆசிரியன் ஓர் இளைஞன். தூக்கிவரப்பட்ட பெண்ணை அனுபவித்துக்கொள்ளும்படி அந்தக் கிழவன் ஆசிரியரின் குடிசைக்குள் விட்டுச் சென்றவுடன், அந்த ஆசிரியனுக்கு என்ன செய்வது என்றே தெரியவில்லை.

தயக்கத்துடன் அவளை அணுகுகிறான். அவளோ கைகூப்பியபடியே தன்னை விட்டுவிடும்படி கெஞ்சுகிறாள். இளைஞனின் காமம் அவனை மூர்க்கமடையச் செய்கிறது.

அவள் நடுங்கியபடியே, "என்னை அடைய வேண்டுமானால் என்னைத் திருமணம் செய்துகொள். நான் உன் குழந்தைகளுக்கு நல்ல தாயாக இருப்பேன்" என்று மன்றாடுகிறாள்.

ஆனாலும் அந்த இளைஞன் அவளது கையைப் பிடித்துப் பலவந்தமாக இழுக்கிறான்.

அவள் கண்ணீர் மல்க, "எனக்குக் கல்யாணம் நிச்சயமாகியிருந்தது. உன் வயதையொத்த ஒருவன்தான் மாப்பிள்ளை. ஆனால் மதக் கல வரத்தின்போது ஒரு கும்பல் அவனைச் சுற்றிவளைத்து வெட்டிக் கொன்று விட்டது. என்னுடைய பெற்றோரும் கொல்லப்பட்டுவிட்டார்கள். நான் மட்டும் உயிர் பிழைத்துத் தப்பியோடியபோதுதான் இந்தக் கிழவன் கையில் மாட்டிக்கொண்டேன். நான் என்னை உனக்குத் தருகிறேன். எனக்கு வாழ்க்கை கொடு" என்று கெஞ்சுகிறாள்.

பள்ளி ஆசிரியன் குழம்பிப் போய் விடுகிறான். கண்ணீர்விடும் இவளை எப்படி அடைவது? எனப் புரியாமல் வெறுத்துப் போய், அந்தக் குடிசையை விட்டு வெளியே வருகிறான்.

வாசலில் சணல்கயிறு திரித்துக் கொண்டிருந்த கிழவன் ஆத்திரத்துடன் உள்ளே போகிறான். கதவை அறைந்து சாத்துகிறான்.

"கல்யாணம் கேட்கிறதா சிறுக்கி உனக்கு?" எனக் கத்தியபடியே அவளை அடித்து வீழ்த்துகிறான். உடைகளைக் கிழிக்கிறான். அவளை வன்புணர்ச்சி செய்கிறான். பிறகு தனது லுங்கியைக் கட்டிக்கொண்டு குடிசைக்கு வெளியே வந்து நின்று, "எஜமான் இனிமேல் அவள் உங்களுக்கு ஒத்துழைப்பாள்" என்கிறான்.

பள்ளி ஆசிரியன் உள்ளே போகிறான். கூந்தல் கலைந்து, நெற்றியிலும் கன்னத்திலும் வியர்வை வழிந்தோட அந்தப் பெண் கட்டிலில் கிடக்கிறாள். அவளது மேலாடை நழுவி கிடக்கிறது.

'குல்ஸீம்' என்று அவள் பெயரைச் சொல்லி அழைக்கிறான் பள்ளி ஆசிரியன்.

மூன்று நிமிடம் முன்பு வரை அன்புக்காக அவனிடம் மன்றாடியவள், இப்போது எதுவும் கூறவில்லை. கல்லைப் போல அசைவற்று கிடந்தாள்.

இனி அவனுக்கு எதிர்ப்பில்லை. அந்தக் குடிசையை இருள் சூழ்ந்தது என்பதுடன் கதை நிறைவு பெறுகிறது.

இந்தியப் பிரிவினையின்போது இப்படி எத்தனையோ ஆயிரம் பெண்கள் வன்புணர்ச்சி செய்யப்பட்டார்கள். அதனால் ஏற்பட்ட கர்ப்பத்தைச் சுமந்தார்கள். கருக்கலைப்பு செய்து கொண்டார்கள். இந்தியப் பிரிவினையின் ரத்த சாட்சியமாக அமைந்துள்ளது இச்சிறுகதை.

துக்கலின் சாகித்ய அகாடமி பரிசு பெற்ற இந்தச் சிறுகதைத் தொகுப்பு இளம்வாசகர்கள் அவசியம் வாசிக்க வேண்டிய ஒன்றாகும்.

49. ஒளி வட்டம்

சென்னை, பெங்களூரு, மும்பை போன்ற பெருநகரங்களைத் தவிர சிறுநகரங்களில் நவீன நாடகங்கள் அதிகம் நிகழ்த்தப்படுவது இல்லை. சென்னையிலும்கூட இதற்கான பார்வையாளர்கள் குறைவு. பொருளாதார ரீதியான உதவிகளும் கிடைப்பது இல்லை. ஆனாலும், கடந்த 30 ஆண்டுக்களுக்கும் மேலாகத் தீவிரமான கருப்பொருட்களை முன்வைத்து, தமிழ் நவீன நாடகங்கள் தொடர்ந்து நிகழ்த்தப்பட்டு வருகின்றன.

சினிமாவுக்கு யார் ஒளிப்பதிவு செய்கிறார்கள்? என நம் அனைவருக்கும் தெரியும். முன்னணி ஒளிப்பதிவாளர்கள் பெயர் திரையில் தோன்றியவுடன் பார்வையாளர்கள் கைதட்டிக் கொண்டாடுகிறார்கள். ஆனால், நாடகங்களுக்கு யார் ஒளியமைப்பு செய்கிறார்? எவ்வாறு ஒளி பயன்படுத்தப்படுகிறது? எந்த வகை தொழில்நுட்பங்களைக் கையாள்கிறார்கள்? நாடக மேடை ஒளியமைப்பின் சிறப்புகள் எவை? என நாம் அறிந்துகொள்வதே இல்லை. அரங்கச் செயல்பாட்டில் ஒளியின் பங்கு மிக மிக முக்கியமானது ஆகும்.

பேராசிரியர் செ.ரவீந்திரன், புதுடெல்லியில் தமிழ்ப் பேராசிரியராகப் பணியாற்றி ஓய்வு பெற்றவர். கடந்த 30 ஆண்டுகளுக்கும் மேலாக நவீன நாடகங்களுக்கு ஒளியமைப்பு செய்வதில், அர்ப்பணிப்புடன் ஈடுபட்டு வருபவர். நாடக ஒளியமைப்பு குறித்த விவரங்களை ஒன்றுதிரட்டி அவர் தொகுத்த 'ஒளியின் வெளி' என்ற புத்தகம் மிகவும் குறிப்பிடத்தக்கது. நான் அறிந்தவரை நாடகத்தின் ஒளியமைப்பு குறித்து தமிழில் வெளியாகியுள்ள ஒரே புத்தகம் இது மட்டுமே

இந்நூலை 'மாற்று வெளியீட்டகம்' 2009இல் வெளியிட்டுள்ளது. இதில் அரங்க ஒளியமைப்பு குறித்து மு.நடேஷ், சா.வேலாயுதம், ஞா.கோபி, கோவி. கனகவிநாயகம் ஆகியோரின் கட்டுரைகள் இடம்பெற்றுள்ளன. அத்துடன் செ.ரவீந்திரனின் உரையாடலும் இடம்பெற்றுள்ளது.

சிறுகதை எழுத்தாளரான ந.முத்துசாமி அயானஸ்கோவின் அபத்த நாடகத்தில் உத்வேகம் பெற்று 'நாற்காலிக்காரர்',

‘காலங்காலமாக’, ‘அப்பாவும் பிள்ளை யும்’, ‘சுவரொட்டிகள்’ போன்ற நவீன நாடகங்களை எழுதி நிகழ்த்தினார். 1977ஆம் ஆண்டு ந.முத்துசாமியால் நவீன நாடகப் பயிற்சிப்பள்ளியான ‘கூத்துப்பட்டறை’ உருவாக்கப்பட்டது. அது நவீன நாடகத்துக்கான மையப் புள்ளிகளில் ஒன்றாக உருமாறியது.

இதுபோலவே புதுடெல்லி தேசிய நாடகப் பள்ளியில் பயின்ற பேராசிரியர் ராமானுஜம், தமிழ்நாட்டுக்கு வந்து 1977-இல் அவர் காந்தி கிராமத்தில் நடத்திய 45 நாள் நாடகப் பட்டறையும் தமிழ் நாடகத்துக்குப் புதிய வாசலை திறந்துவிட்டது. வங்க நாடக ஆசிரியர் பாதல் சர்க்கார் மூலம் தமிழகத்துக்கு அறிமுகமான வீதி நாடகங்கள் ‘மூன்றாம் அரங்கு’ என்ற புதிய நாடக இயக்கத்தை உருவாக்கியது. இதுபோலவே நவீன நாடகத்துக்கு என்றே வெளி ரங்கராஜன் ‘நாடகவெளி’ என்ற இதழை நடத்தியதும் குறிப்பிடத்தக்கது.

நவீன நாடகங்களின் மேடை அமைப்பு, நடிப்பு முறை, காட்சி அமைப்பு, வசனங்கள் யாவும் மரபு நாடகங்களில் இருந்து பெரிதும் மாறுபட்டவை. நாட்டார் கதைகள், புராணங்கள், இதிகாசங்கள், வரலாற்று உண்மைகளைப் புதிய கண்ணோட்டத்தில் மறுஉருவாக்கம் செய்வது, சமூக அரசியல் பிரச்சினைகளை விமர்சனம் செய்வது, காலனிய மயமாக்கம், சுற்றுச்சூழல், நீதி, கல்விச் சூழல், பண்பாட்டு மாற்றங்கள், பாலின அரசியல் ஆகியவற்றைச் சார்ந்து நவீன நாடகங்கள் நிகழ்த்தப்படுகின்றன.

ந.முத்துசாமி, பேராசிரியர் ராமானுஜம், மு.ராமசாமி, மங்கை, பிரளயன், கே.ஏ.குணசேகரன், பேராசிரியர் ராஜு, ஆறுமுகம், பென்னேஸ்வரன், வெளி ரங்கராஜன், சண்முகராஜன், ஆடுகளம் ராமானுஜம், கே.எஸ்.ராஜேந்திரன். பாரதி மணி, ஞாநி, கருணாபிரசாத், பார்த்திப ராஜா, முருகபூபதி, பிரவீண், ஜெயக்குமார், குமரவேல், ஜெயராவ், வேலு சரவணன், சுந்தர்காளி, ஆ.ராமசாமி, ப்ரஸன்னா ராமசாமி, குமரன் வளவன், அஜித் எனப் பல்வேறு நாடக இயக்குநர்கள் தனித்துவத்துடன் பல புதிய நாடகங்களை நிகழ்த்தி வருகிறார்கள். இந்த நாடகங்களில் சில இந்திய அளவில் கவனம் பெற்றதோடு, சர்வதேச நாடக விழாவிலும் பங்கேற்றுள்ளன.

நாடகங்களுக்கான ஒளியமைப்பு செய்வதில் பேராசிரியர் ரவீந்திரனின் தனித்துவத்தையும், நவீன ஓவியர்களான கிருஷ்ணமூர்த்தி, மருது, மற்றும் மு.நடேஷ் ஆகியோர் தமிழ் நாடக உலகோடு கொண்டிருந்த உறவைப் பற்றியும், புதுச்சேரி

சங்கரதாஸ் சுவாமிகள் நிகழ்கலைப் பள்ளி மாணவர்கள் அரங்க ஒளியமைப்பில் எப்படித் தம்மை ஆட்படுத்திக் கொண்டனர் என்பதையும் இந்நூல் விவரிக்கிறது என முன்னுரையில் டாக்டர் வீ. அரசு சுட்டிக்காட்டுகிறார்

18ஆம் நூற்றாண்டுவரை அரங்க நிகழ்வுகள் எல்லாம் மெழுகுவத்தியின் ஒளியில், காஸ் லைட்டுகளின் பின் புலத்தே நிகழ்த்தப்பட்டன. மின்சாரத்தின் வருகைக்குப் பிறகு அரங்க நிகழ்வுகளில் ஒளியின் பயன்பாடு மாறியது. வெளிச்சத்தைக் கூட்டவோ, குறைக்கவோ செய்யக்கூடிய டிம்மர்களின் தேவை உருவானது. அதிலிருந்து இன்று கம்ப்யூட்டர் வழியாக முப்பரிமாண ஒளியமைப்பு செய்வது வரை அரங்கச் செயல்பாட்டில் ஒளியின் பங்கு பெரிய அளவில் வளர்ந்திருக்கிறது. புதுவைப் பல்கலைக்கழக நிகழ்கலைத் துறையில் ஒளியமைப்பு ஒரு பாடமாகவே வைக்கப்பட்டுள்ளது.

நேர் ஒளி மற்றும் நிரப்பொளி எனும் இரு தடங்கள் நாடகத்தைத் தீர்மானிக்கின்றன. நடிகன் மேல் வீசப்படும் ஒளியை மெதுவாக வீசுவதா, அல்லது கோணங்களை மாற்றுவதா, நிறத்தை மாற்றுவதா எனத் தீர்மானிப்பது முற்றிலும் மனம் சார்ந்த கணக்கு. கதை சொல்லுதலின் வடிவமாக ஒளியை மாற்ற வேண்டும். நிறங்களும் அர்த்தமும் சில சமயம் சேர்ந்து பயணிக்கும். சில சமயம் முரண்படும். இவை அனைத்தையும் மனதில் வைத்துக் கொண்டு அன்றைய நாடகத்தின் கதை, ஆழம், அர்த்த வீச்சுக்கு ஏற்றது போல ஒளிக் கலைஞன் பயணிக்க வேண்டும். கதையம்சத்தில் மூழ்கும்போது, ஒளி ஒரு சக நடிகனைப் போலவே பணிபுரியும் வாய்ப்பு உள்ளது என்கிறார் ஓவியரும் அரங்க ஒளியமைப்பாளருமான மு.நடேஷ்.

நாடகவெளியில் ஒளிவண்ணங்கள் உருவாக்கும் மாற்றம் பாத்திரத்தின் உணர்வு வெளிப்பாட்டுடன் நெருங்கிய தொடர்புகொண்டது. மகிழ்வு உணர்ச்சியின் அடிப்படை கதகதப்பான ஆரஞ்சு நிற வண்ணமாகும். இளம் ஊதா வண்ண ஒளி சுறுசுறுப்பு மற்றும் மலர்ச்சியின் வண்ண வெளிப்படாகும். ஊதா ஒருவித மனசோகத்தை வெளிப் படுத்தக்கூடியது என்கிறார் கோவி.கனகவிநாயகம்.

செ.ரவீந்திரன் தனது உரையாடலில் 1972ஆம் ஆண்டு புதுடெல்லியில் பார்த்த அல்காசி இயக்கிய ஐயனெஸ்கோவின் நாடகம் தன்னை மிகவும் பாதித்ததாகவும், அந்தத் தேடலே தன்னை ஒளியமைப்பு செய்பவராக உருமாற்றியது. ந.முத்து சாமியோடு இணைந்து நாடகங்களில் பணியாற்றியது புதிய

சாத்தியங்களை மேற்கொள்ள முக்கியக் காரணமாக இருந்தது என நினைவுகூர்கிறார்.

தமிழகத்தில் 30 ஆண்டுகளுக்கு மேலாக நவீன நாடகங்கள் நிகழ்த்தப்பட்டு வந்தபோதும் நாடகத்துக்கு எனப் பிரத்யேகமான அரங்கு சென்னையில் இல்லை. நவீன நாடகக் குழுவினர் ஒத்திகை நடத்த இடமின்றிப் பெரிதும் சிரமப்படுகிறார்கள். அதிலும் சிறிய நாடகக் குழுக்களுக்கு நாடகம் நடத்துவதற்கே இடம் கிடைப்பதில்லை. நாடக நூல்களை வாசகர்கள் கண்டுகொள்வதே இல்லை.

'அறிவொளி' இயக்கம் வீதி நாடக வடிவத்தை சிறப்பாக மக்களிடம் கொண்டு சென்றது. கோமல் சுவாமி நாதன் முயற்சியால் 'சுபமங்களா' நாடக விழா மதுரை, கோவை, திருச்சி, சென்னை எனப் பல இடங்களில் சிறப்பாக நடைபெற்றது. அது போன்ற முன்னெடுப்புகள் இன்று அவசியமான தேவையாக உள்ளது.

50. வான் தொடும் குரல்

நோபல் பரிசு பெற்ற நாவல்களில் ஒரு சிலவே தமிழில் மொழியாக்கம் செய்யப்பட்டுள்ளன. அதில் சுவீடன் நாவலாசிரியை செல்மா லாகர்லெவ் எழுதிய ‘மதகுரு’ என்ற நாவல் மகத்தானது.

*1909*இல் செல்மா லாகர்லெவ்வுக்கு இலக்கியத்துக்கான நோபல் பரிசு கிடைத்தது. கெஸ்டா பெரிலிங்ஸ் ஸாகா என்ற இந்தப் புகழ்பெற்ற நாவலை ‘மதகுரு’ எனத் தமிழில் க.நா.சு மொழியாக்கம் செய்திருக்கிறார். மருதா பதிப்பகம் இதனை வெளியிட்டுள்ளது. ‘கெஸ்டா பெரிலிங்ஸ் ஸாகா’ ஹாலிவுட் திரைப்படமாகவும் வெளியாகியுள்ளது.

உலக இலக்கியத்தில் ஷேக்ஸ்பியருக்கும் கிரேக்கக் காவியங்களான ‘இலியட் ஒடிஸிக்கும்’ இணையாக ‘மதகுரு’ நாவலைச் சொல்வேன் என்கிறார் க.நா.சு. இதன் பூரணத்துவம் நாவலைத் தனியொரு சிகரமாக உயர்த்துகிறது. தஸ்தாயேவ்ஸ்கியின் ‘கரமசோவ் சகோதரர்கள்’ நாவலை இலக்கியத்தின் சிகரம் என்பார்கள். அதற்கு நிகரானது ‘மதகுரு’. ‘இதுபோன்ற காவியத்தன்மை கொண்ட நாவல் இதுநாள் வரை எழுதப்படவில்லை’ என வியந்து சொல்கிறார் க.நா.சு.

மதகுருவான கெஸ்டா பெரிலிங்கின் கதையை விவரிக்கிறது நாவல். அளவுக்கு மீறி குடித்துவிட்டு தேவா லயத்தில் முறையாகப் பிரசங்கம் செய்யாமல், நடத்தை கெட்டுத் திரியும் கெஸ்டா பெரிலிங்கை விசாரணை செய் வதற்காகத் தலைமை மதகுருவும் மதிப்புக்குரிய மற்ற குருமார்களும் வருவதில் இருந்து நாவல் தொடங்குகிறது.

‘தன்னை விசாரணை செய்ய அவர்கள் யார்?’ எனக் கோபம் கொள்ளும் கெஸ்டா பெரிலிங் அன்று மிக அற்புதமாகத் தேவாலயத்தில் பிரசங்கம் செய்கிறான். ‘இவ்வளவு திறமை வாய்ந்தவன் மீது எதற்காக இத்தனை குற்றச்சாட்டுகள்?’ எனத் தலைமை மதகுரு குழம்பிப் போய்விடுகிறார். பாவம் அவரும் மனிதன்தானே என மன்னித்து விடுகிறார்கள். அவர்கள் ஊர் திரும்பும்போது வண்டியைக் குடை சாய வைத்துத் துரத்துகிறான் கெஸ்டா பெரிலிங். இப்படி ஒரு பக்கம் அன்பின் வெளிச்சத்தையும்,

மறுபக்கம் தீமையின் இருட்டையும் ஒன்றாகக் கொண்டவனாக கெஸ்டா பெரிலிங் அறிமுகமாகிறான். நாவல் இலக்கியத்தில் கெஸ்டா பெரிலிங் மறக்கமுடியாத கதாபாத்திரம். ஸிண்ட்ராம் என்ற கதாபாத்திரத்தை சைத்தானின் பிரதிநிதி போலவே செல்மா உருவாக்கியிருக்கிறார்.

'தன்னைக் குடிகாரன் எனக் குற்றம் சாட்டும் திருச்சபை, மதகுருவின் வீடு பாசி பிடித்து ஒழுகுவதையோ, தனிமையில் வறுமையில் வாடுவதைப் பற்றியோ அறிய ஏன் ஆர்வம் காட்டவே இல்லை?' என கெஸ்டா தனக்குள் குமுறுகிறான்.

"குடிகார மக்களுக்குக் குடிகார மதகுரு இருப்பதில் என்ன தவறு?" என்று கேட்கிறான். ஆனால், விசாரணைக் குருமார்கள் வந்த நாளில் இதுதான் தனது கடைசிப் பிரசங்கம் என உணர்ந்தவுடன் அவன் மனம் மாறிவிடுகிறது.

மனிதனுடன் பழகிய புறாக்களைப் போல உயர்ந்த சிந்தனைகள் அவன் வார்த்தைகளில் தானே வந்து சிக்கிக் கொண்டன. உள்ளத்தில் எரியும் உணர்ச்சிகளை அழகிய வார்த்தைகளாக உருமாற்றினான். கண்ணில் நீர் மல்க கடவுளிடம் பிரார்த்தனை செய்தான். அவனது உரையைக் கண்டு சபை வியந்துபோகிறது.

தேவாலயத்தில் இருந்து வெளியேறும் கெஸ்டா ஒரு சிறுமியை ஏமாற்றி மாவு வண்டியைக் கைப்பற்றுகிறான். அதை விற்றுக் குடிக்கிறான். வாம்லேண்டின் பணக்காரியான ஏக்பி சீமாட்டியின் 'உல்லாசப் புருஷர்கள்' குழுவில் இணைந்து செயல்படுகிறான். அங்கே நடைபெறும் கிறிஸ்துமஸ் விருந்து மிக விரிவாக எழுதப்பட்டுள்ளது.

மேரியான் ஸிங்க்ளேர், அன்னா ஸ்டார்ண்யாக் என்ற இரண்டு பெண்கள் அவனைக் காதலிக்கிறார்கள். ஆனால் அவன் எலிசபெத் டோனா என்பவளைத் திருமணம் செய்துகொள்கிறான்.

குடிகாரன் என்று விரட்டப்பட்ட கெஸ்டா மெல்ல மனமாற்றம் கொள்ள ஆரம்பிக்கிறான். துறவியைப் போல எதற்கும் ஆசைப்படாமல் வாழத் தொடங்குகிறான். 'நான் இறந்த பிறகு என்னை இரண்டு ஏழைகள் நினைவில் வைத்திருந்தால்கூடப் போதும். நான் ஏதாவது ஒரு தோட்டத்தில் இரண்டு ஆப்பிள் மரங்களை நட்டு வளர்த்துவிட்டுப் போனால் போதும்; வயலின் வாசிப்பவனுக்கு இரண்டு புதுப் பாட்டுகள் கற்றுக்கொடுத்துவிட்டால்கூடப் போதும். மற்றபடி புகழோ, பெருமைகளோ எதையும் நான் வேண்டவில்லை'

என நாவலின் முடிவில் கெஸ்டா சொல்லும்போது, அவன் காவிய நாயகன் போல உருமாறுகிறான்.

பைபிள் கதைகளின் சாயலில் எழுதப்பட்ட 'மதகுரு' நாவல் அதன் கவித்துவ வர்ணனைகளுக்காகவும் சிறந்த கதை சொல்லும் முறைக்காகவும் மிகவும் புகழ்பெற்றது.

'டோவர் சூனியக்காரி' என்ற அத்தியாயத்தில் மாமிசம் கேட்டு வரும் சூனியக்காரியை விரட்டும் சீமாட்டி மார்பா, 'உனக்குத் தருவதைவிடவும் மாக்பைப் பறவைகளுக்குத் தந்து விடுவேன்' எனக் கத்துகிறாள். இதைக் கேட்டுக் கோபம் அடைந்த சூனியக்காரி 'மாக்பைப் பறவைகள் உன்னைக் கொத்திக் கொல்லட்டும்' எனச் சாபமிடுகிறாள். மறுநிமிஷம் ஆயிரக்கணக்கான பறவைகள் அவளைக் கொல்லப் பறந்துவருகின்றன.

வானமே மூடிவிட்டது போல, பறவைகள் ஒன்றுகூடுகின்றன. பறந்து தாக்கி அவளது முகத்தையும் தோள் பட்டையையும் பிறாண்டுகின்றன. அவள் அலறியபடியே ஓடிப் போய் கதவை மூடிக்கொள்கிறாள். அன்று முதல் அவளால் வீட்டை விட்டு வெளியே போக முடியவில்லை. வீட்டின் இண்டு இடுக்கு விடாமல் மூடியிருக்க வேண்டிய கட்டாயம் உருவானது. பறவைகளின் தாக்குதலில் இருந்து தப்ப முடியாத தனது விதியை எண்ணி அவள் அழுதாள். 'தற்பெருமைக்கான தண்டனை இப்படித்தான் அமையும்' என முடிகிறது அந்த அத்தியாயம். இதை வாசிக்கும்போது ஆல்ஃப்ரட் ஹிட்ச் காக்கின் 'பேர்ட்ஸ்' படம் நினைவில் வந்துபோனது. இந்தப் படம் வெளிவருவதற்கு 50 ஆண்டுகளுக்கு முன்பு எழுதப்பட்டுள்ளது இந்த நாவல்.

செல்மா லாகர்லெவ் 1958ஆம் ஆண்டு வாம்லேண்ட் என்கிற இடத்தில் பிறந்தார். இளம்பிள்ளை வாதம் தாக்கியவர் என்பதால் சிறுவயது முழுவதும் வீட்டுக்குள்ளும் மருத்துவமனைகளிலும் அடைந்து கிடந்தார். பின்பு ஆசிரியர் பயிற்சி பெற்று, பள்ளி ஆசிரியராகப் பணியாற்றினார். அவரது 'மதகுரு' நாவ லுக்கு அடிப்படை வாம்லேண்ட் பகுதியில் அரை நூற்றாண்டுக்கு முன்பு நடந்த உண்மைச் சம்பவமே. அவருடைய பாட்டி அதைப் பற்றிச் சொல்லியதில் இருந்து, தான் உத்வேகம் பெற்று எழுதியதாகக் கூறுகிறார் செல்மா லாகர்லெவ்.

'மதகுரு' பைபிளின் மொழி போலக் கவித்துவமாக எழுதப்பட்ட நாவல். அதில் நாடோடிக் கதைகளும் புராணீகத்தன்மையும் ஊடுகலந்துள்ளன என்கிறார் விமர்சகர் பிராங்.

கெஸ்டாவைப் பற்றி விவரிக்கும் சம்பவக் கோவை போலவே நாவல் வடிவம் கொண்டிருக்கிறது. 38 கதைகள் ஒன்றுசேர்த்து ஒரே சரடில் கோக்கப்பட்டிருப்பது போலவே நாவல் உருவாக்கபட்டுள்ளது. ஒரு பிரசங்கத்தில் தொடங்கும் நாவல் ஏக்பி சீமாட்டியின் 'உல்லாசப் புருஷர்'களுக்குக் கெஸ்டா செய்யும் பிரசங்கத்துடன் நிறைவுபெறுகிறது. இதன் ஊடே வாழ்வின் அர்த்தத்தைப் புரிந்துகொள்கிறான் கெஸ்டா.

'கெஸ்டா பெரிலிங்ஸ் ஸாகாவைப் படித்து அனுபவிப்பவர்கள் பாக்கியசாலிகள்' என முன்னுரையில் க.நா.சு கூறுகிறார். அது மறுக்கமுடியாத உண்மை.

51. கனவில் துரத்தும் புத்தகம்

உடலில் விழும் அடியைவிட மனதில் விழும் அடி வலி மிகுந்தது. அதுவும் சின்னஞ்சிறு வயதில் யாராவது மிக மோசமாகத் திட்டிவிட்டால், அது மனதில் ஆழமாகப் பதிந்துவிடும். எத்தனை வயதானாலும் அந்த வலி மறப்பதே இல்லை. அப்படித்தான் மேரி மெக்லியோட் பெத்யூனுக்கும் நடந்தது.

அமெரிக்காவில் 125 ஆண்டுகளுக்கு முன்பாக கருப்பின மக்கள் அடிமைகளாக நடத்தப்பட்டார்கள். அவர்களுக்கு வாக்கு உரிமை, சொத்து உரிமை, கல்வி உரிமை எதுவும் கிடையாது. திருமணம் செய்துகொள்வது கூட எஜமானர் அனுமதித்தால் மட்டுமே நடக்கும். குடும்பமே பண்ணை முதலாளிக்கு அடிமைப் பணி செய்ய வேண்டிய கட்டாயம். எதிர்த்துப் பேசினால் பட்டினி போட்டு அடித்து வதைப்பார்கள். தப்பி ஓடினால் பிடித்து வந்து சிறையில் அடைத்து கொடுமை படுத்துவார்கள். அதன் பிறகு வாழ்நாள் முழுவதும் கை கால்களில் விலங்கோடு தான் வாழ வேண்டியிருக்கும்.

புளோரிடாவில் உள்ள ஒரு பண்ணை உரிமையாளரிடம் அடிமையாக வாழ்ந்து வந்த கருப்பினக் குடும்பத்தில்தான் மேரி மெக்லியோட் பிறந்தார். பருத்தித் தோட்டத்தில் வேலை செய்து வந்தது அவர்களின் குடும்பம்.

ஒரு நாள் மேரி தன் வயதையொத்த வெள்ளைக்காரச் சிறுமி ஒருத்தி விளையாட அழைத்ததால், ஆசையாக அவளது வீட்டுக்குப் போனாள். அங்கு இருந்த ஒரு மேஜையில் அழகாகப் பைண்டிங் செய்யப்பட்ட புத்தகம் ஒன்று இருந்தது. ஆசையாக மேரி அதைக் கையில் எடுத்துப் புரட்டியபோது, அந்த வெள்ளைக்காரச் சிறுமி வேகமாகப் பிடுங்கியபடியே சொன்னாள், ‘புத்தகத்தைத் தொடாதே, உனக்குப் படிக்கத் தெரியாது’ என்று.

மேரிக்கு அவள் சொன்னது புரியவில்லை. “சும்மா புத்தகத்தைப் புரட்டிப் பார்த்துவிட்டுத் தருகிறேனே” என்றாள் மேரி. ஆனால், அந்த வெள்ளைக்காரச் சிறுமி ஏளனத்துடன், “கருப்பின மக்களுக்குப் படிக்க உரிமை கிடையாது” என்று சொல்லியபடியே புத்தகத்தைப் பிடுங்கிக் கொண்டுவிட்டாள்.

அந்தச் சம்பவம் மேரியின் மனதை வெகுவாகப் பாதித்தது. 'கருப்பின மக்கள் அடிமைகளாக இருப்பதற்கு, அவர்களுக்குக் கல்வி கிடைக்காததே முக்கியக் காரணம். எழுதப் படிக்கத் தெரியாதவர்கள் என்பதால்தான் ஏமாற்றப்படுகிறார்கள்' என அவள் மனம் கவலைகொள்ளத் தொடங்கியது.

'நான் படிக்க வேண்டும்; எப்படியாவது படிக்க வேண்டும்' எனத் தனக்குத் தானே சொல்லிக் கொண்டாள். தன் கையில் இருந்த புத்தகம் பிடுங்கப்பட்ட நிகழ்வை, மேரியால் வாழ்நாள் முழுவதும் மறக்கவே முடியவில்லை. அந்தப் புத்தகம் அவளைக் கனவிலும் துரத்திக் கொண்டேயிருந்தது.

'எப்படியாவது கல்வி பெற்று, தான் புத்தகம் படித்த பெண்ணாக உரு மாற வேண்டும்' என மேரி விரும்பினாள். அதன்படியே ஸ்காட்டியா செமினரியில் சேர்ந்து கல்வி பெற்று வாழ்வில் உயர்ந்ததோடு, தன்னைப் போன்ற கருப்பின மக்களுக்கான பள்ளி ஒன்றையும் நிறுவினார் மேரி மெக்லியோட் பெத்யூன்.

அவரது வாழ்க்கை வரலாற்றைச் சுவைபட, உணர்ச்சிப்பூர்வமான மொழியில் எழுதியிருக்கிறார் கமலாலயன். 'உனக்குப் படிக்கத் தெரியாது' என்ற இந்தப் புத்தகத்தை மதுரையில் உள்ள வாசல் பதிப்பகம் வெளியிட்டிருக்கிறது.

கருப்பினப் பெண்ணான மேரி மேக்லியோட் பெத்யூன் கல்வி கற்பதற்கு என்னென்ன தடைகளைச் சந்தித்தார்? அதை எப்படிக் கடந்து சென்று சாதனை நிகழ்த்தினார்? தான் விரும்பியபடி ஒரு பள்ளியை உருவாக்க எவ்வளவு சிரமப்பட்டார் என்பதையெல்லாம் நெகிழ்வுடன் விவரிக்கிறார் கமலாலயன்.

இந்தப் புத்தகம் மேரியின் வாழ்க்கை வரலாறு மட்டுமில்லை; கருப்பின மக்களுக்குக் கல்வி எவ்வாறு கிடைத்தது என்ற சமூக ஆவணம் ஆகும்.

ஒருமுறை தந்தை தன்னைக் கடைக்கு அழைத்துக் கொண்டுபோய் "என்ன வேண்டும்?" எனக் கேட்டபோது, "எழுதுவதற்குப் பயன்படுகிற வகையில் ஏதாவது ஒன்றை வாங்கிக் கொடுங்கள்" எனக் கேட்டாள் மேரி.

மேரிக்கு அவரது தந்தை சிலேட்டும் சாக்பீஸ் ஒன்றும் வாங்கிக் கொடுத்தார். அதுதான் அவள் வாழ்வில் பெற்ற மிகச் சிறந்த பரிசு. அந்தச் சிலேட்டை எப்போதும் கூடவே வைத்திருந்தாள் மேரி. அதில் படம் வரைவாள், எழுதுவாள், கை ஓயும் வரை

எழுதிக்கொண்டேயிருப்பாள். தான் கற்றுக் கொண்டதைத் தனது சகோதரிகளுக்கும் சொல்லித் தருவாள். மேரியின் பள்ளி வாழ்க்கை மிக எளிமையாக மிஸ் வில்ஸன் என்ற ஆசிரியை வீட்டில் தொடங்கியது.

அதன் பிறகு ஸ்காட்டியா செமினரியில் சேர்ந்து படிக்க ஆரம்பித்தார் மேரி. அங்கே வெள்ளைக்கார ஆசிரியர்கள் அன்புடன் மேரியை நடத்தினார்கள். 'எல்லா வெள்ளைக்காரர்களும் இனவெறி கொண்டவர்கள் கிடையாது' என்பது அப்போதுதான் மேரிக்குத் தெரியவந்தது.

ஸ்காட்டியாவில் பயிலும்போது அமெரிக்கக் கருப்பின மக்களின் வரலாறு சார்ந்த புத்தகங்களைத் தேடித் தேடிப் படித்தார் மேரி. குறிப்பாக, 'டாம் மாமாவின் 'குடிசை' அவருக்கு மிகப் பிடித்தமான புத்தகமாகும். கோடை காலத்தில் ஊருக்குப் போகப் பணமில்லாமல் வீட்டு வேலைகள் செய்தார். பின்பு ஜியார்ஜியாவில், ஆசிரியராகத் தன் முதல் பணியைத் தொடங்கினார் மேரி.

அவரது கனவில் அப்போதும் புத்தகங்கள்தான் துரத்திக் கொண்டேயிருந்தன. 'கல்வி மறுக்கப்பட்ட குழந்தைகளுக்கெல்லாம் கல்வி கற்றுத் தரவேண்டும்' என்பதில் உறுதியாக இருந்தார்.

ஐந்து சிறுமியர் படிக்கும் சிறிய பள்ளி ஒன்றைத் தொடங்கினார் மேரி. அந்தப் பள்ளியில் மாணவர்களுக்குப் பாடங்கள் மட்டுமல்ல; பழகும்விதம், வீட்டை பராமரிப்பது, போன்றவற்றையும் கற்றுத் தந்தார் மேரி.

தனது பள்ளியில் படிக்கும் மாணவர்களுக்கு உணவு அளிப்பதற்காகக் கடன் வாங்கினாள். பள்ளிக்கு வருமானம் இல்லை என்பதால் அதை நடத்துவது பெரிய போராட்டமாக இருந்தது. வீடு வீடாகப் போய் அழைப்பு மணியை அடித்து யாசகம் கேட்பார் மேரி. எதுவு மில்லை என்று சொல்லித் துரத்துபவர்களிடம் கூட, 'உங்கள் நேரத்தை ஒதுக்கி என் பேச்சைக் கேட்டதற்கு நன்றி' எனக் கூறி விடைபெறுவார்.

1907இல் மேரியினுடைய பள்ளியின் முதல் கட்டிடம் திறக்கப்பட்டது. நான்கு ஆசிரியர்கள் அவருடன் பள்ளியில் பணியாற்றினார்கள். 1908இல் அந்தப் பள்ளிக்கு 'தாய்தோனா' தொழிற்பயிற்சிப் பள்ளி எனப் பெயரிடப்பட்டது. அந்த ஆண்டில் அந்தப் பள்ளியை புக்கர் டி. வாஷிங்டன் பார்வையிட்டுப் பாராட்டினார்.

அந்தப் பள்ளி வளரத் தொடங்கியது. அதன் முதல் பட்டமளிப்பு விழாவுக்குத் தனது தாயை அழைத்திருந்தார் மேரி. அம்மாவின் கைகளைப் பிடித்துக் கொண்டு "இவர்கள் எனது குழந்தைகள். 400 குழந்தைகளைப் பெற்றிருக்கிறேன் நான்" எனக் கண்ணீர் மல்கினார் மேரி மெக்லியோட் பெத்யூன்.

கருப்பின மக்களுக்கான அந்தப் பள்ளியைத் தீவைத்து எரிக்கப் போவதாக மிரட்டல்கள் வந்தன. ஆசிரியர்களும் மிரட்டப்பட்டார்கள்.

35 ஆண்டுகள் பணியாற்றி 'பெத்யூன் குக்மேன்' கல்லூரியாக அதை வளர்த்து எடுத்தார். நீண்டகாலமாக அவரை வாட்டிய ஆஸ்துமா நோய்க்காகச் சிறிய அறுவைச் சிகிச்சை செய்து கொள்ள மருத்துவமனையில் அனுமதிக்கப்பட்டார். அப்போதும் 'ஒரு கருப்பின மருத்துவர் தான் தனக்கு அறுவைச் சிகிச்சை செய்ய வேண்டும்' என்று அவர் வேண்டுகோள் வைத்தார். வாழ்நாள் முழுவதும் கருப்பின மக்களின் கல்வி மேம்பாட்டுக்காகப் பணியாற்றிய மேரி மேக்லியோட் பெத்யூன் 1955ல் காலமானார்.

அவரது வாழ்க்கை கல்வி மறுக்கப்பட்ட சமூகத்தின் அடையாளக் குரலாக இன்றும் தொடர்ந்து ஒலிக்கிறது.

52. வானத்து அமரன்

புதுமைப்பித்தனைப் பற்றி அவரது மனைவி கமலா புதுமைப்பித்தன் எழுதிய கட்டுரைகளை வே.மு.பொதியவெற்பன் தொகுத்து 'புதுமைப் பித்தனின் சம்சாரப் பந்தம்' என்ற சிறு நூலாக வெளியிட்டிருக்கிறார். இதனைப் 'பரிசல்' பதிப்பகம் வெளியிட்டுள்ளது.

எழுத்தில் காணப்படும் அதே நக்கல், நையாண்டி, கிண்டல் பேச்சு, உணர்ச்சிப் பூர்வமான மனநிலை. இளகிய மனது புதுமைப்பித்தனின் அன்றாட வாழ்க்கையிலும் அமைந்திருந்தது என்பதை கமலா புதுமைப்பித்தன் மிக அழகாக எடுத்துக் காட்டுகிறார். 'உமா', 'காதல்' இதழ்களில் வெளியாகியிருந்த இந்த அரிய கட்டுரைகளை தேடித் தொகுத்திருக்கிறார் பொதியவெற்பன்.

புதுமைப்பித்தனின் வாழ்க்கை வரலாற்றைத் தொ.மு.சி. ரகுநாதன் தனி நூலாக எழுதியிருக்கிறார். ஆனால், அது முழுமையானது இல்லை. நிறையத் தகவல்கள், விவரங்கள் விடுபட்டுள்ளன. புதுமைப்பித்தன் குறித்த விரிவான வாழ்க்கை வரலாற்றுப் புத்தகம் எழுதப்பட வேண்டும்.

'கண்மணி கமலாவுக்கு' என்ற புதுமைப் பித்தனின் கடிதங்கள் மிக முக்கியமான ஆவணத் தொகுப்பாகும். இதனை இளையபாரதி தொகுத்திருக்கிறார். தனக்கு எழுதப்பட்ட கடிதங்களைப் பொதுவெளியில் பகிர்ந்துகொண்டது, கமலா அம்மாவின் தார்மீக அறவுணர் வின் வெளிப்பாடாகும். அந்த மனவெளிப்பாட்டின் இன்னொரு வடிவமே அவர் தனது கணவர் குறித்து எழுதிய கட்டுரைகள். அதில் புதுமைப்பித்தனின் குடும்ப வாழ்க்கை பற்றிய அரிய விஷயங்கள் இடம்பெற்றுள்ளன.

தங்கள் வாழ்வில் நடந்த சில முக்கிய நிகழ்வுகளை நெகிழ்ச்சியுடன் கமலா விவரித்துள்ளார்.

வாழ்வில் தனக்கு ஒரு நியதி, மனைவிக்கு ஒரு நியதி என்பதே அவரிடம் கிடையாது. அவர் உயிரோடு இருந்த காலங்களில் அனுபவித்த துன்பங்களுக்கு அளவே கிடையாது. பேச்சென்றால் அவருக்கு ரொம்பவும் பிடிக்கும். சில நாட்கள் இரவு 2 மணி வரையிலும் பேசிக் கொண்டிருப்போம். புத்தகங்கள், எழுத்தாளர்கள்,

இலக்கியம், கவிதை, கதை, குடும்ப விஷயம் எனப் பல விவரங்கள் பேச்சில் வந்து போகும். எதைப் பற்றிப் பேசினாலும் சுவைபடப் பேசுவார். கதை எழுத உட்கார்ந்தால் ஒரே மூச்சில் எழுதி முடித்த பிறகே வேறு வேலையில் கவனம் செலுத்துவார்.

என்னையும் ஏதாவது கதை எழுது என்று சொல்லிக்கொண்டே இருப்பார். நல்ல நிஜமான, சாகாத கதைகளை உன்னால் எழுத முடியும். நீயும் எழுத்தில் என் கூடத் தொடர்ந்து வர வேண்டும் என்பதே எனது ஆசை என்பார்.

திருமணமாகி 6 ஆண்டுகளுக்குப் பிறகு எங்களுக்கு முதல் குழந்தை பிறந்தது. ஆனால், அது உடனே இறந்து விட்டது. பின்பு 2 ஆண்டுகள் சென்றபின்பு ஒரு பெண் குழந்தை பிறந்து, அதுவும் 3 மாதங்களில் இறந்துபோனது. அந்தக் குழந்தை உடல்நலமற்று இருந்தபோது, அதற்கு மருந்து வாங்க கையில் காசு இல்லாமல் திண்டாடினோம். இறந்த குழந்தையை அடக்கம் செய்யக்கூட எங்களிடம் பணம் இல்லை. இவற்றை நினைத்து அவரது உள்ளம் மிகவும் வேதனை கொண்டது.

அதன் பிறகு 6 ஆண்டுகளுக்குப் பிறகே தினகரி பிறந்தாள். குழந்தை பிறந்திருக்கிறது என்ற தகவல் கிடைத்தவுடனே சென்னையில் இருந்து புறப்பட்டு வந்து சேர்ந்துவிட்டார். அவருக்குக் குழந்தைகள் மீது மிகுந்த பிரியம்.

அதிலும் பெண் குழந்தை என்றால் மிக மிக ஆசை. ஆனால், குழந்தை பிறந்த நாலாவது மாதம் திரைப்பட வேலையாக புனே நகருக்குச் சென்றார். நோயாளியாகத் திரும்பி வந்து இறந்து போனார். குழந்தையைக் கொஞ்சிக் குலாவ கொடுத்து வைக்கவில்லை அவருக்கு. கமலா தனது நினைவுகளைப் பகிர்ந்து கொள்ளும்போது நம் மனது கனத்துப் போய்விடுகிறது.

புதுமைப்பித்தன் எப்படி எழுதுவார்? கமலாவின் கட்டுரை அந்தக் காட்சியைக் கண்முன்னே படம் பிடித்துக் காட்டுகிறது.

சுவர் ஓரமாக விரிக்கப்பட்ட ஒரு தாழம்பாய், இரு தலையணைகள், பக்கத்தில் ஒரு கூஜா நிறையத் தண்ணீர், திறந்து வைக்கப்பட்ட வெற்றிலைச் செல்லம், கையில் எழுதும் பலகையும் பேப்பரும் பேனாவும், ஒரு காலை மடக்கி ஒரு காலை நீட்டி தலையணையில் சாய்ந்து உட்கார்ந்துகொண்டு எழுதுவார். காற்றினால் பஞ்சு போன்ற தலைமுடி நெற்றியில் பறந்து விழுவதை இடை இடையே கையால் ஒதுக்கிவிட்டுக் கொள்வார். வாய் நிறைய வெற்றிலையைக்

குதப்பிக் கொண்டே அவர் கிடுகிடுவென எழுதுகிற வேகத்தைக் கண்டால் வியப்பாக இருக்கும். எழுதும்போது யாரும் பக்கத்தில் வந்து பேசிவிடக் கூடாது. குறைந்தது 30 பக்கம் எழுதி முடித்தபிறகே வெற்றிலை எச்சிலைத் துப்ப எழுந்திருப்பார்.

இப்படி எழுத்து, படிப்பு என ஓயாமல் இயங்கிக் கொண்டிருப்பவர் திடீரென மாதக்கணக்கில் சோம்பலில் பேனாவைக் கையால் தொடாமலே இருந்துவிடுவார். அவரது கதை வெளிவருவதாக அறிவித்த பத்திரிகைகள் நெருக்கடி கொடுக்கும் போது, 'இதோ 4 மணிக்கு ரெடியாகி விடும்' எனச் சமாளிப்பார். ஆனால், அது நடக்காது என எனக்குத் தெரியும். அவருக்காக மனம் கூடினால்தான் எழுதுவார்.

அவர் ஒரு புத்தகப் பைத்தியம். சம்பளம் வாங்கியதும் நேராகப் புத்தகக் கடைக்குப் போய் புதுப் புத்தகங்கள் வாங்கிக்கொண்டு வீடு வந்து சேருவார். சம்பளக் கணக்கு கேட்டால் மீதி பணத்தைத் தந்துவிட்டு இவ்வளவுதான் மிச்சம் எனச் சிரிப்பார். அதனால் எங்களிடையே சண்டை வருவதும் உண்டு. அவரால் புத்தகம் வாங்காமல் இருக்கவே முடியாது.

தமிழ் இலக்கியத்தை ஓர் உன்னத நிலைக்குக் கொண்டுவர வேண்டும் என்பதே அவரது ஆசை எனப் பசுமையான நினைவுகளைக் பகிர்ந்து கொள்கிறார் கமலா.

இத்தொகுப்பில் நான்காவதாக இடம் பெற்றுள்ள கட்டுரையில் நோயாளியாக கையில் கம்பை ஊன்றிக் கொண்டு நடக்க முடியாத நிலையில் ரயிலை விட்டு இறங்கி, தன் மனைவியைத் தேடி வரும் புதுமைப்பித்தனின் அந்திமநிலை பதிவாகியுள்ளது. இதைக் கண்ணீர் கசியாமல் வாசிக்க முடியாது.

'கமலா கவலைப்படாதே. தைரியத்தைக் கைவிடாதே. மனத்தைத் தளர விடாதே, உன்னை நல்லநிலையில் வைக்க வேண்டும் என்றுதான் ஆசைப்பட்டேன். ஆனால், விதி என்னை இப்படிக் கொண்டுவந்துவிட்டது. ஆறுதல் சொல்வதைத் தவிர என்னால் வேறு ஒன்றும் செய்ய இயலாது' எனப் புதுமைப்பித்தன் சொன்ன கடைசி வார்த்தைகளைக் கண்ணீருடன் பகிர்ந்துகொள்கிறார் கமலா புதுமைப்பித்தன்.

தன் எழுத்தால், சிந்தனையால் தமிழ் இலக்கியத்தை மேன்மையுறச் செய்த ஒரு மகத்தான கலைஞன், தான் வாழும் காலத்தால் புறக்கணிக்கப்பட்டு, வறுமையில், நெருக்கடியில், தனிமையில்,

நோயுற்று இறந்துபோனது காலக் கொடுமை. அந்தத் துயரத்தின் அழியாச் சித்திரமாகத் திகழ்கிறது இந்தப் புத்தகம்.

இத்தனைக்கும் மேலே
‘இனி ஒன்று;
ஐயா நான்
செத்ததற்குப் பின்னால்
நிதிகள் திரட்டாதீர்.
நினைவை விளிம்புகட்டி
கல்லில் வடித்து
வையாதீர்;
‘வானத்து அமரன்
வந்தான் காண்
வந்தது போல்
போனான் காண்’ என்று
புலம்பாதீர்;
அத்தனையும் வேண்டாம்
அடியேனை விட்டுவிடும்’

— எனக் கவிதை எழுதியிருக்கிறார் புதுமைப்பித்தன்.

வாழும் காலத்திலேயே எழுத்தாளர்கள் கொண்டாடப்படவும் உரிய முறையில் கௌரவப்படுத்தப்படவும் வேண்டும். அதுவே எழுத்துக்கு நாம் செய்யும் மரியாதை. புத்தகங்கள் நமக்குக் கற்றுக் கொடுக்கும் முதல் பாடமும் இதுவே.

53. எழுத்து மட்டும் போதாது

கர்நாடகாவின் பெல்லாரிப் பகுதியைச் சேர்ந்த ரமணஜெயா பொம்ம லாட்டக் குழு நடத்திய மகாத்மா காந்தி பற்றிய பொம்மலாட்ட நிகழ்ச்சியை சில ஆண்டுகளுக்கு முன்பாகப் பார்த்திருக்கிறேன். ஆள் உயர தோல் பாவைகளைக் கொண்டு காந்தியின் வாழ்வில் நடந்த முக்கியச் சம்பவங்களை அற்புதமாக நிகழ்த்திக் காட்டுகிறார்கள்.

இந்தக் குழு, கிராமம் கிராமமாகச் சென்று காந்தியின் வாழ்க்கை வரலாற்றை நிகழ்த்திக் காட்டுவதுடன் ஜெர்மனிக்குச் சென்று இந்திய கலை விழாவிலும் காந்தியின் கதையை நிகழ்த்திக் காட்டியிருக்கிறார்கள்.

மரபான பொம்மலாட்டம் முதல் இன்றைய மாங்கா காமிக்ஸ் வரை காந்தியைக் குறித்து பல்வேறுவிதங்களில் படைப்புகள் வெளியாகியுள்ளன. ஆனாலும் காந்தியைப் புரிந்துகொள்ளாமல் அவரைத் தவறாக விமர்சிப்பவர்களும் அவதூறு பேசுபவர்களும் அதிகரித்துக் கொண்டேதான் இருக்கிறார்கள்.

காந்தியின் பேச்சுகள், எழுத்துகள், கடிதங்கள் யாவும் முறையாகத் தொகுக்கப்பட்டுள்ளன. பண்டித நேருதான் இவற்றைத் தொகுக்கும்படி ஏற்பாடு செய்தார். 38 ஆண்டுகள் இந்தப் பணி நடைபெற்று, ஒரு தொகுதி 500 பக்கங்கள் வீதம் 98 தொகுதிகள் வெளியிடப் பட்டுள்ளன. அத்துடன் 2 தொகுதிகள், பெயர்கள் மற்றும் பொருள்வரிசை கொண்டதாக உருவாக்கப்பட்டுள்ளன. மொத்தம் 50 ஆயிரம் பக்கங்கள். இவற்றை இணையத்திலும் பதிவேற்றியிருக்கிறார்கள்.

முழுநேர எழுத்தாளர்களால் கூட இவ்வளவு பக்கங்கள் எழுதியிருக்க முடியுமா? என்பது சந்தேகமே. காந்தி தனது சிந்தனைகளைப் பகிர்ந்து கொள்வதற்குப் பத்திரிகை, கடிதம், கேள்வி — பதில், உரைகள், கட்டுரை, தந்தி, ரேடியோ எனக் கிடைத்த எல்லா வழிகளை யும் பயன்படுத்திக் கொண்டிருக்கிறார். மகாத்மா 2 கைகளாலும் எழுதக்கூடியவர் என்பது குறிப்பிடத்தக்கது.

ரோம் நகரில் உள்ள சலேஷியன் பான்ட்டிஃபிகல் பல்கலைக்கழகத்தில் சமூகத் தகவல் தொடர்பு விஞ்ஞானத்

துறையில் பணியாற்றி வரும் பீட்டர் கன்சால்வஸ், மகாத்மாவைப் பற்றி சிறிய நூல் ஒன்றை எழுதியிருக்கிறார். 'காந்தியின் ஆடை தந்த விடுதலை' என்று அந்த நூல் தமிழில் வெளியாகியுள்ளது. சாருகேசி மொழியாக்கம் செய்துள்ள இந்த நூலை 'விகடன் பிரசுரம்' வெளியிட்டுள்ளது. அதில், காந்தியின் உடை இந்திய விடுதலைப் போரில் ஏற்படுத்திய தாக்கத்தைப் பற்றி விரிவாக எழுதியிருக்கிறார்.

காந்தியின் எழுத்து நடை தெளிவானது, எளிமையானது, அளவானது. அதில் அலங்காரங்களே கிடையாது. சின்னஞ்சிறு வாக்கியங்களைத்தான் அதிகம் பயன்படுத்தியிருக்கிறார். நேருவின் ஆங்கிலத்துடன் காந்தியின் ஆங்கிலத்தை ஒப்பிடும்போது, இந்த வித்தியாசத்தைத் தெளிவாக அறிந்துகொள்ள முடியும். காந்தி குஜராத்தியில் எழுதியதில் சமஸ்கிருதக் கலப்பே கிடையாது. தன் தாய்மொழியில்தான் அவர் சுயசரிதையை எழுதினார்.

மக்களின் மனசாட்சியைத் தூண்டி விட்டு விடுதலை இயக்கத்தில் பங்கு பெற வைக்க எந்த உத்தியையும் காந்திஜி விட்டுவைக்கவில்லை. கிராமிய ஆடல்பாடல் தொடங்கி நாடகம், மேடைப் பேச்சு, சேர்ந்திசை, துண்டுப் பிரசுரம், சுவரொட்டி என அத்தனையையும் பயன்படுத்திக் கொண்டிருக்கிறார். உண்மையைத் தேடும் போரில் ஊடகம் ஒரு துடிப்பான தோழனாக இருக்க வேண்டும் எனக் காந்தி எதிர்பார்த்தார். ஆகவே, அவரே பத்திரிகைகள் தொடங்கி நடத்தினார்.

தந்தியை ஓர் அரசியல் ஆயுதமாகப் பயன்படுத்திக்கொண்டவர் காந்திஜி. 1896 மே 7ஆம் தேதி காலனி ஆதிக்கச் செயலர் ஜோசப் சேம்பர்லினுக்கு, இந்தியருக்கு எதிரான மசோதாவை ஏற்றுக்கொள்ள வேண்டாம் என டர்பனில் இருந்து அனுப்பிய தந்திதான் காந்திஜி அனுப்பிய முதல் தந்தி என்கிறார்கள்.

இந்திய வரலாற்றிலே பிரிட்டனுக்கும் அமெரிக்காவுக்கும் தந்தியை அதிக பட்சம் உபயோகித்தது உப்புச் சத்தியாகிரக யாத்திரையின்போதுதான். சர்வதேச ஊடகங்களின் கவனம் உப்புச் சத்தியாகிரகத்தின் மீது குவிய காந்திஜி அதைச் சிறப்பாகப் பயன்படுத்திக் கொண்டார்.

உலகம் முழுவதுமிருந்து அவருக்குக் கடிதங்கள் வந்து குவிந்தன. அத்தனைக்கும் அவரே நேரடியாகப் பதில் எழுதினார். அரிதாகவே உதவியாளர்களைப் பயன்படுத்திக் கொண்டிருக்கிறார்.

'கடிதங்களைப் படித்துப் புரிந்து கொண்டு பதில் எழுதுவது எனக்குப் பாடமாக அமைவதுண்டு. இக்கடிதங்கள் வழியே சமுதாயம் என்னிடம் உரையாடுவதாகவே கருதினேன். பதில் அளிக்க வேண்டியது எனது கடமை என உணர்ந்தேன்' என காந்தி தனது குறிப்பில் எழுதியிருக்கிறார்.

படிக்காத, பாமர மக்கள் அதிகம் உள்ள நாட்டில் எழுத்து மட்டும் போதாது. ஆகவே வாய் வார்த்தைகளாகத் தனது கருத்துகளை மக்களிடம் கொண்டு செல்லும் தொண்டர் குழுக்களை காந்தி உருவாக்கினார். அதன் விளைவு குக்கிராமம் வரை காந்தியச் சிந்தனைகள் போய்ச் சேர்ந்தன.

இந்தியச் சமூகத்தில் ஒரு மனிதன் எந்த நிலையில் இருக்கிறான் என்பதைக் காட்டும் அடையாளமாகவே உடை விளங்கியது. அத்துடன் என்ன விதமாக உடை அணிவது? எந்தத் துணியை அணிவது என்பன அப் போது ஜாதியுடன் தொடர்புடையனவாக இருந்தது.

இந்தியர்கள் ஐரோப்பிய உடைகளை அணியும்போது சகோதர இந்தியரை விட தாங்கள் ஒருபடி மேல் என நம்பினார்கள். ஐரோப்பியருக்குச் சமமாக, ஆங்கிலேயருடன் ஒரே நிலையில் உறவாடக் கூடியவர்களாகத் தங்களைக் காட்டிக் கொண்டார்கள்.

ஆகவே, உடை விஷயத்தில் ஒரு மாற்று தேவை என்பதை காந்தி உணர்ந்தார். கண்மூடித்தனமாக ஆங்கில உடைகளைப் பின்பற்றுவதை மாற்ற வேண்டும் என்பதற்காகவே அவர் எளிய ஒற்றை வேட்டியுடன் உலா வரத் தொடங்கினார். உடையில் ஏற்படுத்திய மாற்றம் அவரை அரசியல் ஞானியாக அடையாளப்படுத்தியது.

ஆதிக்கத்தில் இருந்து விடுபட்ட மன நிலையின் அடையாளமாக கதர் உடை விளங்கியது. ராட்டையில் நூல் நூற்பதை காந்திஜி ஓர் ஒழுக்கமாகவும், ஆன்மிகப் பயிற்சியாகவும், ஒரு யாகமாகவும் அறிமுகம் செய்தார். எங்கோ ஒரு சிறுகிராமத்தில் தனது வீட்டுத் திண்ணையில் உட்கார்ந்துகொண்டு ஒரு பெண் ராட்டைச் சுற்றுவது என்பது பிரம்மாண்டமான பிரிட்டிஷ் அரசுக்கு எதிர்ப்பு தெரிவிக்கும் செயலாகவே கருதப்பட்டது.

தென்னாப்பிரிக்காவில் வழக்கறிஞராகப் பணியாற்றியபோது பிரிட்டிஷ் பாரிஸ்டர்கள் அணிந்த தொழில்முறை ஆடையைக் காந்தியும் பயன்படுத்தினார். இந்திய வம்சாவளித் தொழிலாளர்களைத் தென்னாப்பிரிக்க அரசு வன்மையாகத் தாக்கியபோது அதற்கு

வருத்தம் தெரிவிக்கும் வகையில் வெள்ளை வேட்டியும் சட்டையும் அணிந்து சத்தியாகிரகத்தைத் தொடங்கி வைத்தார். இந்தியா திரும்பிய பிறகு, மேற்கத்திய உடைகள் அணிவதை முற்றிலும் கைவிட்டுவிட்டார். காந்தியின் உடை மாற்றம் ஏழை எளிய மக்களிடம் அவர் மீது அழுத்தமான நம்பிக்கையை உருவாக்கியது.

'என் வாழ்க்கையில் நான் மேற்கொண்ட முடிவுகள் எல்லாம் திடீரென்று எடுக்கப்பட்டவைதாம். அவற்றை ஆழ்ந்த விவாதங்களுக்குப் பிறகே எடுத்ததால் அவற்றின் மீது எனக்கு எந்த வருத்தமும் இல்லை. அப்படிச் செய்யாமல் இருக்க முடியாது என்ற நிலையில்தான் முடிவுகளை எடுத்திருக்கிறேன்' என காந்தி தனது உடை மாற்றம் பற்றிக் குறிப்பிடுகிறார்.

அரசியலிலும் பொருளாதாரத்திலும் இந்தியா பெரும் வீழ்ச்சியைச் சந்தித்து வரும் இன்றையச் சூழலில் காந்தியத்தின் தேவை மிக அதிகமாக உள்ளது. அதற்காக நாம் மீண்டும் மீண்டும் காந்தியைப் புரிந்துகொள்வதும் பின்பற்றுவதும் அவசியமாகிறது.

54. நடந்து பாருங்கள்

திருச்செந்தூருக்கும், பழநிக்கும், வேளாங்கண்ணிக்கும் பாதயாத்திரை போகிறவர்கள் ஆண்டுக்கு ஆண்டு அதிகரித்துக்கொண்டே இருக்கிறார்கள்.

பாதயாத்திரையின் நோக்கம் வழிபாடு என்றாலும் அதன் வழியே அடையும் அனுபவம் உடலையும் மனதையும் மாற்றிவிடக் கூடியது. கிடைத்ததை உண்டு, சூழ்நிலைக்கு ஏற்ப கிடைத்த இடத்தில் படுத்து உறங்கி, பலதரப்பட்ட மக்களையும் ஊர்களையும் கடந்து செல்வது அபூர்வமான அனுபவம்.

பெங்களூரு தேசிய விமான ஆய்வுக் கூடத்தில் பணியாற்றி ஓய்வுபெற்றவர் ஆ.பெருமாள். இவர் காட்டி சுப்ரமண்யா, திருப்பதி, மந்திராலயா போன்ற கோயில்களுக்குப் பாதயாத்திரையாகப் போய் வந்த அனுபவத்தைச் சுவைபட எழுதியிருக்கிறார்.

'காலச்சுவடு' பதிப்பகம் வெளியிட்டுள்ள 'பாதயாத்திரை' என்ற நூல் வித்தியாசமான பயண நூலாகும். சுவாச ஒவ்வாமை நோயில் அவஸ்தைப் பட்டுவந்த பெருமாள், தனது பாதயாத்திரையின் மூலம் எப்படி நோய் நீங்கினார் என்பதை வாசிக்கும்போது வியப்பாக இருக்கிறது.

தனது பயணம் பற்றி விளக்கிக் கூறும் பெருமாள், 'நடப்பது ஒரு சுகம். அதை நடந்து பார்த்தவர்கள் மட்டுமே உணர முடியும். பாதயாத்திரையின்போது கிடைப்பதை உண்ண வேண்டும். சூழ்நிலையையொட்டி உறங்க வேண்டும். வழியில் சந்திக்கும் மனிதர்கள் உங்களுக்குச் சந்தோஷமும் தரலாம், சங்கடமும் தரலாம். ஆகவே, இதற்கெல்லாம் உடலும் உள்ளமும் பக்குவப்பட வேண்டும். பயணம் செய்பவர்களுக்கு ஒரே அறிவுரை நடங்கள், சுகப்படுங்கள்' என்பதே என்கிறார்.

இவரது முதல் பயணம் எப்படித் தொடங்கியது? பெருமாளின் நண்பரான நாகராஜ் 1994ஆம் ஆண்டு பெங்களூருவில் இருந்து தர்மஸ்தலா வரை 330 கிலோ மீட்டர் தூரம் பாதயாத்திரை மேற்கொண்டு திரும்பினார்.

அந்த ஆசை பெருமாளுக்கும் தொற்றிக் கொண்டது. ஆனால், சுவாச ஒவ்வாமையால் எப்படி நீண்ட தூரம் நடக்க முடியும்? என

உள்ளூர பயம். இதற்காக முதல் நடைபயணமாக, பெங்களூருவில் இருந்து 60 கிலோ மீட்டரில் உள்ள காட்டி சுப்ரமண்யா கோயிலுக்குப் போய்வருவது என முடிவு செய்துகொண்டார். திடீரென ஒருநாளில் மிக நீண்ட தூரம் நடக்க முடியாது என்பதால் பயணத்தின் முன்பாகவே தினமும் சில மைல்கள் நடந்து போய்வரத் தொடங்கினார். இதனால் நடப்பது எளிதாக மாறியது.

தன்னைப் போலவே கோயிலுக்குப் பாத யாத்திரை மேற்கொள்ளும் குழு ஒன்றுடன் இணைந்துகொண்டார் பெருமாள். நீண்ட தூரம் நடந்து பழக்கம் இல்லாததால் பயணம் தொடங்கிய முதல் நாளிலேயே உடல் சோர்ந்துவிட்டது. ஆனாலும் மனஉறுதியோடு நடந்து கொண்டேயிருந்திருக்கிறார்.

இரவு ஒரு வீட்டில் ராத்தங்கல். அங்கே ராகிக் களியும், குழம்பும் சாப்பிடத் தந்தார்கள். அதைச் சிரமத்தோடு சாப்பிட்டு முடித்து மொட்டை மாடியில் காற்றாட உறங்கினார். மறுநாள் அதிகாலையிலே நடைபயணம் தொடங்கியது.

அதிகாலையில் நல்ல காற்றையும் காலை வெயிலையும் அனுபவித்துக் கொண்டு நடந்தார். ஆனால், பலரும் வேகமாக அவரைத் தனியே விட்டு நடந்து போய்விட்டார்கள். மாலையில் அயர்ந்துபோய் கோயிலைப் போய்ச்சேர்ந்தார். அவருக்காகக் காத்திருந்தவர்களுடன் வழிபாட்டுக்காகச் சென்றார்.

அடுத்தது திருப்பதி பாத யாத்திரை. முந்தைய பயண அனுபவம் இந்த முறை நடப்பதில் சிரமம் ஏற்படுத் தவில்லை. ஒவ்வொரு ஊராகத் தங்கி கிடைத்த உணவை உண்டு நடந்தார். மணிக்கு 6 கிலோ மீட்டர் நடப்பவர்கள் வழியில் எங்காவது இடம் கிடைத்தால் உறங்கி ஓய்வு எடுப்பார்கள். ஆனால், பெருமாள், மணிக்கு 4 கிலோ மீட்டர் நடக்கக் கூடியவர் என்பதால் ஆங்காங்கே சில நிமிடங்கள் ஓய்வு எடுத்துக்கொண்டு அசதியோடு நடந்து கொண்டேயிருந்தார்.

தசைப் பிடிப்புதான் நடைப்பயணத்தின் பெரிய பிரச்சினை. உணவு ஒத்துக்கொள்ளாமல் போவதால் ஏற்படும் வயிற்றுப் பிரச்சினைகளும் காய்ச்சலும் வராமல் பார்த்துக்கொண்டார்,

கால்வலி அதிகமாகவே ஓர் இடத்தில் அரை மணி நேரம் ஓய்வு எடுத்தார். ஆனால், மீண்டும் நடப்பதற்கு எழுந்து கொள்ள முயன்றபோது கால்களை அசைக்க முடியவில்லை. தசைகள்

பிடித்துக் கொண்டு விட்டன. லேசான காய்ச்சல் உண்டாகியிருந்தது. துணைக்கு யாருமில்லை. வேறுவழியின்றி அந்த வழியே வந்த இரண்டு இளைஞர்களிடம் உதவி கேட்டு சிரமப்பட்டு நாங்கலி என்ற ஊரை அடைந்தார். அன்றிரவு நன்றாக உறங்கி எழுந்தார். மறுநாள் காலையில் உடல் நலம் ஓரளவு தேறியிருந்தது. மனஉறுதியோடு மீண்டும் நடைபயணத்தை மேற்கொண்டார்.

அதிகாலை, பயணமும் மலையேற்றமும் அவரது நுரையீரலை வலுப்படுத்தியது. பல ஆண்டுகளாக அவருக்கு இருந்துவந்த சுவாச ஒவ்வாமையின் தீவிரம் மிகவும் குறைந்துபோனது. தனது பயணத்தின் வழியே மனமும் உடலும் பண்பட்டுவிட்டன என்கிறார் பெருமாள்.

இரண்டு நடைபயணங்கள் தந்த உத்வேகம் காரணமாகப் பெங்களுருவில் இருந்து 400 கிலோ மீட்டர் தூரம் உள்ள மந்திராலயா நோக்கிய பாதயாத்திரைக்கு அடுத்து திட்டமிட்டார்.

இந்தப் பயணத்தில் தங்களைப் போலவே ஆயிரக்கணக்கான குழுக்கள் நடந்து போய்க் கொண்டேயிருப்பதைக் கண்டார். ஆகவே, எங்கேயும் உணவுக்கும் உறங்கும் இடத்துக்கும் பிரச்சினை வரவேயில்லை. பொதுமக்களும் குடிநீரும், பழங்களும் தந்து உதவி செய்தார்கள்.

தனது நடைப்பயணத்தில் தங்கிய வீடுகள், சந்தித்த மனிதர்களைச் சுவைபட விவரிப்பதோடு பாதயாத்திரை குழுக்களுக்குள் நடக்கும் சண்டைகள், குருவாக வழிநடத்துபவர் செய்யும் அட்டூழியங்கள் என யாவற்றையும் வெளிப்படையாகப் பகிர்ந்துகொண்டிருக்கிறார் பெருமாள்.

வயது வேறுபாடுகளைக் கடந்து கூட்டம் கூட்டமாக மனிதர்கள் புனித யாத்திரையாக நடந்து கொண்டேயிருப்பது நூற்றாண்டுகளாகத் தொடர்ந்து வருகிறது. நடையால் மனிதர்கள் ஒன்று சேருகிறார்கள், வலுப்பெறுகிறார்கள் என்பது சந்தோஷம் அளிக்கவே செய்கிறது.

55. மௌனி பேசுகிறார்

மௌனியின் சிறுகதைகளைப் படிப்பது எப்போதுமே புதுவகை அனுபவமாக அமைகிறது. அவரது மொழி ஆளுமையும் கதை சொல்லும் முறையும் வியக்க வைக்கிறது. 24 சிறுகதைகள் மட்டுமே எழுதி 'சிறுகதைத் திருமூலர்' எனக் கொண்டாடப்படும் ஆளுமையாக விளங்குகிறார் மௌனி.

1907இல் தஞ்சாவூர் மாவட்டத்தின் செம்மங்குடியில் பிறந்தவர் மௌனி. 1929இல் திருச்சி பிஷப் ஹீபர் கல்லூரியில் கணிதத்தில் இளங்கலைப் பட்டம் பெற்றார். சில ஆண்டுகள் கும்பகோணத்திலும் பிறகு சிதம்பரத்திலும் வசித்தார். இசையிலும் தத்துவத்திலும் தீவிர ஈடுபாடு கொண்ட மௌனி மணிக்கொடியில் எழுதியவர். எஸ்.மணி என்ற இயற்பெயரை 'மௌனி' ஆக்கியவர் எழுத்தாளர் பி.எஸ்.ராமையா. கல்லூரி காலத்தில் மௌனியை நண்பர்கள் 'மைல்மணி' என்று அழைப்பார்களாம். காரணம், ரன்னிங் ரேஸில் நன்றாக ஓடுவார்.

'மௌனியோடு கொஞ்ச தூரம்' என்று எழுத்தாளர் திலீப்குமார் இலக்கியச் சிந்தனைக்காக ஒரு புத்தகம் எழுதியிருக்கிறார். அது மௌனியின் புனைகதைகளைப் புரிந்துகொள்ளத் துணை செய்கிறது என்றால், ஜே.வி.நாதன் எழுதியுள்ள 'மௌனியின் மறுபக்கம்' அவரது வாழ்க்கையை, இலக்கிய ரசனையை, சிறுகதைகள் எழுதிய விதத்தைப் புரிந்துகொள்ளப் பெரிதும் உதவுகிறது. இந்நூல்லை விகடன் பிரசுரம் வெளியிட்டுள்ளது.

மௌனியோடு 16 வருடங்கள் நெருங்கிப் பழகியவர் எழுத்தாளர் ஜே.வி.நாதன். ஆகவே இந்த நூலின் மூலம் மௌனியின் வாழ்க்கையையும் படைப்பு அனுபவத்தையும் சிறப்பாக வெளிப்படுத்தி இருக்கிறார்.

மௌனியின் 'தவறு', 'அத்துவான வெளி' ஆகிய சிறுகதைகளும் ஜே.வி.நாதனுக்கு மௌனி எழுதிய கடிதங்களும், இந்த நூலில் இடம்பெற்றுள்ளன.

மௌனிக்கும் தனக்குமான நட்பு எப்படித் தொடங்கியது என்பதை நினைவுகொள்ளும் ஜேவிநாதன், அந்த நட்பு நாளடைவில்

மிகவும் நெருக்கமாகி தினமும் மௌனியைத் தேடிப் போய்ச் சந்தித்து வந்ததையும், சில நாட்கள் மௌனியே அவரைத் தேடி வந்து உரையாடியதையும் நெகிழ்வோடு விவரித்துள்ளார்.

மௌனி அன்றாடம் சிதம்பரம் நடராஜர் கோயிலுக்குச் சென்றுவரக்கூடியவர். ஆனால், கோயிலில் அவர் சாமி கும்பிடுவதில்லை. இது பற்றி ஜே.வி.நாதன் கேட்டதற்கு மௌனி சொன்ன பதில்,

"நான் ஒருநாள் வரலேன்னாலும் நடராஜரும் மத்த சாமிகளும் 'ஏன் இன்னிக்கு வரலே'ன்னு கேட்டுக் கோவிச்சுப்பாங்கப்பா. அதனாலதான் நான் நாள் தவறாம அட்டெண்டன்ஸ் கொடுக்கறேன்"

கடவுளையும் நண்பனாகக் கருதிய மனதே மௌனியிடம் இருந்தது. மௌனி, தான் எழுதும் கதைகள் எதற்கும் தலைப்பு வைத்ததில்லை. ஒவ்வொரு கதையையும் திரும்பத் திரும்ப பலமுறை எழுதக்கூடியவர்.

இந்தப் புத்தகத்தில் அப்படி ஒரு சம்பவத்தை விவரிக்கிறார் ஜே.வி.நாதன்:

'மௌனியின் சிறுகதை ஒன்றை படியெடுக்க உதவியபோது, ஒவ்வொரு பக்கத்தையும் மௌனி மீண்டும் மீண்டும் திருத்திக் கொண்டேயிருந்தார். இரவெல்லாம் கண்விழித்து படி எடுத்தேன். அவரோ திருத்திய பக்கங்களில் மீண்டும் புதிதாகத் திருத்தம் போட்டுக் கொண்டேயிருந்தார். இதனால் எனக்கு எரிச்சலாக வந்தது. எனக்கு வயது அப்போது 22; மௌனிக்கு 64 வயது. அவர் மீதுள்ள மரியாதையால் கதையைப் பிரதியெடுத்துக் கொண்டிருந்தேன்.

ஒரு நள்ளிரவில் என்னிடம் வந்து நீ கரெக்ஷன் செய்து முடிச்சதும், அப்படியே என்கிட்ட காட்டாமல் கிளம்பிப் போய், தபாலில் சேர்த்துடு. இல்லாவிட்டால் நான் மறுபடியும் கரெக்ஷன் போட ஆரம்பிச்சிடுவேன் என்றார்'. மௌனியின் கதைகள் வடிவரீதியாகவும் மொழியிலும் கச்சிதமாக உருப்பெற்றதற்கும் இதுவே காரணம்.

"மௌனி தான் எழுதிய கதைகளைக் காப்பாற்றி வைத்துக் கொள்வதில் ஆர்வம் இல்லாதவர். நிறையப் படிப்பார். அவர் படித்த புத்தகங்களில் தத்துவம் குறித்த நூல்கள் அதிகமாக இருந்தன. அவரது உறவினர்களுக்குக் கூட அவர் ஓர் எழுத்தாளர் என்பது தெரியவே தெரியாது" என்கிறார் மௌனியின் சிறுகதைகளைத்

தேடித் தொகுத்துப் புத்தகமாகக் கொண்டுவந்த எழுத்தாளர் கி.அ.சச்சிதானந்தம்.

மௌனிக்கு வயலின் வாசிக்கத் தெரியும். அவரது வீட்டில் ஒரு வயலின் வைத்திருந்தார். அதில் ஓர் அதிசயம் உண்டு. இசை எழுப்பும் கம்பிகளுக்குப் பதிலாகத் தேங்காய் நாரைப் பதப்படுத்தி, பழுப்புச் சணல் போன்ற மெலிதான இழைக் கயிறுகளை அதில் இழுத்துக் கட்டியிருப்பார். வில்லை அந்த நரம்பு போன்ற இழைக் கயிற்றின் மீது வைத்து இழுத்தால் இசை மிகவும் சன்னமாகக் கீச்சுக் குரல் போல வெளிவரும். வீட்டுக்குள்ளிருக்கும் மனைவிக்குத் தன் வயலின் இசை தொந்தரவாக இருக்கக் கூடாது என்பதற்கு அவர் கண்டுபிடித்த ஐடியா அது.

மௌனிக்கு நான்கு மகன்கள் ஒரு மகள். முதல் மகன் சென்னையில் டிராம் விபத்தில் உயிரிழந்து போனார். இன்ஜினீயராகப் பணியாற்றிய இரண்டாவது மகனும் எதிர்பாராதபடி குளியல் அறையில் மின்சாரம் தாக்கி இளவயதில் இறந்து போனார். மூன்றாவது மகன் தத்துவம் படித்தவர். ஆனால், மனநிலை சரியற்று வீட்டிலேயே இருந்தார். அந்த மகனைப் பற்றிய கவலை மௌனிக்கு வாழ்நாள் முழுவதும் இருந்து வந்ததாம். நான்காவது மகன் அமெரிக்காவில் வசிக்கிறார்.

"அனுபவ வெளியீட்டை அழகாகச் செய்தால் கலை ஆகும். அனுபவம் என்பது வார்த்தையற்றது. உணர்வால் பெறப்படுவது. உண்மையான கலைஞனுக்கு அனுபவம் வெளியீடு ஆகும்போது வார்த்தைகள் தாமாகவே வந்து விழுகின்றன. நாயைக் கட்டி இழுப்பதைப் போல வார்த்தைகளைக் கட்டி இழுப்பதெல்லாம் காலத்தில் அடிபட்டுப் போய்விடக்கூடியவை. ஓர் எழுத்தாளனுக்கு எதை எழுத வேண்டும்? என்று தெரிந்திருப்பதை விட எதை எழுதக்கூடாது? என்று அவசியம் தெரிந்திருக்க வேண்டும். வார்த்தைகளை வலிந்து, அடுக்கி, சுழற்றி, மேற்பூச்சு நகாசு வேலை செய்பவன் ஒருபோதும் சிறந்த கலைஞன் ஆக மாட்டான்" எனக் கூறுகிறார் மௌனி.

ஆல்ப்ர்ட் பிராங்க்ளின் என்ற அமெரிக்க அறிஞர் மௌனியிடம் "நீங்கள் எதற்காக எழுதுகிறீர்கள்?" எனக் கேட்டபோது, "என்னால் எழுதாமல் இருக்க முடியவில்லை; அதனால் எழுதுகிறேன்" எனப் பதில் சொன்னார் மௌனி.

பெயரளவில்தான் அவர் மௌனி. ஆனால், நிறையப் பேசக்கூடியவர். "பேசுவது என்பது வார்த்தைகள் மூலமாகத்

தன்னைத்தானே தெளிவுபடுத்திக் கொள்வது. ஆகவே, நிறையப் பேசுகிறேன். நான் பேசுவது எதிரில் இருப்பவர்களுக்காக அல்ல" என்கிறார் மௌனி.

எது நல்ல சிறுகதை? என்ற கேள்விக்கு "நல்ல சிறுகதை என்பது ஒரு கவிதை. என் சிறுகதைகள் ஒவ்வொன்றும் ஒரு கவிதையே" எனப் பதில் அளித்திருக்கிறார் அவர்.

டால்ஸ்டாய், தஸ்தாயெவ்ஸ்கி, இப்சன், அனடோல் பிரான்ஸ், ஆன்டன் செகாவ் இவர்களின் படைப்புகளைத் தனக்கு மிகவும் பிடிக்கும் எனக் கூறும் மௌனி, ராபர்ட் ம்யூசில் எழுதிய 'The Man Without Qualities' நாவலை தனக்கு மிகவும் பிடிக்கும் எனக் கூறியிருக்கிறார்.

ஜே.வி.நாதன் தனது எழுத்தின் வழியே மௌனியை நம் கண்முன்னே கொண்டுவந்து காட்டுகிறார். நாமும் மௌனி அருகே அமர்ந்து உரையாடுவது போலவும் உடன் நடந்து செல்வது போலவும் நெருக்கமாக எழுதப்பட்டிருப்பதே இந்த நூலின் சிறப்பு.

'மௌனியின் கதைகள் புரிவதில்லை' என்பவர்கள் ஒருமுறை இதைப் படித்தால் மௌனியைப் புரிந்துகொள்வதோடு, அவரது கதைகளையும் புரிந்துகொள்ள முடியும்.

56. நினைவூட்டும் காற்று

சோவியத் இலக்கியங்கள் தமிழுக்கு மிக முக்கியமான பங்களிப்பைச் செய்திருக்கின்றன. அதன் வழியே உருவானவர்களில் நானும் ஒருவன். எனது கல்லூரி நாட்களில் ரஷ்ய இலக்கியத்துக்குள்ளாகவே மூழ்கிக் கிடந்தேன். அப்போது வாசித்த ஒரு நாவல் இன்றுவரை என் விருப்பத்துக்குரிய நாவலாக இருக்கிறது.

பாஸூ அலீயெவா எழுதிய 'மண் கட்டியைக் காற்று அடித்துப் போகாது' என்ற நாவல் ஒரு பெண்ணின் துயர நினைவுகளை விவரிக்கிறது. மண்ணின் மணத்துடன் உயிர்த்துடிப்புள்ள கதாபாத்திரங்களுடன், கவித்துவமான வர்ணனைகளுடன் கூடிய இந்த நாவலை எத்தனை தடவை வாசித்தாலும் அலுப்பதே இல்லை.

'ராதுகா பதிப்பகம்' வெளியிட்ட இந்நூலை, தற்போது 'நியூசெஞ்சுரி புக் ஹவுஸ்' மறுபதிப்பு செய்துள்ளது. தமிழில் இந்த நாவலை மொழியாக்கம் செய்திருப்பவர். பூ.சோமசுந்தரம்.

தெற்கு ரஷ்யாவின் காஸ்பியன் கடல் பிரதேசத்தில் உள்ள தாஜிக்ஸ்தான் மலைகிராமம் ஒன்றில் பிறந்தவர் அலீயெவா. அவரது தாய்மொழி அவார். அதற்கு வரி வடிவம் கிடையாது. 1930களில்தான் இதற்கெனப் புது வரி வடிவம் உருவாக்கப்பட்டது. ஆகவே, எழுத்து மரபு இம்மொழிக்கு கிடையாது.

வாய்மொழி மரபைச் சேர்ந்த பாடல்களும், கதைகளும் மட்டுமே அவார் மக்களிடம் இருந்தன. பள்ளி வயதில் கவிதைகள் எழுத ஆரம்பித்து, பின்பு ரஷ்யாவின் மிகமுக்கிய கவிஞர்களில் ஒருவராக உயர்ந்தார் அலீயெவா.

அவார் மொழியின் மகத்தான கவி ரசூல் கம்சுதேவ்.

'நாளை அவார் மொழி மடியுமானால்

இன்றைக்கே நான்

இறந்து போவேன்'

— எனப் பாடியவர் ரசூல்.

ஒருமுறை ரசூல் கம்சுதேவ் இத்தாலியப் பயணத்தின்போது ஒரு வணிகர் வீட்டுக்கு விருந்துக்குச் சென்று இருந்தார்.

அந்த வணிக நண்பர் இனிமையாகப் பேசி, உபசரித்து பரிசுகள் எல்லாம் கொடுத்து அனுப்பி வைத்தார். ஊர் திரும்பியதும் வணிகரின் தாயைச் சந்தித்து அவரது மகனைச் சந்தித்த நிகழ்வைப் பற்றி எடுத்துக் கூறி விருந் தோம்பலுக்கு நன்றி கூறினார் ரசூல்.

வணிகரின் தாய் ரசூலிடம் "என் மகன் உங்களோடு அவார் மொழியில் பேசினானா?" என்ற ஒரே கேள்வியை மட்டுமே கேட்டார்.

"இல்லை" என்று ரசூல் சொன்னதும், "அப்படியானால் அவன் என் பிள்ளை கிடையாது. அவன் பிணம். தாய்மொழியை மறந்தவன் பிணத்துக்குச் சமம்" என்று சொல்லிவிட்டு அந்தத் தாய் கோபித்துக் கொண்டு போய்விட்டார் என ரசூல் கம்சுதேவ் குறிப்பிடுகிறார். அவார் இன மக்கள் அந்த அளவுக்குத் தாய்மொழியை நேசித்தார்கள்.

தான் எப்படி எழுத்தாளராக உருவானேன் என்பதை முன்னுரையில் அலீயெவா சுவைபட விவரித்திருக்கிறார்.

உராஷ் பைராம் பெருநாள் அன்று அதிகாலையில் ஒரு கன்னிப் பெண் புல்வெளிக்குச் சென்று, தூய பீங்கான் கிண்ணத்தில் பனித்துளிகளைத் திரட்டிச் சேர்த்து, அந்தப் பனிநீரால் முகத்தைக் கழுவிக் கொண்டால் அவள் பேரழகி ஆகிவிடுவாள் என்ற நம்பிக்கையிருந்தது.

அதிகாலையில் அலீயெவா பனித்துளிகளைச் சேகரிக்கப் புல்வெளிக்குச் சிறுகிண்ணத்தை மறைத்து எடுத்துக் கொண்டு சென்றார். எங்குப் பார்த்தாலும் அழகான பூக்கள். ஒவ்வொன்றிலும் ததும்பும் பனிநீர். திடீரென அவருக்குக் கவலை உண்டானது. பனித்துளிகளை நாம் வடித்து எடுத்துக் கொண்டால் பூக்களுக்கு வனப்பும் தளதளப்பும் போய்விடுமே என்ன செய்வது? ஆனால், அழகி ஆகவேண்டும் என்ற விருப்பம் அவரை உந்தித் தள்ளியது. ஒரு நீலமலருக்கு முன்பாக மண்டியிட்டு அதில் இருந்த பனிநீரைக் கிண்ணத்தில் வடித்துக் கொண்டார்.

பக்கத்தில் இன்னொரு பூச்செடி இருந்தது. அது கோணலாக வளைந்திருந்தது. அந்தச் செடியைத் தழைக்கவிடாமல் ஒரு பெரிய பாறாங்கல் அழுத்திக் கொண்டிருந்தது. அந்த வேதனையில்

கண்ணீர் விடுவது போல, பூச்செடியில் பனித் துளிகள் சிந்திக் கொண்டிருந்தன.

இதைக் கண்ட அலீயெவா கல்லை முழுப்பலத்துடன் அசைத்து பெயர்த்துத் தள்ளியபோது, திடீரென, குபுக் குபுக் என்ற சத்தத்துடன் ஊற்று பெருகிவரத் தொடங்கியது. புதிய மலை ஊற்று பொங்கி வந்ததைப் பற்றி அம்மாவிடம் சொன்னபோது அம்மா உற்சாகத்துடன் சொன்னார்,

“புது ஊற்று பெருகும்போது அதன் முன்பாக நின்று வணங்கி எதை வேண்டிக் கொண்டாலும் அது நிச்சயம் நிறைவேறும்”.

அம்மாவும் அலீயெவாவும் ஊற்றைத் தேடிப் போனார்கள். அலீயெவாவுக்கு என்ன வேண்டிக் கொள்வது எனப் புரியவில்லை. மனதில் எத்தனையோ ஆசைகள் இருந்தன. ஆனால், ஊற்றருகே மண்டியிட்டு மெலிந்த கைகளை வானை நோக்கி உயர்த்தி, மெதுவான குரலில் தனது தந்தை வீட்டுக்குத் திரும்பி வர வேண்டும் எனப் பிரார்த்தனை செய்தார்.

“இறந்தவர்கள் உயிர்த்து எழுவது இல்லை” என்று சொல்லிவிட்டு, அம்மா ஊற்றின் முன்பாக “இந்த உலகில் போர் மூள விடாதே. எங்கள் ஆண்களைக் காப்பாற்று” என இறைஞ்சினார். அவரது கண்ணீர்த் துளிகள் ஊற்றில் கலந்தன. புல்வெட்டுபவனின் அரிவாளுக்கு முன்பு இளம்புல் நடுங்குவது போல ‘போர்’ என்ற பயங்கரச் சொல்லுக்கு முன்பு அம்மா பயந்து நடுங்கினார்.

அந்தச் சம்பவம் அலீயெவாவை மிகவும் பாதித்தது. அன்றுதான் தனது முதல் கவிதையை அவர் எழுதினார். ‘சமாதானப் பதாகை’ என்ற அந்தக் கவிதையை அம்மாவுக்குப் படித்துக் காட்டினார் அலீயெவா. அந்தக் கவிதை பள்ளியின் சுவரொட்டிப் பத்திரிகையில் வெளியிடப்பட்டது. அப்படித்தான் அலீயெவா எழுத்தாளராக உருவானார். அவரது சொந்த வாழ்வின் அனுபவத்தில் இருந்தே ‘மண்கட்டியைக் காற்று அடித் துப் போகாது’ நாவல் உருவாக்கப்பட்டிருக்கிறது.

மூன்று பெண் குழந்தைகளையும் வைத்துக்கொண்டு அகமதின் மனைவி பரீஹான் மிகுந்த கஷ்டத்தில் குடும்பம் நடத்துகிறாள். அவர்களுக்கு உதவுகிறார்கள் உமர்தாதா — ஹலூன் தம்பதிகள்; பரீஹானை அடைய இச்சைக் கொண்டு அலையும் ஜமால்; அவனுடைய மகனுக்கும் பாத்திமாவுக்கும் ஏற்படும் காதல்; உமர்தாதாவின் மகனுக்குப் பாத்திமாவை மணம் முடிக்க,

பெரியவர்கள் கொள்ளும் விருப்பம்; பரீஹான் மீது விழும் கொலைப் பழி; நீதி விசாரணை; போரின் விளைவால் முறிந்து போகும் காதல் என பட்டுநெசவைப் போல வண்ண இழைகளால் இந்த நாவலை நெய்திருக்கிறார் அலீயெவா.

இதில் உமர்தாதா மறக்க முடியாத கதாபாத்திரம். அந்தக் கிழவன் மண்ணை நேசிப்பது போல இன்னொருவர் நேசிக்க முடியுமா? என்பது சந்தேகமே. அவரது கருணையும், துணிவும், உழைப்பும், மன உறுதியும் வியப்பளிக்கிறது. பேச்சுக்குப் பேச்சு அவர் பழமொழிகளை உதிர்க்கிறார். அதில் ஒன்றுதான் 'மண்கட்டியைக் காற்று அடித்துப் போகாது' என்பது. இதுபோல நிறையப் பழமொழிகள் அவர் பேச்சில் வெளிப்படுகின்றன.

அவார் இன மக்கள் மண்ணை எவ்வளவு நேசிக்கிறார்கள் என்பதற்கு இந்த நாவல் சிறந்த உதாரணம்.

அவார் இனப் பெண்கள் தங்களுக்குள் சண்டையிடும்போது, கோபத்தில் "உன் குழந்தைக்குத் தாய்மொழி மறந்து போகட்டும்; தாய்மொழியைச் சொல்லித் தர வாத்தியார் கிடைக்காமல் போகட்டும்" எனச் சாபம் கொடுப்பார்கள் என்று படித்திருக்கிறேன்.

எவரது சாபமோ தெரியவில்லை, தமிழ்மொழி அந்த நிலையில்தான் இன்று வாழ்கிறது. அலீயெவாவைப் போல ரசூல் கம்சுதேவைப் போல, தாய் மொழியின் பெருமைகளை உலகறியச் செய்யவும், மொழியை நேசிக்கவும், வளர்த்தெடுக்கவும் வேண்டியது நம் அனைவரின் கடமையாகும்.